தமிழ்ச் சமூகப் பூசகர்கள்

பிடாரி வழிபாட்டில் வாழும் சாதி வரலாறு

மு. செல்வக்குமார்

பாரதி
புத்தகாலயம்

Tamil Samooga Poosagargal (in Tamil)
Mu. Selvakumar
First Published: August, 2021
Published by
BHARATHI PUTHAKALAYAM
7, Elango Salai, Teynampet, Chennai - 600 018
Email: thamizhbooks@gmail.com / www.thamizhbooks.com

தமிழ்ச் சமூகப் பூசகர்கள்
மு.செல்வக்குமார்
முதல் பதிப்பு: ஆகஸ்ட், 2021
வெளியீடு:
பாரதி புத்தகாலயம்
7, இளங்கோ சாலை, தேனாம்பேட்டை, சென்னை - 600 018
தொலைபேசி : 044-24332424, 24332924, 24356935

விற்பனை நிலையங்கள்
மதுரை: 37A, பெரியார் பேருந்து நிலையம் - 045 22324674
ஈரோடு: 39, ஸ்டேட் பாங்க் சாலை - 9245448353
திண்டுக்கல்: பேருந்து நிலையம் - 9942331105, 9976053719
பழனி: பேருந்து நிலையம் அருகில் - 9442883696
திருப்பூர்: 447, அவினாசி சாலை - 9486105018
சேலம்: பாலம் 35, அத்வைத ஆஸ்ரமம் சாலை 0427 2335952
திருவல்லிக்கேணி: 48, தேரடி தெரு - 9444428358
வடபழனி: பேருந்து நிலையம் எதிரில் அடையார்
ஆனந்தபவன் மாடியில் - 9444476967
பெரம்பூர்: 52, கூக்ஸ் ரோடு - 9444373716
திருவாரூர்: 35, நேதாஜி சாலை - 9442540543
சேலம்: 15, வித்யாலயா சாலை
திருநெல்வேலி: 25A, ராஜேந்திரநகர் - 9442149981
அருப்புக்கோட்டை: 31, அகமுடையார் மஹால் - 9994173551
குன்னூர்: N.K.N வணிக வளாகம், பெட்போர்ட்
செங்கல்பட்டு: 1 D ஜி.எஸ்.டி சாலை - 044 27426964
விருதுநகர்: 131, கச்சேரி சாலை - 0456 2245300
கும்பகோணம்: 352, ரயில் நிலையம் எதிரில் - 9443995061
வேலூர்: பேஸ் III, சத்துவாச்சாரி - 9442553893
நெய்வேலி: பேருந்து நிலையம் அருகில் - 9443659147
தஞ்சாவூர்: காந்திஜி வணிக வளாகம், காந்திஜி சாலை - 9655542400
கோவை: 77, மசக்காளிபாளையம் ரோடு, பீளமேடு - 8903707294
திருச்சி: வெண்மணி இல்லம், கரூர் புறவழிச்சாலை - 9994289492
திருவண்ணாமலை: முத்தம்மாள் நகர்
நாகர்கோவில்: 699, கே.பி.ரோடு, R.V.புரம் - 9443450111
சிதம்பரம்: 22A / 18B தேரடி கடைத் தெரு,
கீழவீதி அருகில் - 9994399347
கரூர்: நாரத கானசபா அருகில் (TNGEA OFFICE)- 9442706676

ரூ.230/-
அச்சு : பிரிண்டெக், சென்னை - 600 005.

என் கரம்பற்றி அழைத்துச் சென்று
மக்கள் வாசிப்பின் மேன்மையை உணர்த்திய
மானிடவியல் அறிஞர் ***பக்தவத்சல பாரதி*** *அவர்களுக்கு...*

முனைவர் மு.செல்வக்குமார்

தேனி மாவட்டம் சின்னமனூரைச் சேர்ந்தவர். புதுச்சேரி நடுவண் பல்கலைக்கழகத்தில் முனைவர் பட்டம் பெற்றவர். தற்கால சிறுகதைகளில் தொன்மங்கள் பற்றி ஆய்வுசெய்துள்ளார். நவீனத் தமிழ் இலக்கியத்தைப் பயில்களமாகக் கொண்டிருப்பவர். அத்துடன் நவீன நாடகம், மாற்றுத்திரைப்படம் ஆகியவற்றின் மீதும் ஆர்வமுடையவர்.

இப்போது கல்லூரி உதவிப் பேராசிரியர். இலக்கிய இதழ்களில் இவரின் விமர்சனக் கட்டுரைகள் வெளிவந்துள்ளன. தமிழ்ச் சிறுகதைகளின் சமகாலச் செல்நெறிகள், நவீன இலக்கியங்களில் செவ்விலக்கியங்களின் தாக்கம் போன்ற பதிப்பு நூல்களின் தொகுப்பாசிரியர்களில் ஒருவர்.

தற்பொழுது நாட்டார் வழக்காற்றியல், சமூக வரலாறு போன்ற களங்களில் எழுதி வருகின்றார். இலக்கியப் பரப்பின் ஊடாக தமிழ்ச் சமூக, பண்பாட்டு மரபுகளைக் கண்டறிவதில் நாட்டம் கொண்டுள்ளார்.

நன்றி பாராட்டல்

மரங்கள் தரும் கனிகளை உண்பவர் அவற்றின் விதைகளைக் கண்டடைகின்றார். விதைப்பவரோ மரங்கள் வேரோடுகின்ற மண்ணின் இயல்பையும் சேர்த்தே அறிந்திருக்கின்றார். வாசிப்புக்கும் களஆய்விற்கும் இடையேயான வேறுபாட்டை இவ்வாறாகவே புரிந்துகொள்ள முயல்கின்றேன். அடிப்படையில் நானொரு இலக்கிய வாசகன். மானிடவியல் நூல்களையும் வெறும் வாசிப்பின்பம் கருதியே படிக்கத் தொடங்கியவன். என் தேட்டங்கள் அனைத்தும் நூலகங்களுக்கு உள்ளாகவே இருந்தன. இப்படியான என்னை முனைவர் பக்தவத்சல பாரதி அவர்களே ஒரு களஆய்வாளனாக உருமாற்றினார். அவருடன் உரையாடும் பொழுதெல்லாம் ‘பிறதுறைகளின் துணைகோடலே அறிவை விரிவுசெய்யும்’ என்று வலியுறுத்துவார்.

சொன்னதோடு நின்றுவிடாமல் அதுவரை நான் கண்டிராத நிலப்பரப்புகளுக்கு உடனழைத்துச் சென்று களஆய்வின் அரிச்சுவடியையும் கற்றுக்கொடுத்தார். அங்கு பெற்ற அனுபவங்களைச் சின்னஞ்சிறு வரைவுகளாக எழுதத் தூண்டினார். இந்த உந்துதலே எனக்கு நாட்டாரியல் தொடர்பான ஆய்வுக்கட்டுரைகளை எழுதும் தன்னம்பிக்கையை உண்டாக்கியது. அவரளித்த பயிற்சியும் ஊக்குவிப்பும் இன்றி இந்த நூல் சாத்தியமாகி இருக்காது. இது உருபெற்ற ஒவ்வொரு நிலையிலும் மேம்படுத்துவதற்கான ஆலோசனைகளையும் வழங்கினார். பண்பாட்டியல் ஆய்வில் எனக்கு ஞானத்தந்தையாக விளங்கும் அவருக்கு இந்த நூலைக் கையுறையாக அளிப்பதில் என் நெஞ்சம் நிறைவும் உவகையும் கொள்கிறது.

இக்குறிப்பிட்ட ஆய்விற்கானத் துவக்கத்தைக் கொடுத்தவர், எந்தன் உற்ற சகா சீ.சியாமளா கௌரி. அவருடன் நிகழ்த்திய உரையாடலே இந்நூலிற்கான மூலாதாரம். முதற்கட்ட தரவு

சேகரிப்பு, முதல் வரைவு உருவாக்கம் ஆகியவற்றில் அவரின் பங்கு அளப்பரியது. அத்துடன் அவருடைய குடும்பத்தினர் காட்டிய ஆர்வமும் ஒத்துழைப்பும் என்றும் என் நினைவில் நிற்கும். அவர்கள் அனைவருக்கும் உணர்வுப்பூர்வமான நன்றிகள் உரியன.

பிடாரியம்மனை அவைதீகப் பின்புலத்தோடு இணைத்து நோக்க வேண்டுமென்ற உள்ளொளியை எனக்குத் தந்தவர், எழுத்தாளரும் பாராளுமன்ற உறுப்பினருமான து.ரவிக்குமார் அவர்கள். அயோத்திதாசர், அம்பேத்கர் ஆகியோரின் எழுத்துக்களை எனக்கு அறிமுகம் செய்ததோடு மணற்கேணி இதழ் வழியாகத் தொல்லியல், வரலாற்றியல் போன்றவை மீது நாட்டத்தையும் உருவாக்கினார். அவரின் பேருதவிகளுக்கு என் பணிவுமிக்க நன்றிகள்.

எனக்கேற்பட்ட ஐயங்களுக்கு தொலைபேசி வாயிலாக விடைகள் பகிர்ந்து உதவிய ஆய்வறிஞர்கள் குடவாயில் பாலசுப்ரமணியன், அ.கா.பெருமாள், பொ.வேல்சாமி, பாரதிபுத்திரன், உல. பாலசுப்ரமணியன் ஆகியோர் போற்றுதலுக்கு உரியவர்கள். இதேபோன்று இந்த முயற்சிக்கு உற்சாகம் தந்த பேராசிரியப் பெருமக்கள் க.பஞ்சாங்கம், பா.மதிவாணன், சிலம்பு நா.செல்வராசு, இரா.சம்பத், அரு.மருததுரை, பா.ஆனந்தகுமார், ஓ.முத்தையா, மு.அருணாசலம் ஆகியோருக்கு இத்தருணத்தில் நன்றி கூறுவது என் கடன்.

அமெரிக்கன் கல்லூரியில் வகுப்பறைக்கு வெளியே நாட்டார் கலைகள், வீதி நாடகம் ஆகியவற்றைக் கற்றுத்தந்து வெகுமக்களோடு உறவாடச் செய்த என் அன்பிற்குரிய பேராசிரியர்கள் ஆ. அழகுச்செல்வம், சு.வேணுகோபால் ஆகியோரையும் உடன் பயணித்த நண்பர்களையும் நெகிழ்ச்சியுடன் நினைவு கூர்கின்றேன்.

திருவண்ணாமலைப் பகுதி களஆய்விற்குத் துணைநின்ற எழுத்தாளர் காலபைரவன், ப.அருண்குமார், ப.கருப்பசாமி, திருச்சி வட்டாரத்தின் அரிய வழக்காறுகளைக் கண்டுணர உதவிய ம. எழில்பரமகுரு, வாளசிராமணி கோயில் சடங்கு பற்றி விளக்கமளித்த ந.ஆனந்த், உவச்சர் வழிபாட்டின் இருப்பைச் சுட்டிக்காட்டிய ச.கருத்தான் உள்ளிட்டத் தோழமைகளுக்கு நன்றிகள் பலநூறு.

எனது சக களஆய்வாளர் போல உழைத்து முக்கியமான தரவுகளைத் திரட்டித் தந்த இளவல் பொ.பிரகாஷ், இந்நூலை

செழுமைப்படுத்துவதற்கு பெறுமதியான கருத்துகளையும் சான்றாதாரங்களையும் என்னுடன் பகிர்ந்து கொண்ட அன்பிற்கினிய வெ.பிரகாஷ் - பிரபாவதி இணையர், க.கனகராஜ், அ.அன்பரசன் ஆகியோருக்கு மகிழ்வுடன் நன்றி கூறுகின்றேன்.

தொடக்ககட்டத் தட்டச்சுப்பணியில் சிரத்தையோடு பங்கேற்ற இர.ஆதிபிரபாகரன், மாரிக்கண்ணன், பா.ஆனந்த் ஆகியோருக்கும், பலநிலைகளில் உதவிபுரிந்த சகோதரர்கள் செ.துரைமுருகன், பி.பாலசுப்ரமணியன், அரங்க.ஜனார்த்தனன், தெ.ஞானவேல், சு.அம்பேத்கர், சு.திருமுருகன், கு.முருகானந்தம், ஜீ.கிரண், ஜெ.செல்வம், நா.சதீஷ், வீ.பிரகாஷ், பா.கிருபாகரன், மு.சரவணன் ஆகியோருக்கும் பாசமிகு நன்றிகள்.

இந்த நூலுக்கான ஆராய்ச்சிக் குறிப்புகளைச் சேகரிக்க உதவிய புதுவைப் பல்கலைக்கழக நூலகம், பிரெஞ்ச் நிறுவன நூலகம், திருச்சி தேசியக் கல்லூரி நூலகம், தமிழிணைய மின்னூலகம், சின்னமனூர் கிளை நூலகம் ஆகியவற்றின் பணியாளர்களுக்கும், களஆய்வின் பொழுது மதிப்புமிக்க, அரிதான தகவல்களை எடுத்துரைத்த தகவலாளர்களுக்கும் அளவற்ற நன்றிகள்.

வாசிப்பை ஒரு இயக்கமாக முன்னெடுத்துச் செல்கின்ற பாரதி புத்தகாலயம் வழியாக என்னுடைய இந்த முதல் நூல் வெளிவருவதில் நான் பெருமகிழ்வு கொள்கின்றேன். இதற்குத் துணைநின்ற இந்நிறுவனத்தின் மேலாளர் தோழர் க.நாகராஜன் அவர்களுக்கு தனிச்சிறப்பான நன்றிகளை உரித்தாக்குகின்றேன்.

வாழ்வின் அழுத்தங்களிலிருந்து என்னைக் காத்துவருபவர்கள் எனது பெற்றோர் கா.முருகன் - பிச்சையம்மாள், உடன்பிறந்தோன் மு.செந்தில்குமார் உள்ளிட்ட குடும்பத்தினர். என் தேடலைப் புரிந்துகொண்டு புத்தகங்களைப் பரிசளித்து மகிழ்பவர்; அத்துடன் இந்நூலிற்கான துணைமைச் சான்றுகளின் பட்டியலையும் தயாரித்து உதவியவர் எந்தன் நேசமிகுமனைவி ம.வினோதினி. நூல்களைக் கலைத்துப்போடும் குறும்பினாலும் மழலைப் பேச்சுக் குறுக்கீடுகளாலும் எனது படிப்பறையைப் பரவசங்களால் நிரப்பும் காதல்மைந்தன் செ.செழியன். இவர்களுக்கு அன்பின் ஒலித்திரள்களை நன்றியென்னும் சொல்லாக்கி மறுமொழியாகத் தருகின்றேன்.

சின்னமனூர் **மு.செல்வக்குமார்**
30 மார்ச் 2021 *aanilaiselvan@gmail.com*

சுருக்கக் குறியீட்டு விளக்கம்

அக்கினிமுகா.	– அக்கினிமுகாசுரன் வதைப்படலம்
அகம்.	– அகநானூறு
அம்பே. இன்.	– அம்பேத்கர் இன்றும் என்றும்
அயோத்.	– அயோத்திதாசர் சிந்தனைகள்
உரை.	– உரையாசிரியர்
கலி.	– கலித்தொகை
கற்.	– கற்பியல்
காட்.	– காட்சிக்காதை
கீர். திரு.	– கீர்த்தித் திருஅகவல்
குறிஞ்.	– குறிஞ்சிப்பாட்டு
கைலா.	– கைலாசகதி
சிலப்.	– சிலப்பதிகாரம்
சீவக.	– சீவகசிந்தாமணி
சூத்.	– சூத்திரம்
ஞான.	– திருஞானசம்பந்தர் தேவாரம்
திவா.	– திவாகர நிகண்டு
திருக்.	– திருக்குறள்
திருநூ.	– திருநூற்றந்தாதி
திரு. பட.	– திருவிழாப் படலம்
திரு. பதி.	– திருப்பயற்றனூர் பதிகம்
தெ. கல். தொ.	– தென்னிந்திய கல்வெட்டுத் தொகுதி
தொகு.	– தொகுப்பாசிரியர்
நூற்.	– நூற்பா
பக்.	– பக்கங்கள்
பட்டி.	– பட்டினப்பாலை
பதி.	– பதிப்பாசிரியர்
பதிற்.	– பதிற்றுப்பத்து
புறம்.	– புறநானூறு
மக். தொகு.	– மக்கட்பெயர்த் தொகுதி
மணி.	– மணிமேகலை
மது.	– மதுரைக்காஞ்சி
மர.	– மரபியல்
யுத். காண்.	– யுத்த காண்டம்
விழா.	– விழாவறை காதை
ஸ்ரீமகா.	– ஸ்ரீமகாபாரதம்
N.Y.	– *No Year*
pp.	– *Pages*
SII	– *South Indian Inscriptions*
Trans	– *Translation*

உள்ளடக்கம்

1

நுவல்பொருள்: பிடாரியின் தடமுணர்ந்த காதை

தமிழ்நிலத்தின் பெண்தெய்வங்கள் எண்ணற்றவை. இத்தெய்வங்கள் பற்றிய சொல்கதைகளும் பெருகிவிரிந்திருக்கின்றன. இவற்றின் நிகழ்த்துவடிவமான சடங்குகளில் குறியீடுகள் பல நிரம்பியுள்ளன. இந்தத் தொன்மங்களைக் கேட்பதும் சடங்குகளைக் காண்பதும் அக்குறியீடுகளை மீளநோக்குதல் போன்றதாகும். இதையே சமய விழாக்களின் ஊடாக செய்துகொண்டிருக்கிறோம். இத்தகைய தாய்த்தெய்வ மரபின் வேர்கள் தமிழ்ச்சமூக, வரலாற்றுக் களங்களில் ஆழமாகப் பரவியிருக்கின்றன. மேலும் இன்றைய வெகுமக்கள் பண்பாட்டிலும் அளப்பரிய செல்வாக்கைப் பெற்றுள்ளன. எனவேதான் இவ்வழிபாடு அனைவரின் கவனத்தைப் பெரிதும் ஈர்த்து வந்திருக்கிறது. இப்பொருள் பற்றிய தேடலில் உள்ளூர் புலமையாளர்களும் மேலைப்புலத்தினரும் நுட்பமாக பங்களித்துள்ளனர்.[1]

பி.எல்.சாமி (1975), இரா.சீனிவாசன் (1975), எவ்லின் மாசிலாமணி மேயர் (1986), கோ.கிருஷ்ணமூர்த்தி (1988), வெ. வேதாசலம் (1989), ஹென்றி ஒயிட்ஹெட் (2009) உள்ளிட்ட பலரின் ஆய்வுகள் கவனிக்கத்தக்கவை. மேலும் கல்விப்புல அளவிலும் பல்வேறு ஆய்வேடுகளும் நூல்களும் வந்துள்ளன. இந்த முயற்சிகள் பெரும்பான்மையும் பண்பாட்டின் சில கூறுகளுக்கு முக்கியத்துவம் அளிக்கின்றன. இப்போக்கிலிருந்து சற்றே மாறுபட்டு சில ஆய்வாளர்கள் சமூக வரலாறு, பண்பாட்டு அசைவியக்கம் போன்றவற்றை இவ்வழிபாட்டோடு இணைத்து நோக்கும் முறைமையை முன்னெடுத்துள்ளனர். *ஆல்ப் ஹீல்டெபெய்டல் (1988), சி.ஜே.புல்லர் (1999), தெ.வே.ஜெகதீசன் (2004), தி.தங்கவேல் (2015), பிரண்டா பெக் (2019)* முதலானோர் ஆய்வுகள் இதற்கு உதாரணங்களாகும். இந்தவகையிலான முயற்சிகள் நமது சமூக வரலாற்றையும் பண்பாட்டு வரலாற்றையும் மேலும் நுட்பமாகப் புரிந்துகொள்ள உதவுகின்றன. இந்த நூலும் இவற்றின் திசைவழியையே பின்தொடர்கின்றது.

தமிழ்ச் சமூகப் பூசகர்கள் எனும் இந்நூல் பல சமயங்களைக் கடந்துவருகின்ற ஒரு தாய்த்தெய்வ வழிபாடு பற்றியது. அவ்வழிபாடுகளைச் செய்யும் பூசகர்கள் குறித்து இது பேசுகின்றது. சமயங்களும் சாதிகளும் இவைதொடர்பான முரண்வரலாற்றைக் காட்டுகின்றன. இதற்கு முன்பாகவும் பிடாரி வழிபாட்டின் பின்புலங்களைப் பல்வேறு அறிஞர்கள் விவாதித்துள்ளனர்.[2] ஆனால் அவையனைத்தும் நூல்களில் ஒருபகுதியாகவோ, கட்டுரை வடிவிலோ சுருங்கியுள்ளன. அரிய வரலாற்றைத் தன்னுள் புதைந்து வைத்துள்ள இந்தப் பிடாரி வழிபாட்டின் பரிமாணங்களை விளக்கும் தனிநிலை ஆய்வுகள் இதுவரை எழுதப்படவில்லை. அந்தவிதத்தில் இதுவே பிடாரி மரபு குறித்து முதலில் எழும் நூலாகும்.

உண்மையில் இந்த ஆய்வும் தொடக்கத்தில் சிறுகட்டுரையாக எழுதத் திட்டமிடப்பட்டது. நான் முனைவர்பட்ட ஆய்வில் ஈடுபட்டிருந்த காலத்தின் இடைப்பகுதியில் காலபைரவன் எழுதிய ‘சூலப்பிடாரி’ எனும் சிறுகதையை வாசித்திருந்தேன். இதன் கதைக்களம் பற்றி எனது ஆய்வுலக நண்பருடன் நிகழ்த்திய உரையாடலே இந்நூலுக்கு விதையாக அமைந்தது. இச்சிறுகதையில் ‘ஒடுக்கப்பட்ட சாதியொன்றின் ஆண்பூசாரி பிடாரியம்மனுக்கு தாலிகட்டுகின்றார்’ எனும் சடங்கு விவரிக்கப்பட்டிருந்தது. இதேபோன்ற சடங்கொன்று எங்களின் நகரான சின்னமனூரின் பிடாரி கோயிலிலும் நிகழ்ந்து வருகின்றது என்ற தகவலை அந்தத் தோழமை கூறியபொழுது வியப்படைந்தேன். ஏனென்றால் அதுவரையில் அக்கோயிலைக் குறித்தோ, அச்சடங்கு குறித்தோ நானேதும் அறிந்திருக்கவில்லை. இதுபற்றிய ஆர்வமும் அக்குறிப்பிட்ட சடங்கின் புதுமைத் தன்மையும் என்னைக் களப்பணிக்கு உந்தித்தள்ளின.

இதன்பின்பு சின்னமனூர் பிடாரி கோயிலில் அவ்வருடம் நிகழ்த்தப்பெற்ற விழாவில் பங்குபெற்றுச் சடங்குகளை உற்றுநோக்கினேன். அங்கே களத்தில் புலப்பட்ட ஒரு விடயம் எனது ஓர்மையை வெகுவாக ஈர்த்தது. அதாவது, பிடாரியம்மனுக்குச் செய்யப்பட்ட சடங்கினை ஒருசாரார் ‘காப்புக்கட்டுதல்’ என்றும் மறுசாரார் ‘தாலிகட்டுதல்’ என்றும் அழைத்தனர். இவ்வாறு வேறுபட்டநிலைகளில் வெளிப்பட்ட சுட்டுதலானது, அதன் பண்பாட்டு வடிவம் குறித்த ஆய்வுச்சிக்கலைக் காட்டியது. அதேபோன்று ‘சூலப்பிடாரி’ சிறுகதையில் பதிவுசெய்யப்பட்டிருந்த சடங்குகள், அதில் பங்கேற்கும் சாதிப்பிரிவினர் போன்றவற்றோடு

சின்னமனூரில் நிகழும் விழாவின் தன்மைகள் பெரிதும் மாறுபட்டிருந்தன. எனவே இவற்றுள் எது மூலவடிவம், அதன் பொருண்மை என்ன போன்ற வினாக்களுக்கு விடை கண்டறியும் தேவை உருவாகியது. இதன்பொருட்டு இச்சடங்கிற்கு இணையான பிற பண்பாட்டுக் கூறுகளோடு ஒப்பாய்வு செய்ய முற்பட்டேன்.

தமிழகமெங்கும் பரவி விரிந்திருக்கும் இந்தப் பிடாரி வழிபாட்டை முழுமையும் களஆய்வு செய்வதென்பது மிகக் கடினமான பணியாகும். ஆதலால் சுருக்கமான அளவிலும் அதேநேரம் வெவ்வேறு பகுதிகளை உள்ளடக்கும் வகையிலும் இருக்குமாறு எனது களப்பணியைத் திட்டமிட்டேன். தென்தமிழகத்தில் தேனி, மத்திய தமிழகத்தில் திருச்சி, புதுக்கோட்டை, தஞ்சாவூர், வடதமிழகத்தில் கடலூர், திருவண்ணாமலை உள்ளிட்ட மாவட்டங்களையும், புதுச்சேரி யூனியன் பிரதேசத்தையும் இதற்காகத் தெரிவுசெய்துகொண்டேன். அதேவேளை இப்பகுதிகளிலுள்ள சில ஊர்களின் பிடாரி கோயில்கள் மட்டுமே களஆய்வு செய்யப்பட்டதை இங்கே தெளிவுபடுத்த விரும்புகின்றேன். இந்தத் தேர்வானது முன்னறுதி செய்யப்படாமல் அங்கொன்றும் இங்கொன்றுமாக (random) இருக்கும் முறையில் அமைந்துவிட்டது.[3] இருப்பினும் எனது களப்பணியின் போதாமையை நிறைவுசெய்யும் வகையில் இச்சடங்கு பற்றிப் பிறரால் எழுதப்பட்டிருக்கும் தரவுகளையும் எனது ஆய்வுக்குப் பயன்படுத்திக் கொண்டுள்ளேன். இதன்மூலம் பிடாரி வழிபாட்டின் சடங்கியல் குறித்த ஒரு சித்திரத்தை என்னால் உருவாக்கிக்கொள்ள முடிந்தது.

இது ஒருபுறமிருக்க பிடாரி மரபைப் புரிந்து கொள்வதற்கான முதற்படிநிலை, பிடாரி எனும் சொல்லின் மீதிருக்கின்ற குழப்பங்களை அகற்ற வேண்டியதாகும். ஆதலால் இதனுடைய சொற்பொருள் விளக்கம், தெய்வகணத்தின் அடையாளப்பெயர்கள், காலப்பின்னணி, சமயப் பின்புலம் போன்றவை குறித்து கருத்துலகில் நிலவிவரும் மாறுபட்ட கோணங்கள் பற்றி இந்நூல் விவாதிக்கிறது. அத்துடன் பிடாரிக்குச் செய்யப்படும் சடங்கின் உட்பொருளை மானிடவியல் அணுகுமுறையின் வெளிச்சத்தில் விளக்கவும் முயன்றுள்ளது.

மேற்கூறிய முயல்வுகள் அனைத்தும் இந்த ஆய்வின் ஒரு பகுதி மட்டுமே. ஏனெனில் பிடாரி வழிபாட்டின் இன்றியமையாத அங்கமாக பல்வேறு சாதிகள் ஊடாடுகின்றன. இச்சாதிகள் பற்றி

ஆராயாமல் இதற்கான தேடல் முழுமைபெறாது. ஆகவே இத்தடத்தைப் பின்தொடர்ந்து சென்றபொழுது அவற்றின் தனித்துவமான அடையாளங்கள், இணைப்புக் கண்ணிகள் போன்றவைத் துலக்கமாயின. இறுதியாக, இவற்றுள் இரண்டு சாதியினர் மட்டுமே பிடாரியின் சமய வரலாற்றுடன் பிணைப்புடையவர்கள் எனும் கருதுகோளும் உருப்பெற்றது.

பிடாரியும் இருவேறு சாதி அடையாளங்களுடன் விளங்கும் இதன் பூசகர்களும் தற்காலத்தில் இந்துப் பண்பாட்டின் அங்கங்களாக இருக்கின்றனர். ஆகவே இவை எப்போதும் இந்துசமயத்திற்கு உரித்தானவை என்றேப் பலரும் கருதிவருகின்றனர். இதற்கு மறுபுறம் இவற்றைப் பௌத்த சமய வரலாற்றோடு இணைத்துப் பார்க்கின்ற போக்கும் கடந்த ஒரு நூற்றாண்டாக இருந்துவருகின்றது. இத்தகைய நம்பிக்கைகளையும் வாதங்களையும் இந்த நூல் மீளாய்வுக்கு உட்படுத்துகின்றது. பிடாரியின் நதிமூலமும் அதன் பூசகர் மரபின் ரிஷிமூலமும் மேற்குறித்த இரண்டு சமயப் பிரிவுகளையும் சாராதவை என்று இந்நூல் வாதிடுகின்றது. மேலும் இதுநாள்வரை விவாதிக்கப்படாத ஒரு அவைதீக மரபே இவற்றிற்கெல்லாம் மூலாதாரம் என்பதைத் தக்கசான்றுகளுடன் நிறுவ முற்படுகின்றது. தமிழகத்தில் நிகழ்ந்த அரசியல் மாற்றங்களாலும் பண்பாட்டு மேலாதிக்கத்தாலும் இந்தப் பிடாரி மரபு திரிபுபடுத்தப்பட்ட வரலாற்றையும் இந்நூல் பேசுகின்றது.

மேற்காணும் வகையில் இந்த ஆய்வு முன்வைக்கும் பார்வையும் முடிவுகளும் முக்கியமானவை. இவற்றுக்கான விவாதங்களுக்கு இலக்கியம், சமயம், தத்துவம், நாட்டாரியல், மானுடவியல், கல்வெட்டியல் உள்ளிட்ட களங்களை இது இணைத்துச்செல்கின்றது. இவை தொடர்பான புரிதலுக்கு அந்தந்தத் துறைகளில் சிறந்துவிளங்கும் அறிஞர்களின் கருத்துகளை நான் அதிகமும் சார்ந்திருக்கிறேன். குறிப்பாக நவீனத் தமிழ்ச் சிந்தனைமரபைக் கட்டமைத்தவர்களுள் ஒருவரான அயோத்திதாசரை இந்நூல் பின்பற்றுகிறது. ஏனென்றால் பிரமிப்பூட்டும் அறிவாற்றலால் அவர் கண்டடைந்த ஆய்வு நெறிமுறை தனித்துவமிக்கதாகும். இவரது முறையியலை இதில் நான் கையாண்டுள்ளேன். அதேநேரத்தில் தமிழகத்தோடு தொடர்புடைய அவைதீக சமயத்தின் பண்பாட்டு அடையாளங்கள், ஒடுக்கப்பட்டோர் வரலாறு போன்றவை குறித்து அவர் முன்வைத்துள்ள பார்வைகளுடன் நான் மாறுபடவும் செய்திருக்கிறேன். இந்த முரண்பாடு அவரிலிருந்து எதிர்த்திசை

நோக்கியதல்ல; அவர் செல்லுகின்ற திசையின் இணையொத்த பாதையாகும். சிந்தனையுலகால் இதைப் புரிந்துகொள்ள முடியும் என நம்புகின்றேன்.

இந்நூல் முன்வைக்கும் வரலாற்றுக் கோணங்கள் விவாதங்களை எதிர்நோக்குகின்றன. இதனது ஆய்வுக்களங்கள் பலவும் சவால்மிக்கவையாகவும் நீண்டகால உழைப்பை வேண்டுபவையாகவும் உள்ளன. ஆகவே இந்நூலில் சிற்சில இடைவெளிகளும் மேலாய்விற்குரிய இடங்களும் கலந்திருக்கின்றன என்பதை நான் உணர்ந்திருக்கின்றேன். இவற்றைத் தொடர்ச்சியான ஆய்வுத் தேடலாலும் செழுமையான உரையாடல்களாலும் நேர்செய்யலாம். தமிழ்ச்சமூகத்தின் சிறப்பான பண்பாட்டு வெளிகளில் ஒன்றாகிய இப்பிடாரி மரபின் முக்கியத்துவத்தை உணர்த்துவதற்காகவே இந்த நூல் வெளியாகின்றது. அவ்வகையில் மாற்றுவரலாறு ஒன்றின் நீண்ட முன்னுரைப் பகுதியாகவே இந்த முயல்வு கருதப்படவேண்டும் எனக் கோருகின்றேன்.

2

சின்னமனூர் பிடாரி: ஒரு புள்ளியிலிருந்து...

தேனி மாவட்டச் சிறுநகரங்களில் சின்னமனூரும் ஒன்றாகும். இதன் பண்டைய பெயர் அரிகேசரிநல்லூர். பாண்டிய மன்னர்களின் புகழ்பெற்ற சாசனங்களில் ஒன்று, 'சின்னமனூர் செப்பேடு' என இவ்வூரின் பெயரால் வழங்கப்படுகின்றது. இந்நகரின் மேற்கு எல்லையில் சிவகாமி உடனுறை பூலாநந்தீஸ்வரர் கோயில் எனும் சிவாலயம் இருக்கிறது. மக்கள் இதனைப் பெரியகோயில் அல்லது சிவகாமியம்மன் கோயில் என்கின்றனர். இக்கோயில் மூன்றாம் இராசசிம்மன் என்னும் பாண்டிய மன்னனால் (கி.பி. 13ஆம் நூற்றாண்டு) கட்டப்பட்டது. இக்கோயிலின் சித்திரைத் திருவிழாவானது திருக்கல்யாணம், தேரோட்டம், மண்டகப்படி உற்சவங்கள் போன்ற நிகழ்ச்சிகளை உள்ளடக்கி ஆண்டுதோறும் நடத்தப்படுகின்றது. இவ்விழாவின் முதல்நிகழ்வு கோயிலில் கொடியேற்றும் வைபவமாகும். இவ்விழா நடைமுறைகள் குறித்து *அரிகேசரிநல்லூர் தலபுராணம்* இவ்வாறு விவரிக்கின்றது.

...கூறுமறை யோர்குழுமி குறித்திடுநன் னாளதுவாய்த்
தேறினநற் சித்திரையிற் சீர்மிருக சீரிடத்தில்
கொடியேற்றி மணக்கோலங் குறித்தெட்டா நாளினினும்
முடியோங்குந் தேரோட மும்மூன்றா நாளிலினும்
படருநதி படிந்தாடப் பத்தாநா ளினுமாகக்
கடவுள்பத்து நாளினிரு காலுமுலா போதுவித்து
(திரு.பட.9, 10)

பொதுவாக ஒருநாள் முதல் ஐந்துநாட்கள் வரை செய்யப்படும் உற்சவத்தில் கொடியேற்றம் கிடையாது. 18 கால பலிதானத்துடன் கூடிய நவதின மஹோற்சவத்திற்கு ஸௌக்யமென்று பெயராகும். பெரும்பாலும் இதில் வினாயகர் உற்சவத்திற்குப் பின்னரே கொடியேற்றம் முதல் தீர்த்தம், அவரோஹணம், பந்தம்பதி முதலியன செய்யப்படும் (ஸபாரத்னம் சிவாசார்யர், கே.ஏ. 1988: 97). உற்சவ விமர்சனம் குறித்து ஆகமநூல்கள் கூறும் விதிகள்

இவ்விதம் இருக்க சின்னமனூர் சிவன்கோயில் வளாகத்தினுள் நடைபெறும் இந்தக் கொடியேற்றத்திற்கும் முன்னதாகப் பிடாரி கோயிலொன்றில் நடக்கும் காப்புக்கட்டும் சடங்கே ஒட்டுமொத்த திருவிழாவிற்கும் தொடக்க நிகழ்ச்சியாகக் கருதப்படுகிறது. ஆனால், அரிகேசரிநல்லூர் தலபுராணத்தில் இச்சடங்கு பற்றிய குறிப்பில்லை.

காப்புக்கட்டப்பெறும் பிடாரி கோயிலானது சிவன் கோயில் வளாகத்திலிருந்து சற்றே தொலைவாக உள்ளது. இது கிழக்குத்திசை நோக்கிய ஒற்றையறைக் கோயிலாகும். இதனுள் பிடாரி அம்மன் எட்டுக்கரங்களில் ஆயுதங்களேந்தி, கொடுவாய்ப்பற்களுடன் காலடியில் உள்ள அரக்கனை வதைக்கின்ற உக்கிரமான கோலத்தில் காட்சியளிக்கின்றாள். இக்கோயில் எல்லா நாட்களிலும் வழிபாட்டுக்குத் திறந்திருப்பதில்லை. பிடாரிக்குக் காப்புக்கட்டும் தினத்தில் மட்டுமே திறக்கப்படுகின்றது.[1] இங்கிருக்கும் பிடாரியே சிவன் கோயிலின் பரிவார தேவதையாகவும் ஊரின் எல்லைக் காவல் தெய்வங்களில் ஒன்றாகவும் கருதப்படுகின்றாள்.

பெரியகோயிலில் கொடியேற்றும் நாளிலிருந்து மூன்று தினங்களுக்கு முன்பாகப் பிடாரி கோயிலில் காப்புக்கட்டும் விழா நடக்கின்றது. இவ்விழாவில் சிவன் கோயில் சிவாச்சாரியார் (பிராமணர்), பிடாரி கோயிலுக்கு அருகில் இருக்கும் மாரியம்மன் கோயில் பூசாரி (கன்னடியர்), பரம்பரையாகக் காப்புக்கட்டும் பிடாரி கோயில் பூசாரி (பறையர்) என மூன்று படிநிலைச் சாதிகளைச் சேர்ந்த பூசகர்கள் பங்குபெறுகின்றனர். ஆனாலும், இவர்களில் பறையர் பூசாரியே முக்கிய இடம்பெறுகிறார். ஏனெனில், பிடாரி அம்மனுக்கு அவரின்றி காப்புக்கட்டும் சடங்கை நிகழ்த்தமுடியாது. ஆகவே இவ்விழாவில் இவருக்குத் தனிமரியாதை அளிக்கப்படுகிறது. இதன்படி விழாநாளன்று கோயில் நிர்வாகத்தினர் மேள, தாளங்களுடன் சென்று பாக்கு, வெற்றிலை, தேங்காய், பழம் ஆகியவை வைக்கப்பட்டுள்ள தட்டினை ஏந்தி அவருடைய வீட்டிற்குச் செல்கின்றனர். பின்பு உரிய மரியாதைகளுடன் அவரது வீட்டில் இருந்து பிடாரி கோயிலுக்குப் பறையர் பூசாரி அழைத்து வரப்படுகிறார். அங்கு அவருக்குப் புத்தாடை, பூணூல், மாலை அணிவிக்கப்படுகின்றன. பின்னர் மாரியம்மன் கோயில் பூசாரிக்கும் இவை அணிவிக்கப்பட்டு இவரின் அருகில் நிறுத்தப்படுகிறார். இவர்கள் இருவரும் கருவறைக்கு வெளியில் நிற்க, சிவாச்சாரியார் உள்ளே நிற்கின்றார்.

குறிக்கப்பட்ட நல்லநேரத்தில் மூன்று மஞ்சள்கயிறுகள் (கங்கணம் அல்லது காப்பு) மூன்றுமுறைக் கட்டப்படுவதே இதன் மையநிகழ்வாகும். முதல் கயிற்றை சிவாச்சாரியார் பிடாரியம்மன் கையில் கட்டுகின்றார். இரண்டாவது கயிற்றை அவர் மாரியம்மன் கோயில் பூசாரியின் வலதுகையில் கட்டுகிறார். ஆனால், மூன்றாவது கயிற்றை சிவாச்சாரியார் கன்னடியர் சாதி பூசாரியிடம் கொடுக்கின்றார். அவர் பிடாரி கோயிலின் பறையர் பூசாரி கையில் கட்டுகின்றார். இவ்வாறு மூன்றுமுறை காப்புக்கட்டும் போதும் சிவாச்சாரியார் ‘கெட்டிமேளம், கெட்டிமேளம்’ என்று கூறிக்கொண்டு வலதுகைச் சுட்டுவிரலை உயர்த்தி ஆட்டியவாறே சைகை செய்கின்றார். அப்போது கோயில் வாத்தியக்காரர்கள் மங்கள இசையை முழக்குகின்றனர்.

இதன்பின்னர் ஒரு வெண்பூசணி இரண்டு துண்டுகளாக வெட்டப்பட்டு அவற்றில் குங்குமம் தடவப்படுகின்றது. இது பலி கொடுப்பது என்பதன் குறியீடாகும். அப்பூசணித் துண்டுகள் ஒவ்வொன்றாக பறையர், கன்னடியர் சாதி பூசாரிகளுக்குக் கொடுக்கப்படுகின்றன. அடுத்தபடியாக, பிடாரியின் ஊர்வலத்திற்கு ஆயத்த பூசைகள் நடைபெறுகின்றன. அம்மனின் உற்சவமூர்த்தம் சிறிய பல்லக்கில் ஏற்றி வைக்கப்படுகின்றது. பறையர், கன்னடியர் பூசாரிகள் முன்னே செல்ல மேளக்காரர்கள், கோயில் பணியாளர்கள் ஆகியோருடன் பிடாரியின் பல்லக்கு தனது கோயிலில் இருந்து புறப்பாடு கொள்கின்றது. இப்பல்லக்கு சின்னமனூரின் நான்குரத வீதிகளிலும் வலம்வருகின்றது. பின்பு மீண்டும் அது தன்னுடைய கோயிலை வந்தடைகின்றது. அப்பொழுது கருவறையில் இருக்கும் பிடாரிக்குப் பூசைகள் செய்யப்பட்டு, கோயில்நடை சாத்தப்படுகின்றது. இத்துடன் அன்றைய பூசை நடைமுறைகள் நிறைவுபெறுகின்றன.[2] இந்த ஒட்டுமொத்தச் சடங்கின்மூலம் தேரோடும் வீதிகளில் இருக்கும் தீட்டுகள் நீக்கப்படும்; தீயசக்திகள் விரட்டப்படும்; விழாக்கள் தடைகளின்றிப் பாதுகாப்பாக நடைபெறும் என்று அனைவரும் நம்புகின்றனர்.

மேற்காணும் விவரணைக்குரிய நிகழ்ச்சிகள் அனைத்தையும் ‘பிடாரிக்குக் காப்புக்கட்டுதல்’ என்றே பெரும்பான்மையான மக்கள் அழைக்கின்றனர். மேலும் பெரியகோயில் சிவாச்சாரியார்களும் அவ்வாறே கூறுகின்றனர். இத்துடன் இந்து சமய அறநிலையத்துறையின் விளம்பரங்கள், விழா அழைப்பிதழ்கள், துண்டறிக்கைகள், ஆன்மீகக் குழுவினரின் பதாகைகள் என

அனைத்திலும் இந்நிகழ்வு ‘பிடாரிக்குக் காப்புக்கட்டு’ என்றே குறிப்பிடப்படுகின்றது. ஆனால் இவற்றுக்கு முற்றிலும் மாறாக, பறையர் பூசாரியும் அவரது உறவினர்களும் இச்சடங்கைப் ‘பிடாரிக்குத் தாலிகட்டுதல்’ என்று அழைக்கின்றனர்.

ஒரே சடங்கு இவ்வாறு இருவேறு நிலைகளில் அழைக்கப்படுவது முக்கியத்துவம் பெறுகின்றது. ஏனெனில் ‘காப்புக்கட்டுதல்’ என்பது திருவிழாக்காலங்களில் தனிநபர், இல்லம், கோயில், ஊர் என பலவகைப்பட்டதற்கும் செய்யப்படுகின்ற ஒரு பாதுகாப்புச் சடங்காகும். ஆனால் தாலி கட்டுதல் என்பது திருமணச் சடங்குக்குரியதாக உள்ளது. இந்தச் சடங்கில் ‘தாலி’ என்னும் சின்னம் பயன்படுத்தப்படாத பொழுது, ஏன் பறையர்கள் மட்டும் இதைத் ‘தாலிகட்டுதல்’ என அழைக்கின்றனர் என்பது ஆய்வுக்குரிய வினாவாகும். இதற்கு நாம் இனி விடைகாணத் தொடங்குவோம்.

சின்னமனூர் சிவன் கோயிலில் மட்டுமின்றி தமிழகத்தில் இருக்கின்ற பல்வேறு சிவாலயங்களுடைய திருவிழாக்களின் தொடக்க நிகழ்வாகப் பிடாரிக்குக் காப்புக்கட்டும் சடங்கு நடைபெற்று வருகின்றது. சான்றுகளாக திருக்காளத்தீஸ்வரர் கோயில் (உத்தமபாளையம்), தாயுமானவசுவாமிகள் கோயில் (திருச்சி), பாடலீசுவரர் கோயில் (கடலூர்), அண்ணாமலையார் கோயில் (திருவண்ணாமலை) போன்ற இடங்களில் இந்தச் சடங்கு நடைபெறுவதைக் காணலாம். இவ்விழாக்களில் அந்தந்தப் பகுதிகள் சார்ந்த பறையர் சமூகத்தினர் பங்கேற்றுத் தங்கள் கைகளில் காப்புக் கட்டிக்கொள்ளுதல், தேரோடும் வீதிகளில் ஆடு வெட்டி எல்லைப்பலி கொடுத்தல் போன்ற பாதுகாப்புச் சடங்குகளை மேற்கொள்கின்றனர்.

இத்தகைய சைவ ஆகமக்கோயில்களில் மட்டுமல்லாது இவற்றோடு தொடர்பற்று தனித்தியங்கும் பல்வேறு பிடாரி கோயில்களிலும் இவ்விதமான சடங்கைப் பறையர்கள் செய்கின்றனர். இதற்குப் பிடாரி சாத்தாயி கோயில் (நங்கவரம்), பிடாரி கோயில் (வாளசிராமணி), பிடாரி மீனாட்சியம்மன் கோயில் (புதுவை-தொண்டமாநத்தம்) போன்றவற்றை உதாரணம் காட்டலாம். இதுபோன்ற பெருவாரியான சான்றுகள் ‘காப்புக்கட்டும் சடங்கு’ பற்றி இருக்கின்றன. இவ்வாறிருக்கையில் சின்னமனூர் பறையர் சமூகத்தினர் இச்சடங்கைத் தவறாக புரிந்துகொண்டு தாலி கட்டுதல் எனக் கூறுகிறார்களோ எனும் ஐயம் நமக்கெல்லாம் எழக்கூடும். ஆனால் பண்பாட்டு

வரலாறானது, தாலிகட்டுதல் என்பதே இச்சடங்கின் மூலவடிவம் என்று காட்டுகின்றது எனும் உண்மையை இனி விளக்க உள்ளோம்.

திராவிட மொழிகளின் ஒப்பிலக்கணம் பற்றிய தனது ஆய்வு நூலில் ராபர்ட் கால்டுவெல் (Robert Caldwell) அவர்கள் பறையர் சமூகம் பற்றியும் விவாதித்துள்ளார். அதில் குறிப்பிடத்தக்க செய்தி வருமாறு:

> மெட்ராஸின் (தற்போதைய சென்னை) ஒரு பகுதியான கருப்பர் நகரத்திலுள்ள (இன்றைய ஜார்ஜ் டவுன்) 'ஏகாத்தாள்' எனும் அம்மனுக்கு நிகழும் வருடத் திருவிழாவின்பொழுது, ஒரு திருமணச் சடங்கு நடைபெறுகிறது. அதில் அம்மனுக்கு மணமகனாகப் பறையர் சமூகத்தைச் சார்ந்தவர் இருக்கின்றார். அவர் அம்மனின் கழுத்தில் தாலியை (a tali or bridal neck-lace) அணிவிக்கின்றார். *(2008: 721)*

பறையரின் அடையாளத்தை மீள்வாசிப்பு செய்த அறிஞரான அயோத்திதாசப் பண்டிதர் அவர்கள் பிடாரி எனப்பட்ட மாரியம்மனுக்குத் தாலிகட்டும் வழக்கம் எவ்வாறு தோன்றியது என்பது பற்றி, தான் எழுதியுள்ள 'ஆடிமாதத்தில் அம்மனைச் சிந்திக்கும் விவரம்' எனும் கட்டுரையில் கீழ்வருமாறு விளக்குகின்றார்.

புந்நாட்டை ஆண்ட சாக்கைய சந்திரவாகு எனும் மன்னனின் மகள் அம்பிகாதேவி பருவமெய்திய பின் புத்த விகாரையில் சேர விரும்பினாள். இதற்குத் தடையாக உள்ள காரணம் பற்றி அரசன் தனது அவையினருடன் ஆலோசித்தான். அமைச்சர்களின் அறிவுரைப்படி அவளது தாய்மாமன் கந்தருவதத்தனை அழைத்து விபரம் கூறினான். அடுத்ததாக அவனை அவளுடைய கழுத்தில் பொன்னினால் ஒரு பொட்டு செய்து சரட்டிற் கோத்து கட்டும்படி செய்தான். இதன் பின்னர் அரசன் மகள் புத்த சங்கத்தில் சேர்ந்தாள். அங்குத் தான் உண்மையென உணர்ந்த திரிபிடக தரும உரைகளை வேப்ப மரத்தடியில் அமர்ந்து அம்பிகாதேவி மக்களுக்குப் போதித்து வந்தாள். அதுமுதல் அவள் வேம்படியம்மாள் எனும் 'பிடாறி' என்றழைக்கப்பட்டாள் (அயோத். II 2011: 30). இங்கு அயோத்திதாசர் விளக்கும் கருத்துகள் பலவும் மேலாய்வுக்குரியவை என்று பிற்பகுதியில் விவாதிக்க உள்ளோம். ஆனாலும், அவர் தருகின்ற இந்த விவரணை நமக்கு முக்கியமானதாகும்.

இத்தகைய விளக்கத்திலிருந்து முற்றிலும் மாறுபட்டதொரு சித்திரத்தைத் தஞ்சை வேதநாயக சாஸ்திரி தொகுத்தளித்த வலங்கைச் சரித்திரம் நமக்குக் காட்டுகின்றது.

> *இந்த பகவன், ஆதிக்குத் தலைச்சன் குமாரத்தி மாரியம்மை. இவளை ஊத்துக்காட்டிலேயிருக்கிற வண்ணாரெடுத்து வளர்த்தார்கள். இவள் வண்ணார் வீட்டிலே வளர்ந்தபடியினாலே வண்ணார் மாரியம்மையென்று இவளுக்குப் புகழ் சொல்லி அக்கியானிகள் கும்பிடுவார்கள். இவளை வண்ணாரெடுத்து வளர்த்தாலும் அவள் ....(பறையர்) வயிற்றிலே பிறந்தபடியினாலே, வெட்டியாற்....(பறையர்)க்குக் கல்யாணம் பண்ணிக் கொடுத்தார்கள். (1995: 33)*

தமிழின் முதல் கலைக்களஞ்சியமான அபிதான சிந்தாமணியில் ஆ.சிங்காரவேலு முதலியார், பறையர் செய்யும் இதையொத்த சடங்கைத் தெளிவாக விளக்கியுள்ளார்.

> *திருவாரூரில் சுவாமிக்கு முன் யானையேறும் பெரும்பறையன் யானை மீது ஏறி கவரிவீசி செல்கின்றான். இவன் பிடாரியார் திருவிழாக்களில் மாரிக்குத்தாலி கூறைகொண்டு தன் குலப்பெருமை கூறிக்கொண்டு சார்த்தி மரியாதை பெறுகிறான். (2002: 1062)*

இதேபோன்று தமிழ்நாட்டில் மாரியம்மனுக்கு நடைபெறும் கோயில் திருவிழாக்களில் பறையர்கள் அத்தேவதையின் மணமகனாகக் கருதப்படுகிறார்கள் என்று ஹெச்.ஆர்.ஹனுமந்தன் கூறுகின்றார் (பரமசிவன், தொ. 2011: 107).

மேற்கண்ட தரவுகளிலிருந்து பிடாரியம்மனுக்கு மட்டுமில்லாது மாரியம்மனுக்கும் பறையர்கள் தாலிகட்டிச் சடங்கு நிகழ்த்தியுள்ளனர் என்பது தெரியவருகின்றது.[3] ஆனாலும், பிடாரிக்குத் தாலிகட்டுவதே தொன்மை வழக்கென்பதையும் பிற இடைக்கால வழக்கத்திற்கு உரியன என்பதையும் பின்வரும் பகுதிகளில் விவாதிக்க இருக்கிறோம். அறிஞர்கள் இங்கே பதிவுசெய்துள்ளதைப் போன்றே தாலிகட்டும் வழக்கம் தற்போதும் பின்பற்றப்பட்டு வருவதைச் சமகால நாட்டார் வழக்காறுகள்வழிப் பார்க்கலாம்.

பிடாரிக்குக் காப்புக்கட்டும் சடங்கைப் போன்று பரவலாக இல்லாவிட்டாலும், தாலிகட்டும் சடங்கு சில இடங்களில் வழக்கத்தில் இருந்து வருகிறது. அதிலும், ஆகமக்கோயிலோடு தொடர்பில்லாத நாட்டார் கோயில்களில் குறிப்பான சில

வடிவவேறுபாடுகள் தென்படுகின்றன. திருவண்ணாமலை மாவட்டம் கடையம் கிராமத்திலுள்ள சூலப்பிடாரி கோயிலில் நடைபெறும் விழாவில் தாலிகட்டும் சடங்கு, அதன் தனிநிலை வடிவம் மாறாது காட்சி அளிக்கின்றது. இப்பிடாரி கோயில் வன்னியர் சமூகத்திற்குப் பாத்தியப்பட்டதாக இருந்தாலும், திருவிழா நடக்கும்போது பறையர் பூசாரியே சூலப்பிடாரி அம்மனுக்குத் தாலிகட்டுகின்றார். ஆய்வாளர் அறிந்தவரையில் இங்கு மட்டும்தான் 'தாலி' எனும் வடிவமும் பறையர் பூசாரியின் பங்களிப்பும் ஒன்றாக இணைந்து காணப்படுகின்றன.[4]

புதுவை மாநிலத்தின் பத்துக்கண்ணு அருகிலுள்ள தொண்டமாநத்தம் கிராமத்தில் பிடாரி மீனாட்சி அம்மன் கோயில் உள்ளது. இங்கு நடைபெறும் ஆடித்திருவிழாவில் அம்மனுக்குத் தாலி அணிவிக்கப்படுகிறது. தற்போது மேல்நிலையாக்கம் செய்யப்பட்ட கோயிலாக இது மாற்றப்பட்டுள்ளதால், ஒரு பிராமணப் பூசாரியே தாலிகட்டும் சடங்கைச் செய்கின்றார். பறையர் சமூகத்தினர் 'ஆண் காப்பு', 'பெண் காப்பு' கட்டிக்கொள்கின்றவர்களாக இருக்கின்றனர். வன்னியர் சமூகத்தவர் ஒருவர் 'ஓசைப்பூசாரி' அல்லது 'பொலிப்பூசாரி' என்று அழைக்கப்படுகிறார். இவர் தேரோட்டத்தின்பொழுது ஆடுவெட்டி பலி (பொலி) கொடுப்பவராவார். அம்மனுக்குக் கட்டப்படும் 'பொட்டு' (தாலி), கூரைப்புடவை, பட்டுப்புடவை, தட்டு சீர்வரிசை போன்றவற்றை அவ்வூரின் நாயக்கர் சமூகத்தினரே வழங்குகின்றனர். இவ்வாறாக இவ்விழாவிலும் பல்வேறு சாதியினரின் பங்களிப்பு இருப்பதைப் பார்க்கலாம்.[5]

இந்த விழாவில் பறையர்கள் அம்மனுக்குத் தாலிகட்டும் சடங்கிலிருந்து விலக்கப்பட்டுள்ளனர். அதற்குப் பதிலாக, இவர்கள் ஆண் காப்பு, பெண் காப்பு கட்டிக்கொள்பவர்களாக மாற்றப்பட்டுள்ளனர். பறையர் பூசாரிகள் இருவருக்கும் 'பொலிப்பூசாரி' (வன்னியர்) காப்புக்கட்டுகின்றார். ஆனால், சமீப வருடங்களுக்கு முன்புவரை இவரே அம்மனுக்குத் தாலி கட்டுபவராக இருந்திருக்கின்றார். கோயில் குடமுழுக்கு செய்யப்பட்டு, பிராமணப் பூசகர் ஒருவர் நியமிக்கப்பட்ட பின்பு வன்னியர் சாதி பூசாரியின் தாலிகட்டும் வழக்கம் மாற்றப்பட்டிருக்கிறது. இவ்வாறாக காலகட்டங்கள்தோறும் பறையரின் இந்தச் சடங்கியல் உரிமை சாதியப் படிநிலையில் மேலே இருப்பவர்களுக்கு மாற்றப்பட்டதற்கான சமகாலச் சான்றாக இந்தக் கோயில் இருக்கின்றது. அதேபோன்று பறையர் பூசாரிகள்

இரண்டு பேர் இடம்பெறுவதும் அவர்களில் பெண் காப்புக்கட்டிக் கொள்பவர் சிவப்புநிறப்புடவை அணிந்து உடுக்கையைக் கையிடுக்கில் வைத்தபடி கத்தியை ஏந்திக்கொண்டு ஊராரின் விருந்தோம்பலை ஏற்றுக்கொள்ளச் செல்வதும் இக்கோயில் விழாவில் காணக்கூடிய தனித்துவமான கூறுகளாகும். இங்கு நிகழ்த்தப்பெறும் சடங்கில் 'தாலி', 'காப்பு' எனும் இருவேறுபட்ட வடிவங்களும் ஒருங்கே காணக்கிடைக்கின்றன. இது கவனத்திற்குரிய செய்தியாகும்.

கடையம், தொண்டமாநத்தம் ஆகிய இரு ஊர்களில் நடைபெறும் சடங்குகளை ஒப்பிட்டு நோக்கினால் சில உண்மைகள் புலப்படுகின்றன.

1. இரண்டு கோயில்களும் ஆகமம் சாராத நாட்டார் கோயில்களாகும்.
2. அணிவிக்கப்படும் வடிவமாக இரண்டிலும் தாலி இருக்கின்றது. 'காப்பு' ஒன்றில் மட்டுமே உள்ளது.
3. இரண்டிலும் பறையர் பூசாரிகள் இடம்பெற்றுள்ளனர். ஒன்றில் மட்டும் பிற சாதியினர் பூசாரிகளாக பங்களிப்பு செய்கின்றனர்.

இவற்றிலிருந்து குறிப்பிட்ட இச்சடங்கானது ஆகமக்கோயில் சாராமல், பிற சாதிப் பூசாரிகளின் பங்கேற்பு இல்லாமல் பிடாரி அம்மனுக்குப் பறையர் மட்டும் தாலி கட்டுவதே இதன் தொன்மையான தனிநிலை வடிவம் என்பதை உணர்ந்துகொள்ளலாம். மேலும் முன்புகண்ட பல அறிஞர்களின் விவரணைகளும் இக்கருத்தையே உறுதிசெய்கின்றன. அப்படியென்றால் சின்னமனூர் பிடாரி கோயில் சடங்கில் தாலி ஏன் இடம்பெறவில்லை? பறையர் ஏன் காப்பு மட்டும் கட்டிக்கொள்கின்றார்? எனும் வினாக்களுக்கு நாம் விடைகாண வேண்டும். இதற்கு முன்பாக சின்னமனூர் பறையர் பூசாரியின் மேலதிக விளக்கங்களைக் கேட்போம்.[6]

சின்னமனூர் பெரியகோயில் பூசகர்கள், நிர்வாகத்தினர், ஊர் மக்கள் ஆகியோர் கருதுவதுபோல் இது காப்புக்கட்டுதல் கிடையாது. இச்சடங்கை நாங்கள் 'பிடாரிக்குத் தாலிகட்டுதல்' என்றே கூறுவோம். எங்கள் தாத்தா, அப்பா ஆகியோரின் காலத்திலிருந்தே இது அவ்வாறே அழைக்கப்பட்டு வருகின்றது. பிடாரிக்கு எங்கள் குடும்பத்தைச் சேர்ந்த ஒருவரே மணமகனாக இருக்கின்றோம். இதற்குரிய காரணத்தை ஒரு வாய்மொழிக்

கதைவழி எங்களுக்குச் சொல்லி வந்துள்ளனர். இதன்படி, பெண்தெய்வங்கள் ஏழுபேர் அக்கா, தங்கச்சிகள் ஆவர். அவர்கள் ஒருமுறைத் தாயக்கட்டம் விளையாடிக் கொண்டிருந்தபோது அவர்களுக்குள் போட்டி ஏற்பட்டது. அப்பொழுது இந்த விளையாட்டில் தோற்பவர் 'தோட்டியைக் கட்டிக்கொள்ள வேண்டும்' என்று தங்களுக்குள் பந்தயம் வைத்துக்கொண்டனர். விளையாட்டின் முடிவில் சகோதரிகளுள் ஒருத்தியான பிடாரி தோற்றுப்போனாள். ஆகவே அவளுக்கும் பறையனுக்கும் திருமணம் நடந்தது. எனவேதான் பிடாரிக்கு நாங்கள் தாலிகட்டுகின்றோம்.

இந்தக் கதையில் 'திருமணம்' எனும் கூறு மிகத்தெளிவாகக் காணக்கிடைக்கிறது. இருப்பினும் இக்கதையை மட்டும் கருத்தில் கொள்ளாமல் சடங்கில் இதற்கானத் தடயங்கள் உள்ளனவா என்றும் பார்க்கவேண்டியது அவசியம். அவ்வாறு செய்கையில் காப்புக்கட்டும் சடங்கின் சில கூறுகள் 'மானிடத் திருமணச் சடங்கின்' தன்மைகளைப் பிரதிபலிக்கின்றன என்பதை உய்த்துணரலாம். அதாவது, சில சமூகங்கள் பிராமணரைப் புரோகிதராகக் கொண்டு நடத்தும் திருமண நடைமுறைகளோடு இச்சடங்கை ஒப்பிட்டுக் காணவேண்டும். அதில் தாலிகட்டும் சடங்கிற்கு முன்பாக பிராமணப் புரோகிதர் மணமகனின் கையில் ஒரு காப்பினை முதலில் கட்டுவார். அதன்பின், மணமகனிடம் ஒரு காப்பினைக் கொடுத்து மணமகளின் கையில் கட்டச்சொல்வார். இறுதியாக மணமகளின் கழுத்தில் தாலி அணிவிப்பதோடு இதன் மையச்சடங்கு நிறைவுபெறும்.

மேற்காணும் மானிட திருமணச் சடங்கானது பிடாரிக்குக் காப்புக்கட்டும் சடங்கில் அப்படியே தலைகீழாக மாற்றம் பெறுவதைக் காணலாம். அதாவது, இறுதியாக மணமகளுக்குக் கட்டப்படும் தாலி, இங்குப் பிடாரி கையில் கட்டப்படும் காப்பாகின்றது. அதைக் கட்டவேண்டிய மணமகனான பறையர் பூசாரி கருவறைக்கு வெளியே 'மணமகளாக' நிற்க வைக்கப்பட்டுள்ளார். அவரின் இடத்தைப் பிராமணப் பூசகர் எடுத்துக் கொள்கின்றார். மாரியம்மன் கோயில் பூசாரி பறையருக்கு மணமகனாக்கப்படுகின்றார். தெய்வத்திற்கும் பூசாரிக்கும் நடைபெற வேண்டிய திருமணமானது, இரண்டு பூசாரிகளுக்கு இடையே நடைபெறுகின்றது. அத்துடன் பிராமணப் பூசகர் ஒரேசமயத்தில் போலி மணமகன், திருமணம் நடத்தி வைக்கும் புரோகிதர் என இருவேறு பாத்திரங்களை ஏற்றுக்கொண்டுள்ளார். உண்மையில்

இங்கு இரண்டு திருமணங்கள் நடைபெறுகின்றன. ஆனால் அவை திரிபாக்கப்பட்ட சடங்கின் போலி வடிவங்களாகும். ஒரு தெய்வீக மணப்பெண்ணிற்கும் மானிட ஆண் பூசகருக்கும் இடையே நிகழவேண்டிய திருமணச் சடங்கின் மூலவடிவமானது, அதன் சடங்கியல் தளத்தில் இரண்டு படிநிலைப் பிளவுகளாக உருமாற்றப்பட்டுள்ளது.

பிடாரிக்கும் அம்மன் பூசாரிகள் இருவருக்கும் கைகளில் கட்டப்படும் காப்பானது தாலிகட்டுவதையே பிரதிநிதித்துவப்படுத்துகின்றது என்பதை உறுதிசெய்ய இன்னுமொரு சான்றும் உள்ளது. மொத்தம் மூன்றுமுறை காப்புக் கட்டப்படும் பொழுதும் சிவாச்சாரியார் வலதுகைச் சுட்டுவிரலை உயர்த்தி ‘கெட்டிமேளம், கெட்டிமேளம்’ என்று கூறியபடியே ஆட்டுகின்றார். உடனே திருமணத்திற்கான மங்கள இசையை மேளக்காரர்கள் ஒலிக்கச் செய்கின்றனர். எந்த ஒரு காப்புக்கட்டும் சடங்கிலும் ‘கெட்டிமேளச் சத்தம்’ ஒலிக்கப்படுகின்ற மரபில்லை. ஆகவே இந்த இசை ஒலிப்பது திருமணத்தின் சின்னமானத் தாலி கட்டப்படுவதை அறிவிப்பதற்கே என்பதைத் தெரிந்துகொள்ளலாம். ஒட்டுமொத்தத்தில் இவ்வாறான சான்றுகள் வெளிப்படுத்தும் உண்மை, பிடாரிக்குப் பறையர் தாலிகட்டும் சடங்கே பலவாறு திரிபுபடுத்தப்பட்டுக் காப்புக்கட்டும் சடங்காக மாற்றப்பட்டுள்ளது என்பதாகும்.

இப்பொழுது நாம் ஆய்வுச்சிக்கலின் முடிச்சை மெல்ல அவிழ்க்கத் தொடங்கியிருக்கின்றோம். அதாவது, தாலியே மூலவடிவம் என்பதையும் காப்பு என்பது இதன் மாற்றுவடிவம் என்பதையும் தெளிவாகக் கண்டறிந்துள்ளோம். இவ்வாறு திரிபடைந்திருக்கிற பிடாரிக்குக் காப்புக்கட்டும் சடங்கை ஒரு பாதுகாப்பு மந்திரச் சடங்காகவே இன்று பலர் புரிந்துகொள்கின்றனர். ஆனால் இந்நோக்கங்கள் அதன்மீது பிற்காலத்தில் திணிக்கப்பட்டதாக உள்ளன என யூகிக்க இடமிருக்கின்றது. அவ்வாறென்றால் மானிடரான பறையர் பிடாரி எனும் தெய்வத்திற்குத் தாலி கட்டுவதற்கான நோக்கம் என்ன எனும் பிறிதொரு வினாவிற்கு விடைகண்டாக வேண்டும். இதை அறிந்தால் மட்டுமே, தாலிகட்டுதல் ஏன் காப்புக்கட்டுதலாக மாற்றப்பட்டுள்ளது என்பதற்கும் நம்மால் விளக்கமளிக்க முடியும். இந்தப் பரப்புக்குள் நுழைவதற்கு முன்பாகப் பிடாரி எனும் தெய்வத்தின் சமயப் பின்புலத்தையும் வரலாற்றுப் பின்புலத்தையும் தெளிவுபடுத்திக் கொள்வது மிக இன்றியமையாத ஒன்றாகும்.

3

பிடாரி: கருத்துருக்களின் மயக்கங்கள்

தமிழகத்தில் எண்ணற்ற தெய்வங்கள் இருக்கின்றன. அவை ஒவ்வொன்றுக்கும் தனித்தனியான பெயர்கள், நம்பிக்கைகள், சடங்குகள் உள்ளன. ஆனால், பிடாரி அம்மன் மட்டும் இவற்றிலிருந்து விதிவிலக்காக அமைகின்றது. இன்னும் சொல்லப்போனால், பிடாரி அளவிற்கு அடையாளச் சிக்கலுள்ள தெய்வங்கள் வேறில்லை என்றே கூறலாம். அந்தளவிற்கு அதனுடைய பெயர், தோற்றத்தின் வரலாறு, சமய அடையாளம் என அனைத்திலும் பூடகமே நிறைந்திருக்கின்றது. இதன் பிரதிபலிப்பு வழக்காற்றுத் தளத்திலும் அறிவுலகிலும் எவ்வாறு வெளிப்படுகிறது என்பதை அடுத்தடுத்த பகுதிகளில் விவாதிக்க உள்ளோம்.

3.1. பிடாரி: ஒருமையா? பன்மையா?

நாட்டார் தெய்வங்களின் பெயர்கள் (1) பொதுவான அடையாளப் பெயர் (2) சிறப்பு அடையாளப் பெயர் என இருநிலைகளில் அமையும். இவற்றுள் பொதுவான அடையாளப் பெயர், ஒரு குறிப்பிட்ட தெய்வத்தின் வழிபாட்டு மரபைப் பிரதிநிதித்துவம் செய்யும் வகையில் இருப்பதாகும். சிறப்பு அடையாளப் பெயரானது, தெய்வங்கள் உள்ள இடம், உருவம், பண்பு, மகிமைச்செயல்கள் போன்றவை சார்ந்து உருவாக்கப்படும். சான்றுகள்:

கருப்பசாமி - ஒண்டிக் கருப்பு, காக்குவீரன் கருப்பசாமி, மாளிகைபுரம் கருப்பசாமி, சப்பாணிக் கருப்பு, பதினெட்டாம்படி கருப்பசாமி

இசக்கியம்மன் - முப்பந்தல் இசக்கி, அந்தர இசக்கியம்மன், மாவிசக்கி, கள்ளிமூட்டு இசக்கியம்மன், குளத்து இசக்கியம்மன்[1]

இவ்வாறு வெவ்வேறு பெயர்களுடனிருந்தாலும் தொன்மங்கள் வேறுபட்டிருந்தாலும் அவை அனைத்தும் ஒரு குறிப்பிட்ட

தெய்வத்தின் வழிபாட்டு மரபிற்குள் அடக்கப்பட்டு விடுகின்றன என்பது நடைமுறை உண்மை. இதற்குமாறாக, ஒரேபெயரை அடையாகப் பெற்றுள்ள குழுத்தெய்வங்களும் உள்ளன. உதாரணமாக அருவாமாடன், ஆகாசமாடன், பன்றிமாடன், வண்டிமாடன், பிச்சிப்பூமாடன், சுடலைமாடன் உள்ளிட்ட மாடன்கள் இருப்பதைக் கூறலாம் (காவ்யா சண்முகசுந்தரம் 2012: 46-47). இது மாடன் வழிபாடு எனும் மரபிற்கு மட்டுமே உரிய தனித்தன்மையாக உள்ளது. இவற்றிலிருந்து முற்றிலும் மாறுபட்டது 'பிடாரி' என்று பெயரிடுகின்ற மரபாகும் என்பதைக் கீழ்வரும் கருத்துகள் தெளிவுபடுத்த இருக்கின்றன.

தமிழ்நாட்டில் தஞ்சாவூர், திருச்சிராப்பள்ளி, கடலூர் ஆகிய மாவட்டங்களில் இருக்கின்ற மாரியம்மன், காளி, செல்லியம்மன், திரௌபதி, அங்காளம்மன் போன்ற பெண்தெய்வங்களைக் குறிக்கும் பொதுப்பெயராகப் பிடாரி எனும் சொல் விளங்குகின்றது என்பார் ஹென்றி ஒயிட்ஹெட் (2009: 42). இதை வழிமொழிவது போன்று பி.எல்.சாமி (2011: 79) அவர்களும், கிராமதேவதைகள் தமிழ்நாட்டில் பிடாரி என்று அழைக்கப்படுகின்றன என்கிறார்.

மேற்கண்ட அறிஞர்களின் கூற்றுக்களில் மிகையில்லை என்பதைத் தற்காலத்து நடைமுறைகள்வழி உணர்ந்துகொள்ளலாம். உதாரணமாக, தமிழகத்தின் பல்வேறு இடங்களில் பிடாரி மீனாட்சியம்மன், பிடாரி இரணியம்மன், பிடாரி மருதாயி அம்மன், பிடாரி சாத்தாயி அம்மன், பிடாரி இளங்காளியம்மன் போன்ற பெயர்களுடைய கோயில்கள் பரவலாக உள்ளன. இதுமட்டுமின்றி திருச்சி, புதுக்கோட்டை சுற்றுவட்டாரப் பகுதிகளில் பிடாரி என்ற முன்னொட்டு இல்லாத பெண்தெய்வங்கள்கூட, மக்களால் பிடாரி எனும் பொதுப்பெயர்கொண்டு அழைக்கப்படுவதை ஆய்வாளர் நேரில் கண்டுணர்ந்தார். திருச்சியைச் சுற்றியுள்ள குழுமாயி அம்மன், குழுந்தலாயி அம்மன், உக்கிரகாளி அம்மன், கொண்ணாட்சியம்மன் உள்ளிட்ட பெண்தெய்வங்களுக்குத் தமிழகத்தில் வேறெங்கும் காணமுடியாத வகையில் சற்றுமாறுபட்ட உற்சவ வடிவம் உள்ளது. இதன் பெயர் 'ஓலைப்பிடாரி' என்று வழங்கப்படுகிறது. இது அம்மனின் உருவத்தைப் பனையோலையில் செதுக்கி, பின்புலத்தில் துணியால் ஆன திரையில் இணைக்கப்பட்ட வடிவமாக விளங்குகின்றது. 'ஓலைப்பிடாரி' எனும் பெயரில் தனித்தெய்வக் கோயில்கள் இருப்பினும் பெரும்பான்மையான அம்மன்களின்

உற்சவங்களில் மேற்கூறிய ஓலையால் செய்யப்பட்ட உருவங்களே பயன்படுத்தப்படுகின்றன. ஆகவே, இவ்வழக்காற்று வடிவத்தின் பெயரும் பெண்தெய்வங்களுக்குரிய பொதுப்பெயராக பிடாரி இருப்பதை உறுதிசெய்கின்றது.

ஒன்றுக்கு மேற்பட்ட பிடாரிகள் இருக்கின்றன எனக் கூறுவதற்கு வேறு சில சான்றுகளும் உள்ளன. 'ஒண்ட வந்த பிடாரி ஊர்ப்பிடாரியைத் துரத்தினது மாதிரி' எனும் பழமொழி[8] இருவேறு பிடாரிகளைக் காட்டுகிறது. தென்மாவட்டங்களில் வழிபடப்படும் முப்பிடாரி அம்மன் எனும் தெய்வம் மூன்று பிடாரிகளை அடையாளப்படுத்துகின்றது. சப்தமாதர்களைப் பிடாரிகள் எனக் கல்வெட்டுகள் கூறுவதாலும் பிடாரி கோயில்களில் சப்தமாதர் படிவங்களை வைக்கும் வழக்கம் இருப்பதாலும் 'ஏழு பிடாரிகள்' என வழங்கும் மரபு உள்ளதெனலாம். திருவையாறு ஐயாரப்பர் கோயிலின் நந்தவனத்திலுள்ள அஷ்டமாதர் சிற்பத்தை மக்கள் 'நவபிடாரிகள்' (ஒன்பது பிடாரிகள்) என்று அழைப்பதை மு. அருணாசலம் *(2014 : 97-98)* எடுத்துக்காட்டுவார். இவ்வாறு குறிப்பிட்ட எண்ணிக்கையில் சுட்டப்படுவது மட்டுமின்றி, எண்ணற்ற பிடாரிகள் இருப்பதையும் வழக்காறுகள் கூறுகின்றன. இதற்குச் சான்றாக 'ஒரு வீடடங்கலும் பிடாரி', 'ஒரு கூடைச் செங்கல்லும் பிடாரியாயிருக்கிறதே' எனும் பழமொழிகளைக் கூறலாம்.

மக்களின் நாட்டார் சமய வழக்காற்றுத்தளத்தில் மட்டுமின்றி எழுத்து மரபிலும் இதற்குரிய சான்றுகள் ஏராளமாக உள்ளன.

> கல்வெட்டுகளில் பிடாரி என்றும் பட்டாரி என்றும் வழங்கும் இச்சொல், பெண்தெய்வத்தைக் குறிக்கும் பொதுச்சொல்லாகவே வழங்கியுள்ளது. மாயா பிடாரி, மாகாளத்துப்பிடாரி, துர்க்கா படாரியார், உமா பிடாரி எனும் சொல்லாட்சிகள் இக்கருத்துகளுக்கு அரணாகின்றன. *(நளினி, மு.& கலைக்கோவன், இரா. 2005: 24-25)*

பிடாரி எனும் பெண்பாற்பெயருக்கு இணையான ஆண்பாற்பெயர் 'படாரர்' அல்லது 'பட்டாரகர்' என்பதாகும். இச்சொல் ஆண்கடவுளராகிய தேவர்களுக்குப் பொதுப்பெயராக இருப்பதைத் *திவாகர நிகண்டு (1: 28)* கூறுகிறது. இதை மெய்ப்பிக்கும் விதமாகக் கல்வெட்டுகளில்,

சிவபெருமான் - திருப்போத்துடைய பட்டாரர், திருக்குற்றாலத்து பட்டாரகர்
விஷ்ணு - திருக்காள்கரை பட்டாரகர், திருப்பாற்கடல் பட்டாரகர்
முருகன் - சுப்பிரமணிய பட்டாரகர்

என்று வெவ்வேறு தெய்வங்களையும் குறிக்கப் பின்னொட்டாகப் பயன்படுத்தும் நிலையைக் காணலாம் (ஏகாம்பரநாதன், ஏ. 2012: 24). அதேபோன்று மக்கள் பெயர்களுடன் இச்சொற்கள் இணைத்து வழங்கப்பட்டதையும் கல்வெட்டுகள் காட்டுகின்றன. சாத்தன் பிடாரி, வேளாண் பிடாரி, ஆதித்த படாரி, பட்டம் படாரி போன்ற பெயர்கள்வழி இதை அறியலாம் (நளினி, மு. & கலைக்கோவன், இரா. 2005: 25).

இதுவரை கண்டுவந்த கருத்துக்களின் அடிப்படையில் பிடாரி என்பது தனித்தெய்வப் பெயரில்லை; பெண்தெய்வங்கள் அனைத்திற்குமான பொதுப்பெயர் என்று உடனடியாக முடிவுசெய்துவிடலாம் எனத் தோன்றக்கூடும். ஆனால் இந்தச் சித்திரமானது ஐயத்திற்கு இடமளிக்கக்கூடிய ஒன்றாகவே இருக்கிறது. ஏனெனில் கிராம தேவதைகள் வழிபாட்டில் தொன்மைக்காலம் முதலே பெண்தெய்வங்கள் குறிப்பிட்ட எண்ணிக்கையில் தொகுப்பாக மாற்றப்பட்டு வழிபடப்படும் போக்கு இருந்துவந்துள்ளது என்பது கவனத்திற்குரியதாகும். தாந்திரீகப் பின்புலத்தைக் கொண்டிருக்கும் யோகினி வழிபாட்டில் (yogini worship) வெவ்வேறு தாய்த்தெய்வங்கள் 42, 64, 81 என்ற எண்ணிக்கை கொண்ட தெய்வகணங்களாக (matraganas) பகுக்கப்பட்டுத் தொழப்படுகின்றன (Vidya Dehejia 1986: 1-2). அவை யோகினிகள் என்று பொதுவாக அழைக்கப்பட்டாலும், யோகினி எனப்படுவது தனியொரு தெய்வத்தின் பெயராக இருப்பதையும் நாம் மறந்துவிடக்கூடாது. அது எந்த தெய்வம் என்பதைத் தேவையான இடத்தில் விளக்கவுள்ளோம்.

பிடாரி எனும் சொல்லைப் பொதுப்பெயராக மட்டும் கருதிவிடமுடியாது என்பதை நன்கு விளங்கிக்கொள்ள நாட்டார் தெய்வங்களுக்கு பெயரிடும் முறையை சற்றே நுணுகிப்பார்க்க வேண்டும். பெண்தெய்வங்களுக்கான மரியாதை விளியாக 'அம்மன்' எனும் பொதுப்பெயர் பயன்படுத்தப்பட்டு வருகிறது. சான்றுகள்: காமாட்சி - காமாட்சியம்மன்; பேச்சி - பேச்சியம்மன்; செங்கேணி - செங்கேணியம்மன். இந்தப் பொதுப்பெயரானது

பெரும்பான்மையும் பின்னொட்டாக மட்டுமே இடம்பெறுகிறது. ஆகவே இதைப் போன்றதல்ல பிடாரி எனும் பெயர் என்பதை நினைவில்கொள்வது நலம். ஏனென்றால் ‘அம்மன்’ என்ற தனிப்பெயரை மட்டும் கொண்டிருக்கின்ற ஒரேயொரு பெண்தெய்வக்கோயிலும் இல்லை எனும் யதார்த்தமானது நம் கண்முன்னே வந்துநிற்கின்றது. அதேநேரம் ‘பிடாரி’ எனும் தனிப்பெயருடைய கோயில்கள் பலநூறு உள்ளன என்பது வெள்ளிடை மலையாகும்.

மேற்குறிப்பிட்டது மட்டுமன்றி ஓலைப்பிடாரி, சூலப்பிடாரி, எல்லைப்பிடாரி போன்றவற்றுக்கு தனித்தெய்வக் கோயில்கள் இருப்பது, மற்ற தாய்த்தெய்வங்களுக்கு இல்லாமல் (மாரியம்மனைத் தவிர்த்து) பிடாரி எனும் பெயருடைய அம்மன்களுக்கு மட்டும் பறையர்கள் காப்பு அல்லது தாலி கட்டுவது போன்றவையும் இந்த கேள்விக்கு அடிப்படையாகின்றன. எனவே, பிடாரி என்பது ஒரு குறிப்பிட்ட பெண்தெய்வத்திற்கு உரிய பெயரே எனும் கோணத்தில் ஆய்வுசெய்ய வேண்டியுள்ளது.

பிடாரியானது தனியொரு தெய்வம் என்பதை எடுத்துக்காட்டும் வாய்மொழி வழக்காறுகள் பலவுள்ளன. சான்றுகள்:

‘பிடாரியாரே கடா வந்தது’

‘பிடாரியைப் பெண்டு பிடித்தாற்போல’

‘அண்டத்தைக் கையில் வைத்தாடும் பிடாரிக்கு சுண்டைக்காய் எடுப்பது பாரமா?’

‘மழைக்கு ஒதுங்கி வந்த பிடாரி மனைக்குச் சடுத்தம் போட்டதாம்’

மேற்காணும் பழமொழிகளைப் போன்றே சில தமிழ் அகரமுதலிகளும் விளக்கம் நல்கியுள்ளன. எடுத்துக்காட்டாக *மதுரைத் தமிழ்ப் பேரகராதி*, *செந்தமிழ் அகராதி* போன்றவை பிடாரியை ‘ஒரு கிராம தேவதை’ என்கின்றன. *கல்வெட்டுக் கலைச்சொல் அகரமுதலியும்*, ‘பிடாகைக்குரிய (கிராமம்) பெண்தெய்வம்’ என்று கூறுகிறது. ஒட்டுமொத்தமாகப் பார்க்கும்போது பிடாரி என்பது தனியொரு தெய்வமாக இருப்பதற்கான வலுவான சாத்தியங்கள் நமக்குப் புலப்படுகின்றன. இன்னும் தெளிவாகக் கூறினால், பிடாரி எனும் சொல்லும் மூலப்பெயரில்லை என்பதற்குரிய தடயங்களும் ஏராளம் உள்ளன. இந்த வாதத்தை அடுத்த இயலின் தொடக்கப்பகுதி எடுத்துக்காட்டும்.

3.2. பிடாரி: காலவரையறை சார்ந்த குழப்பங்கள்

பிடாரி எனும் சொல்லின் தோற்றம் பற்றிய கருத்துகள் மிகுந்த விவாதத்திற்கு உரியவை. இதைத் தெளிவுபடுத்தாமல் இப்பாதையில் நம்மால் முன்னேறிச்செல்ல இயலாது. ஆகவே இப்பொருள் பற்றிய அறிஞர்களின் கருத்துகளை இங்கு விவாதிக்கலாம்.

பிடாரி என்பதற்குரிய ஆண்பாற்பெயர் பிடாரன் அல்லது பட்டாரகன் என்பதை முன்பே கண்டோம். இந்தச் சொல் கொங்கர் புளியங்குளம், ஆனைமலை, புகழியூர் ஆகிய இடங்களிலுள்ள கல்வெட்டுகளில் காணப்படுவதாக ஏ.ஏகாம்பரநாதன் (2012: 21-22) கூறியுள்ளார். இதற்குப் 'பாகனூர் பிடான் இதாதவென்', 'எரிஅத்தன் பாதன்தன்' எனும் தொடர்களில் உள்ள பிடான், பாதன் என்பனவற்றைச் சான்றுகளாகக் காட்டியுள்ளார். இச்சொற்களை அவர் படாரன் அல்லது பட்டாரகன் என வாசித்துப் பொருள் கொண்டுள்ளார். மேற்குறிப்பிட்ட கல்வெட்டுகள் தமிழ்ப்பிராமி (அல்லது) தமிழி எழுத்துகள் உடையவை. ஆகவே, இவற்றின் காலமான கி.மு.3 முதல் கி.பி.2ஆம் நூற்றாண்டு காலகட்டத்திலேயே 'பிடாரன்' எனும் சொல் வழக்கில் இருந்தது என அவர் கருதியுள்ளார். ஆனால் அவருடைய இக்கருத்து வரலாற்றுப் பொருத்தமுடையதாக இல்லை. ஏனெனில் சொ.சாந்தலிங்கம் (2014), செ.ராசு (2016) போன்ற கல்வெட்டறிஞர்கள் அக்குறிப்பிட்ட சொற்களைப் 'பிட்டன்' என்றே வாசித்துள்ளனர். சங்ககாலச் சிற்றரசர்களில் ஒருவனின் பெயர் பிட்டன் என்பதையும் குதிரைமலை என்பது இவனது ஆட்சிப்பரப்பு என்பதையும் *அகநானூறு* (143) குறிப்பிடுகின்றது. இதிலிருந்து 'பிட்டன்' எனும் சொல் பிராமிக் கல்வெட்டுகளின் காலப்பகுதியான சங்ககாலத்திற்கு உரியது என்பது பெறப்படுகிறது. அதேசமயம் 'படாரன்' எனும் சொல்லை அவ்விலக்கியங்கள் எங்கும் குறிப்பிடவில்லை.

வரலாற்று அறிஞர் ஐராவதம் மகாதேவன் அவர்கள் 'தமிழகக் குகைக் கல்வெட்டுகளில் சமணம்' (2007: பக்கம் இல்லை) என்ற தனது கட்டுரையில் தமிழ் பிராமிக் கல்வெட்டுகள் காட்டும் பல்வேறு பெயர்ச்சொற்களை எடுத்துக்காட்டியுள்ளார். இவற்றுள் கணி (மூத்த துறவி), ப(ம்)மித்தி, கந்தி (சமணப் பெண் துறவியர்) உள்ளிட்டவை அடங்கும். ஆனால் இந்த படாரன் எனும் சொற்பயன்பாட்டை அவர் எடுத்துரைக்கவில்லை. இவற்றிலிருந்து பிடாரன் எனும் சொல் பிராமி கல்வெட்டுகளின் காலத்தைச் சேர்ந்ததல்ல என்பதை உறுதிசெய்யலாம். மேலும், இச்சொல்

வட்டெழுத்துக் கல்வெட்டுகளின் காலத்தியது என்பதை உரிய சான்றுகளுடன் காட்ட இருக்கின்றோம். அதற்கு முன்பாக இலக்கியத்தில் இச்சொல் பயின்றுவந்த விதம்பற்றி நோக்கலாம்.

இளங்கோவடிகள் இயற்றிய சிலப்பதிகாரத்தில் பிடாரி எனும் பெயர் இடம்பெறுவதாகத் தற்காலத்து அறிஞர்கள் சிலர் கருதியுள்ளனர். இதற்கு மதுரைக் காண்டத்திலுள்ள வழக்குரைத்த காதையில் வாயிற்காவலன் பாண்டியனிடம் சென்று கண்ணகியின் தோற்றம் பற்றி விவரிக்கும் பகுதியையே அவர்கள் அடிப்படையாகக் கொண்டிருப்பது புலனாகின்றது. அக்குறிப்பிட்ட பாடல்வரிகள்:

அடர்த்தெழு குருதி யடங்காப் பசுந்துணிப்
பிடர்த்தலைப் பீட மேறிய மடக்கொடி
வெற்றிவேற் றடக்கைக் கொற்றவை யல்லள்
அறுவர்க் கிளைய நங்கை இறைவனை
ஆடல்கண் டருளிய வணங்கு சூருடைக்
கானக முகந்த காளி தாருகன்
பேருரங் கிழித்த பெண்ணும் அல்லள் *(34-40)*

இதில் சுட்டப்பட்டிருக்கும் 'அறுவர்க்கிளைய நங்கை' எனும் தொடரே நமது கவனத்திற்கு உரியதாகும். இத்தொடருக்கு, 'கன்னியர் எழுவருள் இளையவளாகிய பிடாரியும்' என ந.மு. வேங்கடசாமி நாட்டார் *(1984: 435)* உரை கண்டுள்ளார். தொ.மு. சி.ரகுநாதன் *(1984: 243)* அவர்கள் இதே பாடலடிக்கு, 'சப்தகன்னியரில் மூத்த ஆறு கன்னியருக்கும் இளையவளும் ஏழாவது கன்னியுமான பிடாரியும் அல்லள்' எனப் பொருள் கூறியிருக்கின்றார். ச.வே.சுப்பிரமணியன் *(2013: 129)* அவர்களும் 'கன்னியர் எழுவரில் அறுவர்க்கு இளைய நங்கையாகிய பிடாரி அல்லள்' என்றே தெளிவுரை எழுதியுள்ளார். இதையொத்த கருத்துகளையே பெரும்பான்மையான அறிஞர்களும் வெளிப்படுத்தியுள்ளனர்.

மேற்காணும் விளக்கங்கள் அடிப்படையில் நோக்கினால், இச்சொல் *சிலப்பதிகாரம்* எழுந்த காலமாகக் கருதப்படும் கி.பி.2 - 5ஆம் நூற்றாண்டு அளவிலேயே வழங்கப்பட்டது போன்ற தோற்றம் வந்துவிடுகின்றது. உண்மையில் இது அறிஞர்கள் கண்ட கானல்தோற்றமே ஆகும். ஏனெனில் இந்தத் தொடர் குறிப்பிடுவது, சப்தமாதரை என்பது வெளிப்படை. ஆனால் இதிலுள்ள ஏழாவது நங்கையின் பெயர் இதுதானென எதையும் இளங்கோவடிகள் குறிப்பிட்டுச் சொல்லவில்லை. மேலும் இவர்கள் கண்டுசொன்ன

பிடாரி எனும் பெயர் சிலப்பதிகாரத்தில் வேறெந்த இடங்களிலோ, இக்காப்பியத்திற்கும் முன்பாக எழுந்த சங்க இலக்கியங்களிலோ இடம்பெறவில்லை. அப்படியானால், இச்சொல்லை அவர்கள் எங்கிருந்து பெற்றுக்கொண்டனர் எனும் வினா தோன்றுகிறது. இதற்கான பதில் அரும்பத உரையாசிரியரின் உரையில்தான் இருக்கின்றது.

> அறுவர்க் கிளைய நங்கை - சத்தமாதாக்களில் ஏழாவதிளையாள்; அவள் பிடாரி.

இவ்வாறு தமிழ் நூல்களில் முதன்முதலாகப் பிடாரி எனும் சொல்லை அவர் பயன்படுத்தியிருப்பதைப் பார்க்கிறோம். இதன்வழி அரும்பத உரையாசிரியரின் காலமான கி.பி. 9ஆம் நூற்றாண்டில்தான் இச்சொல் இலக்கியத் தளத்தில் இடம்பெறுகின்றது என்பதை அறியலாம். ஏறத்தாழ அரும்பத உரையாசிரியர் காலத்தை ஒட்டி எழுந்த *சேந்தன் திவாகரம்* என்ற நிகண்டு 'பட்டாரகர்' (1: 28) எனும் சொல்லை எடுத்தாண்டுள்ளது கவனத்திற்குரியதாகும். இந்நூல் 8ஆம் நூற்றாண்டைச் சேர்ந்ததாகலாம் என்பார் மு. சண்முகம் பிள்ளை (1982: 2). மேற்சொன்ன உரைநூலின் தாக்கம் சிலப்பதிகாரத்தோடு மட்டும் நின்றுவிடவில்லை. நீலகேசி காப்பியம் பற்றி விளக்கவரும் எஸ்.வையாபுரிப்பிள்ளை (2010: 169) ஜைனத்துறவியான முனிச்சந்திரன் தங்கியிருந்த பலாலயம் என்னும் இடத்திலுள்ள சுடுகாட்டுறை தேவியின் கோயிலை பிடாரி கோயில் என்றே சுட்டியுள்ளார். அ.கா.பெருமாள் (2005: 98) அவர்களும் அத்தெய்வத்தின் கோயிலை இவ்வாறே குறிப்பிடுகின்றார். ஆனால் இச்சொல்லின் பயன்பாடு அதன் மூலநூலில் இல்லையென்பது நோக்கத்தக்கது. ஆகவே அரும்பத உரையானது பிற்காலத்திய அறிஞர்களிடமும் செல்வாக்கு செலுத்தியுள்ளது நன்கு புலனாகின்றது.

இலக்கியப் பனுவல்கள் மட்டுமின்றி கல்வெட்டுச் சான்றுகளும் பிடாரி, பட்டாரகன் எனும் சொற்கள் பிற்காலத்தவை என்பதை உறுதிசெய்கின்றன. இதை விளக்க கீழ்க்காணும் பகுதி துணையாகின்றது.

> நந்திவர்ம பல்லவர் காலத்திலிருந்து சோழர்களின் தொடக்க காலம் வரை (கி.பி. 796-946) ஏறத்தாழ ஒன்றரை நூற்றாண்டு காலத்திற்குத் தமிழ்நாடெங்கிலும் பரவலாகக் கிடைக்கும் கல்வெட்டுக்களைத் தொகுத்தாராய்கையில் பல அரிய

தகவல்கள் கிடைக்கின்றன. அவற்றுள் குறிப்பிடத்தக்கது 'பிடாரி' எனும் சொல். (நளினி, மு. & கலைக்கோவன், இரா.2005: 24)

இவ்வாறு ஒட்டுமொத்தமாக தமிழ் நூல்களும் கல்வெட்டுகளும் கி.பி.7ஆம் நூற்றாண்டுக்குப் பிற்பட்ட காலத்திலேயே பிடாரி எனும் சொல் வழக்கிற்கு வந்திருக்கிறது என்பதை எடுத்துக்காட்டுகின்றன. எனில் இளங்கோவடிகள் 'ஏழாவது நங்கையாக' யாரைக் கருதினார் எனும் கேள்வி அப்படியே தொக்கி நிற்கின்றது. இதற்குரிய விடையைத் தேவையான இடத்தில் கூறவுள்ளோம். இங்கே கண்ட கால ஆராய்ச்சியைப் போன்றே, பிடாரியின் சமயப் பின்புலம் பற்றிய ஆய்வும் முக்கியமானது என்பதால் அடுத்ததாக இதுகுறித்துக் காண்போம்.

3.3. பிடாரி: சமய அடையாளங்கள்

இன்றுள்ள நாட்டார் வழிபாட்டு மரபு வைதீக இந்துமதச் சட்டகத்திற்குள் அடைக்கப்பட்டுவிட்டது என்பது நிதர்சனமாகும். இதற்குப் பிடாரி வழிபாடும் விதிவிலக்கல்ல. ஏனெனில், நாம் முன்பே கண்டதுபோல் பிடாரி எனும் பெயர் அனைத்துவிதமான தாய்த்தெய்வங்களோடும் கலந்திருக்கின்றது. அதுமட்டுமின்றி தமிழகத்தின் பல்வேறு சிவாலயங்களினுடைய திருவிழா நிகழ்ச்சிகளில் பிடாரிக்குக் காப்புக்கட்டும் சடங்கு நிகழ்த்தப்பெறுகின்றது. இவற்றின்மூலம் பிடாரி இந்துசமயத்தின் பரிவார தெய்வங்களுள் ஒன்று என்ற தோற்றத்தை உருவாக்கியுள்ளனர். அத்துடன் சிவன், விஷ்ணு, முருகன், உமை போன்ற இந்துமத தெய்வங்களின் பின்னொட்டாகப் பட்டாரகர், படாரி எனும் சொற்கள் காணப்படுவதைக் கொண்டும் இக்கருத்து வலுப்படுத்தப்பட்டுள்ளது.

இதற்கடுத்த நிலையில் பிடாரி தெய்வத்தைப் பௌத்த மதத்தோடு அடையாளப்படுத்தும் போக்கையும் காண்கிறோம். இதற்குச் சிறந்த உதாரணமாக அயோத்திதாச பண்டிதரின் பிடாரி பற்றிய விளக்கங்களைக் குறிப்பிடலாம். பௌத்த மீட்டுருவாக்கம் எனும் நோக்கில் தமிழகப் பண்பாட்டு வடிவங்கள் அனைத்தையும் மறுவாசிப்பு செய்தவராக அவர் இருக்கின்றார். ஆகவே மாரியம்மன், பிடாரி உள்ளிட்ட அனைத்து பெண்தெய்வ வழிபாடுகளும் பௌத்த வேரிலிருந்து கிளைத்தவையே என்று வாதிட்டுள்ளார். இந்த சாராம்சத்தின் சிறுபகுதியைக் கீழே காணலாம்.

புந்நாட்டு அரசன் மகளான அம்பிகாதேவி புத்த சங்கத்தில் சேர்ந்தாள். பின் வேப்பமரத்தில் அமர்ந்து ஆதியங்கடவுளாகிய சாக்கைய முனிவரின் திரிபிடக உண்மைகளை மக்களுக்கு உபதேசித்தாள். இதனுடன் திரிசீல ஜாக்கிரதம், திரிநோன்பு, திரிவிரதம் ஆகியவற்றையும் ஓதுவித்து ஆடிமாதம் பதினெட்டாம் நாள் ஆதிவாரம் பௌர்ணமி திதியில் பத்மாசன நிலையில் இருந்தபடியே சுகசமாதியுற்றாள். இவ்வாறு பரிநிர்வாணமடைந்த அவ்வை எனும் அவளின் தேகத்தை வடநாட்டில் சாக்கா என்றும், தென்னாட்டில் வள்ளுவர் என்றும் வழங்கப்படும் கர்ம்ம குருக்கள் தகனம் செய்தனர். பின்பு எஞ்சிய சாம்பலைக் காவிரிநீரில் விடுத்தனர். அவளின் நினைவாக ஏழைகளுக்கு அன்னதானமும் வேப்பமரத்தடியில் பொங்கலும் இட்டனர். அவள் பிடகத்தை அறிவித்ததால் பிடாறி என்றும் கொடியமாறி என்னும் கொள்ளை வெப்பத்தை ஆற்றினவள் ஆதலின் மாறியாத்தாள் என்றும் மக்கள் போற்றி விழாக் கொண்டாடி வருகின்றனர் (அயோத்.II 2011:30-33).

மணிமேகலை காப்பியத்தில் காட்டப்படும் சம்பாபதி கோயிலின் தற்கால இருப்பை, அந்நூலின் அரும்பத அகராதிப் பகுதியில் உ.வே.சா. கீழ்காணுமாறு பதிவுசெய்துள்ளார்.

> இது சாயாவனத்தின் கோயிலின் தென்பக்கத்திலுள்ளது; சம்பாபதியம்மன் கோயிலென்று வழங்கப்படுகின்றது. ஸந்நிதி வடக்கு முகம். பிடாரி கோயிலென்று இக்காலத்தவர் சொல்கிறார்கள். (1981: 447)

இங்கே சம்பாபதியையும் பிடாரியையும் உ.வே.சாமிநாதையர் இணைத்துக் காட்டுவது தெரிகின்றது. சாமிநாதய்யரின் இந்தக் குறிப்பினை அப்படியே ஏற்றுக்கொண்ட மயிலை சீனி. வேங்கடசாமி (2002: 259) அவர்கள், பிடாரி எனும் சொல்லை பீடைகள்+அரிபவள் என்று பிரித்துப் பொருள்கண்டுள்ளார். மேலும் உலக மக்களின் துன்பம் தீர்க்கும் பௌத்த தெய்வமான சம்பாபதியே பிடாரி ஆவாள் என்றும் அவர் குறிப்பிடுகின்றார். இவ்விருவரின் கருத்துக்களை அடியொற்றி பிடாரி என்பது பௌத்தமத தெய்வம் என்று எழுத்தாளர் ரவிக்குமார் (2009: 70) அவர்களும் வலியுறுத்துகின்றார். கல்வெட்டு ஆய்வாளர் ஆ. பத்மாவதி (2014: 105) களப்பிரர் கால பௌத்த சமயத்தவளான மங்கை அல்லது நங்கை எனும் தெய்வமே பிடாரி என்று அழைக்கப்பட்டது என்கின்றார்.

இவ்வாறாக அறிஞர்களின் கருத்துகள் அனைத்தும் பிடாரியை பௌத்த தெய்வமாகவே சித்திரிக்க முயல்கின்றன.[3] ஆனால், பௌத்த சார்புடைய தமிழ்நூல்களில் பிடாரி பற்றிய குறிப்புகள் காணக்கிடைக்கவில்லை. மேலும் எந்த பௌத்தக் கடவுளருக்கும் இந்தப் பெயர் இருப்பதாகத் தெரியவில்லை. மற்றொருபுறம் சமண சமயத்தில் தேரி, பிக்குணி, நிக்கந்தி, சாகுணி, அஜ்ஜா என்ற சொற்கள் பெண்துறவிகளைக் குறிக்கின்றன என்பதாகவும் இத்துறவியரின் கூட்டம் பிக்குணிகணம் என்று குறிப்பிடப்பட்டுள்ளதாகவும் சோ.ந.கந்தசாமி (2003: 199-201) விளக்கியுள்ளார். இருப்பினும் இவற்றிற்குரிய சான்றுகளை அவர் எடுத்துக்காட்டவில்லை. பொதுவாக பிட்சு, பிட்சுணி எனும் பாலி மொழிச் சொற்களே தமிழில் பிக்கு, பிக்குணி என்று வழங்கப்படுகின்றன என்பதும் இது பௌத்தத்துறவிகளை குறிப்பிடுகின்றன என்பதும் நினைவில் கொள்ளத்தக்கது (ராமலிங்கம், அரங்க. 2002: 88). இவ்வாறிருக்கும்போது பிடாரி எனும் தெய்வத்தை பௌத்த சமயத்துடன் தொடர்புபடுத்தும் முயற்சி பொருத்தமானதல்ல எனக் கூறலாம்.

இந்த பட்டாரகர், பட்டாரியார் போன்ற பெயர்கள் சமண சமயத்திற்கு உரித்தானவை என்பதும் பின்னரே இவை இந்து சமயத்தில் பயன்படுத்தப்பட்டன என்பதும் வரலாற்று உண்மையாகும். இதை கீழ்க்காணும் ஏ.ஏகாம்பரநாதனின் கருத்து தெளிவுபடுத்துகின்றது.

> தமிழகத்தில் பல்வேறு பகுதிகளில் காணப்படும் கல்வெட்டுகளில் பட்டாரகர், பட்டாரர், பட்டாரியார், பட்டாலகர் என்னும் சொற்கள் பரவலாகக் காணப்படுகின்றன. சமண சமயத்தில் பட்டாரகர் என்பது இச்சமயப் பெரியோர்களையும், தீர்த்தங்கரர்களையும் குறிக்கின்றது. இச்சொற்கள் முதன்முதலில் சமண சமயத்தில் பயன்படுத்தப்பட்டு பின்னர் இந்து சமயத்தில் வழங்கப்பட்டு வந்ததென்பதைக் கல்வெட்டுகளின் வாயிலாக அறியவருகிறோம். ...இங்குக் கூறப்பட்டுள்ள கல்வெட்டுகளைக் காட்டிலும் காலத்தால் முற்பட்ட சமணசமயக் கல்வெட்டுகளில் பட்டாரியார் என்பது யக்ஷியைக் குறிப்பதால் இதுவே சற்று பிற்காலத்தில் இந்து சமயத்தில் கொற்றவையையும், பகவதியையும் (உமை) குறிக்கப் பயன்படுத்தப்பட்டுள்ளது என்பது அறியற்பாலதாகும். (2012: 25)

ஒட்டுமொத்தமாகப் பார்க்கையில் கல்வெட்டுச் சான்றுகளானவை பிடாரி உள்ளிட்ட சொற்கள் தொடக்கத்தில் சமணத்திற்கு மட்டுமே உரியவையாக இருந்துள்ளன என்பதையே காட்டுகின்றன. இலக்கியப் பதிவுகளும் இதையே வலியுறுத்துகின்றன. சமணசமயச் சார்புடைய *சிலப்பதிகாரம்* எனும் காப்பியத்தில் பயின்றுவரும் 'அறுவர்க்கு இளையநங்கை' எனும் தொடருக்கு எழுந்த உரையில்தான் தமிழ்இலக்கிய உலகிற்குப் பிடாரி எனும் சொல் முதன்முதலாக அறிமுகமாகியது என்று முன்பே கண்டோம்.[4] இது ஒருபுறமிருக்க, பட்டாரகர் எனும் சொல்லை முதலில் எடுத்தாண்ட நிகண்டாசிரியரான திவாகரரும் சமண சமயத்தவராக இருப்பதைத் தற்செயலானதாகக் கருதமுடியவில்லை. ஆகவே எழுத்து மரபு தொடர்பான பல சான்றுகளும் பிடாரி எனும் சொல்லின் வேர்மூலம் சமணமே என்பதை உறுதிசெய்கின்றன.

இதுவரைக் கண்டவற்றின் அடிப்படையில்,

- பிடாரி எனும் சொல் பன்மையான பொருளில் பயன்படுத்தப்பட்டு வந்தாலும், அதன் சடங்கியல் முறையானது ஒருதெய்வத்திற்குரியது என்பதையே அடையாளப்படுத்துகின்றது.
- பிடாரி, பட்டாரகர் என்ற சொற்கள் ஏறத்தாழ கி.பி. 7ஆம் நூற்றாண்டை ஒட்டியே தமிழ் நூல்களிலும் கல்வெட்டுகளிலும் இடம்பெறத் தொடங்கின.
- இன்று தவறாகக் கருதப்படுவதுபோல் பிடாரி எனும் தெய்வம் இந்து சமயம், பௌத்த சமயம் போன்றவற்றின் பின்புலத்தைக் கொண்டதல்ல. மாறாக, சமண சமயமே அதன் அடித்தளமாகும்.

எனும் மெய்மைகளைக் கண்டறிந்துள்ளோம். அடுத்தபடியாக பிடாரிக்கும் சமணத்துக்குமான தொடர்பை இன்னும் விரிவாகக் காணமுயல்வோம்.

3.4. பிடாரி எனும் சொல்: துறவியும் தெய்வமும்

வட்டெழுத்துக் கல்வெட்டுகளில் காணக்கிடைக்கின்ற பட்டாரகர், பிடாரர், பட்டாரகி, பிடாரி போன்ற சொற்கள் தொடக்கத்தில் தெய்வங்களைக் குறிக்கவில்லை. மாறாக ஆண், பெண் சமணத்துறவியரையே சுட்டுகின்றன என்பதற்குச் சான்றுகள் உள்ளன.

> சமணசமயத்தின் ஞானகுருவாக, ஆசானாக, ஆசிரியராக மதிக்கப்பட்ட சமயப்போதகர்கள் அவர்கள் ஆண்களாக இருந்தால் பட்டாரகர் என்றும், பெண்களாக இருந்தால் பட்டாரகி என்றும் அழைக்கப்பட்டனர். (விவேகானந்தன், சிவ. 2010: 310)

இக்கருத்துக்குரிய கல்வெட்டுச் சான்றுகள்:

1. கழுகுமலை வட்டெழுத்துக் கல்வெட்டு (கி.பி. 8ஆம் நூற்றாண்டு) குணசாகர பட்டாரர், சிறுபட்டாரர், குறண்டி தீர்த்தப்பட்டாரர், பட்டினிப் பட்டாரர், மௌனி பட்டாரர், கனகநந்தி பட்டாரர், அரட்டநேமி பட்டாரர் போன்ற பெயர்களைக் கொண்டுள்ளது (ஏகாம்பரநாதன், ஏ. 2012: 22).

2. செட்டிப்பொடவு வட்டெழுத்துக் கல்வெட்டில்,

> வெண்பு நாட்டுக்குறண்டி திருக்காட்டாம்பள்ளி
> கனகனந்திப்படாரர்
> அபினந்தபடாரர் அவர் மாணாக்கர்
> அரிமண்டலப் படாரர்
> அபினந்தனப் படாரர் செய்வித்த திருமேனி

எனும் தொடர் காணப்படுகிறது (சாந்தலிங்கம், சொ. 2014: 60-61).

சமண சமயத்தில் ஆண் துறவிகளுக்குப் பட்டாரகர், பெரியார், நந்தி போன்ற பெயர்கள் இருப்பதைப் போன்று பெண் துறவிகளுக்கும் பலவிதமான பெயர்கள் உள்ளன. அவற்றுள் ஆர்யங்கானைகள், கௌந்திகள் எனும் பெயர்களை மயிலை சீனி. வேங்கடசாமி (2016: 166) எடுத்துக்காட்டுகின்றார். இவை மட்டுமல்லாது குரத்தி, பட்டாரி, சாரணி என்ற பெயர்களும் அவர்களைக் குறிப்பவையாகும் (அருண்ராஜ், த. & அறவாழி, பா.2005: 225).

தொடக்கநிலையில் சமணத் துறவியருக்குரிய பெயர்களாக விளங்கிய பிடாரர், பிடாரி என்பவையே பிற்காலத்தில் சமணத் தீர்த்தங்கரர்களைக் குறிக்கும் பெயர்களாகவும் மாற்றம் பெற்றுவிட்டன என்பதை உறுதிசெய்யலாம். சமணசமய வரலாற்றின் தொடக்கக்கட்டத்தில் கடவுள் கொள்கைக்கு இடம் கிடையாது எனும் செய்தி நாம் நன்கறிந்த ஒன்றாகும். ஆனால் பிற்காலத்தில் வழிகாட்டிகளான தீர்த்தங்கரர்கள் கடவுள் எனும் நிலைக்கு உயர்த்தப்பட்டுவிட்டனர். மற்றொருபுறம் இயக்கர்,

இயக்கி வழிபாட்டையும் சமணம் ஏற்றுக்கொண்டுவிட்டது. இம்மாற்றத்தின் தாக்கமானது தெய்வங்கள், துறவிகள் ஆகியோரை சிறப்புப்பெயரிட்டு அழைக்கும் முறையிலும் எதிரொலித்திருக்கிறது எனக் கருத இடமளிக்கின்றது. அரும்பத உரையாசிரியர் பயன்படுத்திய பிடாரி எனும் சொல் ஒரு பெண்தெய்வத்தையே சுட்டிநிற்கின்றது என்பது கவனத்திற்குரியதாகும்.

சேந்தன் திவாகரம் (1: 28) பட்டாரகர் எனும் சொல்லைக் குறிப்பிட்ட சமயத்திற்கு உரியதாக அல்லாமல் பொதுவான நிலையிலேயே கடவுளுக்குரிய பெயர்களுள் ஒன்றாகக் காட்டுகிறது. அத்துடன் சமண முனிவர்களின் பெயராக ‘சாரணர்’ என்பதை மட்டுமே இந்நிகண்டு (2: 6) குறிப்பிடுகின்றது. பிங்கல நிகண்டினுள் ஐந்து இடங்களில் பட்டாரகர் எனும் சொல் பயன்படுத்தப்பட்டுள்ளது. திவாகரத்திலிருந்து இந்நூல் சற்று மாறுபட்டு ஆசிரியருக்குரிய பெயரை இறைவனுக்கும் இறைவனுக்குரிய பெயரை ஆசிரியருக்கும் சுட்டுகின்றது. இதை,

பண்ணவன், பட்டாரகனே, முனைவன்...
ஆனபிறவும் அருகன் பெயரே (2: 99)
பட்டாரகன், பதி, பண்ணவன், பகவன்...
குரவன், ஐயன், கோமான், குருவே (5: 57)

எனும் நூற்பாக்கள் அறியத் தருகின்றன. ஆகவே ‘பட்டாரகன்’ எனும் பெயர் குருவிற்கும், அருகக் கடவுளுக்கும் பொதுவானதாகக் காட்டப்பட்டிருப்பதை உணரலாம். இவ்வாறாக அருகக்கடவுளை குருவாகக் காட்டும் நிகண்டுகளின் வழிமுறைக்கு முன்னோடி நூலாக *சிலப்பதிகாரம்* திகழ்கின்றது. அதிலுள்ள நாடுகாண் காதையில் கவுந்தியடிகளிடம் சாரணர் ஒருவர் அருகதேவனின் நாமங்களைச் சொல்லும்போது,

அறிவன், அறவோன், அறிவுவரம் பிகந்தோன்,
செறிவன், சினேந்திரன், சித்தன், பகவன்...
இறைவன், குரவன், இயல்குணன், எம்கோன் (175-183)

என்று குறிப்பிடுவதைக் காணலாம். ஆனால் இதில் பட்டாரகர் எனும் பெயர் இல்லையென்பது உற்றுநோக்கத்தக்கதாகும். அதேபோன்று திவாகரநிகண்டில் சமண முனிவர்களின் பெயராகப் பட்டாரகர் என்பது காட்டப்பெறவில்லை. ஆகவே மேற்கூறியது தொடர்பாக கல்வெட்டுச் சான்றுகளுக்கும் திவாகர நிகண்டிற்கும் இடைவெளி இருப்பது தெரிகின்றது.

சமண நூலான *திருநூற்றந்தாதி*, 'அருந்தருமத்துரை ஆதிபட்டாரகர் ஆம்பரிசே' (நூற்.15) எனச் சுட்டுகின்றது. ஜீவபந்து டி.எஸ்.ஸ்ரீபால் (1968: 225) அவர்களும், விருஷப தேவர்க்குரிய பல்வேறு பெயர்களில் ஆதிபட்டாரகர் என்பதும் ஒன்றாகும் என்பார். இதேபோன்று சமணத் திருப்பதிகளுள் ஒன்றாக மாகரல் ஆதிபட்டாரகர் கோயில் விளங்குவதை மயிலை சீனி.வேங்கடசாமி (2010: 83) எடுத்துரைத்துள்ளார். இவற்றிலிருந்து தீர்த்தங்கரர் 'முதல் குருவாக' கருதப்படுகிறார் என்பது தெரியவருகின்றது. இவ்வாறு இறைவனை முதல் ஞானாசிரியனாகக் கொள்வதே மரபாகும். ஆலமர் செல்வனான சிவபெருமானுக்கு 'மௌனகுரு' எனும் பெயருள்ளதையும் தர்மசாஸ்தாவான ஐயப்பனைக் 'குருவின் குருவே' என்று போற்றுவதையும் இதற்குச் சான்றாகக் கூறலாம்.

மேற்குறித்த வாதத்திற்கு 'அந்தணன்' எனும் சொல்லையும் இங்கே மேலதிக உதாரணமாகக் காட்டமுடியும். பொதுவாக அந்தணர் என்பது சமயவினை செய்யும் அறவோர், துறவியர் ஆகியோரை குறிக்கின்ற சொல்லாக இருக்கிறது. அதேநேரம் இதேசொல் கொண்டு சிவபெருமானை 'ஈர்ஞ்சடை அந்தணன்' (கலி.38) என்றும் அருகதேவனை 'அறவாழி அந்தணன்' (திருக்.8) என்றும் இலக்கியங்கள் விளித்துள்ளன என்பதும் கவனம் கொள்ளத்தக்கது. எனவே துறவியற்குரிய சிறப்புப்பெயர்களே கடவுளர்க்கும் சூட்டப்பட்டிருக்க வேண்டும் என்பதை உணர்ந்து கொள்ளலாம். அதேபோன்று சமண சமயத்தில் கடவுளுக்கு இணையான மதிப்பைச் சமய ஆசிரியர்களும் பெற்றிருந்தனர் என்பது அறியத்தக்க செய்தி. சமணர்களின் அன்றாட வழிபாட்டு மூலமந்திரமாக இருப்பது பஞ்சமந்திரம் எனும் ஐங்குரவர் வணக்கமாகும். பஞ்சபரமேட்டிகள் எனப்படும் ஐங்குரவர்களாக அருகர், சித்தர், ஆச்சாரியார், உபாத்தியாயர், சர்வசாதுக்கள் எனப்படும் ஐவருக்கும் வணக்கம் செலுத்துவதே இவ்வாறு சுட்டப்படுகிறது. 'ஐவகை நின்ற அருக தானத்து' எனும் சிலப்பதிகார அடி (10: 18) இதையே குறிப்பிடுகிறது. இதேநூலின் அரும்பத உரை, அடியார்க்கு நல்லார் உரை போன்றவற்றிலும் இதற்கான விளக்கம் கூறப்பட்டுள்ளது. திகம்பர பிரிவினருக்குரிய இந்தப் 'பஞ்ச நமஸ்காரத்தை', திருத்தக்கத்தேவர் 'ஐம்பதம்' என்று குறிப்பிடுகின்றார் (கந்தசாமி, சோ.ந. 2003: 158).

நாம் ஏற்கெனவே கூறியதைப்போல தொடக்கத்தில் சமணத்துறவியரைக் குறித்து நின்ற இச்சொற்கள் பின்பு அதன்

சமயக்கடவுளருக்கு உரியதாக வழங்கப்பட்டதற்கான சில சான்றுகளை இங்கே காணலாம்.

- *கழுகுமலையிலுள்ள சமணக்கடவுள், திருநேச்சரத்துத் திருமலைப்பட்டாரகர் என அழைக்கப்படுகிறது.*
- *மதுரை ஐவர்மலைக் கல்வெட்டானது, சாந்தி வீரக்குரவர் எனும் துறவி பார்சுவ படாரருக்குச் சிலை அமைத்ததைக் காட்டுகிறது.*
- *சிதரால் குடைவரைக்கோயில் கல்வெட்டில், குணந்தாங்கிக்குரத்தி எனும் பெண்துறவி திருச்சாரணத்துமலையில் உள்ள பத்மாவதி பட்டாரியாருக்குப் பொன்னால் செய்யப்பட்ட பூவை அளித்தார் எனும் செய்தி பதிவுசெய்யப்பட்டுள்ளது (ஏகாம்பரநாதன், ஏ. 2012: 23-24).*
- *24 தீர்த்தங்கரர்களில் சீதளநாதரை ஸித்திபட்டாரகர் என்றும், அநந்தநாதரை அநந்தஜிதபட்டாரகர் என்றும், குந்துநாதரை குந்துபட்டாரகர் என்றும், நமிநாதரை நமிபட்டாரகர் என்றும் அழைத்துள்ளனர் என்பதை சரஸ்வதி மஹால் நூலகத்தின் ஜைன சமஸ்கிருதச் சுவடிகளின் விவரப்பட்டியல் நூல் (1997: 2) எடுத்துக்காட்டுகிறது.*

தமிழ்நூல்களையும் கல்வெட்டு ஆவணங்களையும் இணைத்துப் பார்க்கும்போது பட்டாரகர், படாரி போன்ற சொற்களைக் கொண்டு துறவியரையே பெருவழக்காக அழைத்துள்ளனர் என்பதையும் கடவுளரை இவ்வாறு அழைப்பது சிறுபான்மை வழக்கென்பதையும் அறியலாம். இதன்வழியாக சமண சமயத் துறவியருக்கும் கடவுளர்க்கும் உரிய பொதுச்சொற்களாகப் படாரர், படாரி போன்றவை இருந்தது உறுதியாகின்றது. மேலும், தற்காலத்திலும் பட்டாரகர் எனும் பெயரை சமணமடத் துறவிகளும் சமண இல்லறத்தாரும் பின்னொட்டாக இட்டுக் கொள்கின்றனர் எனும் நடைமுறை வழக்கமும் இதுபற்றிய நமது வாதத்திற்கு வலுசேர்க்கின்றது.[5] ஆகவே இப்பெயரிடும் மரபானது ஏறத்தாழ கி.பி.7ஆம் நூற்றாண்டு தொடங்கி இன்றுவரை சமண சமயத்துடனே மிகுதியும் தொடர்புடையதாக இருக்கிறது என்று அறுதியிட்டுக் கூறலாம்.

4

பிடாரியும் தோழமைகளும்

நாட்டார் சமய மரபில் சில தெய்வங்கள் பிறிதொரு தெய்வத்துடனோ தெய்வகணங்களுடனோ ஏதேனும் ஒருவகையில் தொடர்பு பெற்றிருக்கின்றன என்பதை அறிவோம். அதேபோன்று பிடாரியும் குறிப்பிடத்தக்க சில தெய்வங்களின் தொன்மம், சடங்கு போன்றவற்றின் ஊடாகத் தொடர்புகொண்டுள்ளது. இத்தொடர்புநிலை குறித்து ஆராய்வதன்வழியே பிடாரியின் தனித்துவத்தையும் ஒப்புமைக்கூறுகளையும் வரையறுக்கலாம். ஆகவே இனிவரும் பகுதிகள் இவற்றை எடுத்துக்காட்டும்வகையில் பேசுகின்றன.

4.1. பிடாரி யார்?

இறுதியாக நாம்கண்ட சான்றாதாரங்களும் எழுப்பிய வினாக்களும் பிடாரியைத் தனியொரு தெய்வமாக நிறுவுவதற்கு துணைசெய்தாலும், அவைப் பொதுப்படையான அடையாளத்தையே நமக்குக் காட்டுகின்றன. எனவே புதிய ஆதாரங்களை நாடுவது அவசியமாகின்றது. இம்முயற்சிக்கும் அகராதிகளே உதவ இருக்கின்றன.

சதுரகராதி, கழகத் தமிழ் அகராதி - காளி
தமிழ் கல்வெட்டுச் சொல்லகராதி - துர்க்கை

மேற்காணும் நூல்கள் மட்டுமன்றி வேறுபல அகராதிகளும் இந்த காளி, துர்க்கை எனும் இருவேறு தெய்வப் பெயர்களையே பிடாரிக்குப் பொருள் விளக்கமாக குறிப்பிடுகின்றன என்பது கவனத்திற்குரியதாகும். இதுவொருபுறமிருக்க அகராதிகளிலிருந்து சற்று மாறான கோணத்தை அறிஞர்கள் சிலர் முன்வைத்துள்ளனர். அதாவது அகராதிகள் கூறுவதைப் போலல்லாமல், காளியையும் துர்க்கையையும் பிடாரியிலிருந்து வேறுபட்ட வழிபாட்டு மரபுகளாக அவர்கள் ஒப்பிட்டுக் காட்டுகின்றனர். இதற்குரிய கருத்துகளை இவ்விடத்தில் எடுத்துக்காட்டுவது பயன்தருவதாகும். தென்னாட்டுப் பிடாரி என்ற பட்டாரிக்கு இணையாக வடநாட்டில் துர்க்கை, காளி என்ற பெயர்களையுடைய பெண்தெய்வ வழிபாடு

சிறப்புற்று விளங்கியது என எஸ்.ஆர்.பாலசுப்பிரமணியன் (1966: 75) கூறுகிறார். இதேபோல் தஞ்சைப் பெருவுடையார் கோயில் கல்வெட்டொன்றை மேற்கோள் காட்டும் பி.எல்.சாமி (2011: 9) காடுகாளும், துர்க்கையும், பிடாரியும் வேறுவேறு தாய்த்தெய்வங்களாகத் தொழப்பட்டன என்று விளக்கியுள்ளார்.

மேலோட்டமாகப் பார்க்கும்போது அகராதிகள் கூறுவதற்கும் அறிஞர்கள் கூறுவதற்கும் இடையே பெரும் முரண்பாடு இருப்பதுபோல் தோன்றக்கூடும். ஆனால் இவற்றை உற்றுநோக்கினால் காளி, துர்க்கை ஆகிய இரண்டு தெய்வங்களுடன் மட்டுமே பிடாரி இணையாக வைத்துப் பார்க்கப்பட்டுள்ளாள் என்பது புலனாகும். ஆகவே இவ்விரண்டுள் ஏதோவொரு தெய்வம்தான் பிடாரியாக இருக்கமுடியும் என்பது உறுதியாகின்றது. அவ்வகையில் பிடாரி யார் என்று நாம் எழுப்பிய வினாவிற்கான விடை, 'காளிதான் பிடாரி' என்பதாகும். இந்த முடிபினை வலுப்படுத்துகின்ற வரலாற்றாய்வாளர்கள் சிலரின் விளக்கங்களைக் கீழே காணவுள்ளோம்.

தமிழகத்தில் பரவலாக வழிபடப்படும் காவல்தெய்வம் பிடாரி. இது காளியின் இன்னொரு பெயராகும் (பெருமாள், அ.கா. 2005: 164). 'பிடாரி' என்றும், 'பட்டாரகி' என்றும், 'அறுவர்க்கிளைய 'நங்கை' என்றும், 'சாமுண்டா' என்றும், 'கைத்தலப்பூசல் நங்கை' என்றும் பலவாறு வழங்கப்படும் காளி ஒரு உக்கிர தேவதையாவாள். இந்தக் காளியே மாரியம்மனாகவும், எல்லையம்மனாகவும், அங்காளம்மனாகவும், இளங்காளியம்மனாகவும், முத்தாலம்மனாகவும் பல்வேறு திரிபுவடிவங்களில் தொழப்படுகிறாள் (கிருஷ்ணமூர்த்தி, ச. 2000: 186). பொதுவாக எல்லா ஊர்களிலும் காளி கோயிலாக அல்லது பிடாரி கோயிலாக தேவியின் திருமுற்றங்கள் இருக்கின்றன. இங்கு இடம்பெற்றிருக்கும் திருவுருவங்கள் நான்கு அல்லது எட்டுக்கரங்களோடு காணப்பெறும் (குடவாயில் பாலசுப்ரமணியன் 1997: 23-24). சக்தியின் கூறுகளில் ஒன்றாகிய காளி, பிடாரி எனும் பெயருடன் மக்களால் அழைக்கப்பட்டு வருகின்றது. நாட்டார் வழக்காறுகளில் பிற தெய்வங்களை விட பிடாரி பற்றியே அதிகமான பழமொழிகள் எழுந்திருக்கின்றன (சீனிவாசன், இரா. 1975: 352). மற்ற விளக்கங்களோடு ஒப்பிட்டு நோக்குகையில் மேற்காணும் இந்நால்வரின் கருத்துகளே மிகப்பொருத்தமானவையாகத் தோன்றுகின்றன. அதேவேளையில் இவர்களின் முடிவுகள்

எவையும் உரிய சான்றுகளுடன் எடுத்துக்காட்டப்படவில்லை. ஆகவே, இந்த இடைவெளியை நீக்கும்வகையில் தக்க சான்றுகள் காட்டி இம்முடிவை நிறுவ இருக்கிறோம்.

இந்த முயற்சியின் தொடக்கமாக நாம் மீண்டும் சிலப்பதிகார காலத்துக்குத் திரும்ப வேண்டியுள்ளது. முன்பே கண்டவாறு கண்ணகியை வாயிற்காவலன் வருணிக்கின்ற பகுதியில்தான் இதற்கான விடை அடங்கியிருக்கின்றது. 'மகிடாசுரனின் தலைமேல் நின்ற துர்க்கை; சப்தகன்னியரில் ஏழாவது இளையாளாகிய காளி; சிவனுடன் போட்டியிட்டு நடனமாடச் செய்த காளி; கானமர் செல்வியான காளி; தாருகாசுரனை வதைத்த காளி' *(34-40)*. இந்த விவரணையில் துர்க்கையையும் காளியையும் தவிர, வேறு பெண்தெய்வங்களுக்கு இளங்கோவடிகள் இடமளிக்கவில்லை. அடுத்தபடியாக, துர்க்கையை ஒரு முறையும், காளியை நான்கு முறையும் கண்ணகியுடன் அவர் ஒப்பிட்டுக் காட்டியுள்ளார். இதிலிருந்து காளிக்கு அவர் கொடுத்துள்ள முக்கியத்துவத்தை அறியலாம்.

இந்த விளக்கங்கள் ஒருபுறமிருப்பினும் 'அறுவர்க்கிளைய நங்கை' எனும் தொடரில் எந்தப் பெயரையும் இளங்கோவடிகள் குறிப்பிடவில்லை என்று முன்பே கூறியுள்ளோம். பின்னர் எவ்வாறு அந்த ஏழாவது நங்கை காளிதான் என்ற முடிவுக்கு நம்மால் வரமுடிந்தது எனும் வினா தோன்றுவது நியாயமானதே ஆகும். அதேபோன்று, சப்தமாதர் அல்லது சப்தகன்னியர் எனும் தெய்வகணத்தினுள் இடம்பெறுகின்ற கடவுளரின் பெயர்களும், அவற்றின் வரிசைமுறையும் எந்தவொரு நூலிலும் ஒரேமாதிரியாக இல்லை எனும் நடைமுறை உண்மையும் இந்த வினாவை வலுப்படுத்துகின்றது. இதற்குரிய பதில் கீழே உள்ளது.

சப்தமாதர்கள் குறித்த குழப்பமான பட்டியல்களினூடே இரண்டு வேறுபட்ட பெயர்கள் நமது கவனத்தை ஈர்க்கின்றன.

> ...சப்தமாதர்களில் முதல் ஆறு பேர்களுக்கும் இளையவளான ஒருத்தியையும் (இளங்கோ) குறிப்பிடுகிறார். நிச்சயமாக அவள் 'சாமுண்டி' தான். அவள்தான் சப்தமாதர்களில் ஏழாவதாக வருபவள். கீழ்க்கண்ட வடமொழி சுலோகம் சப்தமாதர்களைப் பட்டியலிட்டுக் காட்டுகின்றது.
>
> பிராமி மகேஸ்வரி கைவ கௌமாரி வைஷ்ணவி ததா
> மகேந்தரி கைவ வாராஹி சாமுண்டி சப்த மாதரஹ
> *(அருணாசலம், மு. 2014: 88, 91)*

மேலே காண்பதற்குச் சற்றுமாறுபட்ட நிலையில் சப்தமாதர்களின் கணத்தை திவாகர நிகண்டு,

பிரமாணி, இந்திராணி, வைணவி, வராஹி
கௌமாரி, மயேசுவரி, மாகாளி எழுவர் (12: 112)

எனும் முறையில் வரிசைப்படுத்தியுள்ளது.

இங்கே கண்ட இருவேறு பட்டியல்களிலும் உள்ள பெயர்களின் வைப்புமுறை மாறியுள்ளது புலனாகின்றது. ஆனால் இரண்டிலும் ஏழாவதாகக் காணப்படும் சாமுண்டி, மாகாளி எனும் பெயர்கள் வெவ்வேறாகத் தோன்றினாலும், அவை இரண்டும் காளியையே கூறுகின்றன என்பதே உண்மையாகும். ஏனென்றால் *தேவி மகாத்மியம்* (1967: 42) சண்டன், முண்டன் எனும் அரக்கர்களை அழித்ததனால் காளிக்கு உண்டான சிறப்புப் பெயரே 'சாமுண்டி' என்பதைப் பதிவு செய்துள்ளது. அதேபோன்று வடகேரளத்தில் 'சாமுண்டி தெய்யாட்டு' என்ற ஒரு சடங்கு இருக்கின்றது என்பதையும் இது காளி வழிபாட்டோடு தொடர்புடையது என்பதையும் இரா.சீனிவாசன் (1975: 173) விளக்கியுள்ளார். இவற்றின்வழியாக ஏழாவது இளையாள் காளிதான் என்பது பெறப்படுகிறது. அத்துடன் எந்த நூலும் சப்தமாதர் வரிசையில் துர்க்கையைக் குறிப்பிடவில்லை எனும்போது இளங்கோவடிகள் 'அறுவர்க்கு இளைய நங்கை' என்று காளியைத்தான் குறிப்பிட்டுள்ளார் என உறுதியாகக் கூறமுடியும். மு. சண்முகம்பிள்ளை (1982: 262) அவர்களும், சப்தமாதாக்களுள் ஏழாவதாக வைத்து எண்ணப்படும் இளையாள் காளிதான் என்று கூறுவது நமது கருத்துக்கு அரண் செய்வதாக அமைகின்றது.

சிலம்பைப் போலவே அருணகிரிநாதரின் திருப்புகழும் நாம் கண்ட விடையை மெய்ப்பிக்கின்றது. இதிலுள்ள,

விடாது நடம் நாளும் பிடாரி உடன் ஆடும்
வியாகரண ஈசன் பெருவாழ்வே (82)

எனும் அடிகள் சிலப்பதிகாரத்தின் 'இறைவனை ஆடல் கண்டருளிய அணங்கு' எனும் தொடருடன் ஒத்துச்செல்வதைக் காணலாம். மேலும் மற்றொரு இடத்தில், 'மாது சர்வேஸ்வரி வஞ்சி காளிபிடாரி விபஞ்சி' (1167) என்று குறிப்பிடுவதன் மூலம் அருணகிரிநாதர் காளிதான் 'பிடாரி' என்பதை மீண்டும் தெளிவாக எடுத்துக்காட்டியிருக்கிறார். இத்துடன் புலவரான கம்பர் பற்றிய கதையிலும் இதற்கான தடயம் உள்ளது. அதாவது, கம்பநாடர் உவச்சர் குலத்தில் பிறந்ததாகக் கதைகள் கூறுகின்றன. இந்த

உவச்சர் சாதியினர் பிடாரி வழிபாட்டினர் என்றும் காளிகோயில் பூசாரி என்றும் அவை குறித்துள்ளன. இதிலிருந்தும் காளி, பிடாரி ஆகியோர் ஒரே தெய்வமே என்று கூறலாம்.

மேற்கண்டவற்றைப் போன்றே சில பிற்காலத்து நூல்கள் தருகின்ற குறிப்புகளும் மிக முக்கியமானவையாக உள்ளன. சான்றாகக் கபிலர் அகவலிலுள்ள,

காவிரிப்பூம்பட்டினத்திற் கள்விலைஞர் சேரியில்
சான்றா ரகத்தினில் உறுவை வளர்ந்தனள் (110-111)

எனும் பாடலடிகள் இங்கே சுட்டிக்காட்டத் தக்கவையாகும். இதில் அடங்கியுள்ள செய்தியினை வலங்கைச் சரித்திரமும் கீழ்வருமாறு விளக்குகின்றது.

உறுவை யென்கிற பெண்ணைச் சாணா ரெடுத்து வளர்த்தார்கள். இந்த உறுவைதான் பிடாரி.
சாணார் .....(தாழ்த்தப்பட்ட) சாதியானபடியினாலே சாணார் வீட்டிலே வளர்க்கப்பட்ட பிடாரிக்கு விசேஷமாக கள்ளுஞ் சாராய மிகுத்தமாகப் படைக்கிறது (1995: 34).

மேலேயுள்ள தரவுகள் சாணார் வீட்டில் உறுவை என்கிற பிடாரி வளர்ந்தாள் என்று காட்டுகின்றன. ஆனால் சாணார் (நாடார் பிரிவு) சாதியினரின் தனிப்பெரும் தெய்வமாக விளங்குபவள், (பத்திர) காளியே என்பது நாம் நன்கறிந்த ஒன்றாகும். ஆகவே இந்நூல்கள் காளியையே உறுவை அல்லது பிடாரி எனக் குறிப்பிடுகின்றன என்பது தெளிவாகின்றது. இதன்வழியும் காளியே பிடாரி ஆவாள் என்பதை உறுதிசெய்யலாம்.

இலக்கியச் சான்றுகள் மட்டுமின்றி கல்வெட்டுச் சான்றுகளும் நமது கருத்தை வழிமொழிகின்றன. குளித்தலைக்கு அருகே உள்ள நங்கவரம் எனும் கிராமத்தில் பிடாரி சாத்தாயி அம்மன் கோயில் உள்ளது. வரலாற்றுப் பழமை கொண்ட இக்கோயிலோடு தொடர்புடைய கல்வெட்டு ஒன்று, தனித்துவமான தரவினைத் தருகின்றது. முதற்பராந்தகனுக்கு உரியதான இந்தக் கல்வெட்டில், 'பிடாரியார் சாத்தனூர் நங்கை கோயில்' என்று இது வழங்கப்படுகின்றது. மேலும் 'காளி கணத்தார்' எனும் தனிப்பட்ட நிர்வாகக் குழுவினரால் இக்கோயில் பராமரிக்கப்பட்டு வந்தது பற்றிய செய்தியையும் இக்கல்வெட்டு கொண்டிருக்கிறது (பாலசுப்பிரமணியம், எஸ்.ஆர். 1966: 258). இதிலிருந்து முதற்பராந்தகன் காலத்தில் பிடாரிதெய்வம் காளி என்று

கருதப்பட்டதாலேயே பிடாரி கோயிலை நிர்வகிக்கும் குழுவினர் 'காளி கணத்தார்' என அழைக்கப்பட்டனர் என்பதை அறிந்துகொள்ளலாம்.

சு.கிருஷ்ணமூர்த்தி அவர்கள் கல்வெட்டுச் சான்றாதாரங்களைக் கொண்டு கூறும் விளக்கமும் காளி வழிபாடே பிடாரி வழிபாடு என்பதை வலியுறுத்துகின்றது.

> பல்லவரின் கீழ் இருந்த முத்தரையரும் பிற்கால சோழ மரபினரும் காளி வழிபாட்டுக்கு முதன்மை தந்துள்ளனர். சுவரன்மாறன் என்ற பெரும்பிடுகு முத்தரையன் தஞ்சை அருகே தற்போது நேமம் என்று வழங்கப்படும் நியமத்தில் காளிக்குக் கோயில் கட்டியுள்ளான். நேமத்து மாகாளத்துப் பிடாரி என்று இவ்வம்மனின் பெயரையும் சுவரன்மாறன் பொறித்து வைத்துள்ளான். மூன்றாம் நந்திவர்மனும், இரண்டாம் வரகுணனும் இந்தக் காளியை வழிபட்டுள்ளனர். (2000: 187)

இலக்கியம், கல்வெட்டு போன்ற எழுத்துச் சான்றுகள் மட்டுமல்லாது நாட்டார் வழக்காறுகளும் இதுதொடர்பான நமது விவாதத்திற்கு வலுசேர்க்கின்றன. முதலில் பழமொழிகளை நோக்குவோம்.

> 'ஐயனார் கோயில் செங்கல் அத்தனையும் தெய்வம்'
> 'ஒரு கூடைச் செங்கல்லும் பிடாரியாய் இருக்கிறது'
> 'ஐயனார் கோயில் மண்ணை மிதித்தவர் அத்தனை பேரும் பத்ரகாளி'

மேற்காணும் பழமொழிகள் ஒன்றோடொன்று தொடர்பு கொண்டவை என்பது கண்டவுடனே புலனாகும். இவை கூறுகின்றபடி ஐயனார் கோவிலோடு தொடர்புடைய பெண்தெய்வம் காளியே ஆவாள். அவளையே இரண்டாவது பழமொழி பிடாரி எனக் காட்டுகிறது. இவற்றின் மேலதிகப்பொருள் பற்றிப் பிந்தைய பகுதிகளில் விரிவாக விவாதிக்க உள்ளோம் என்பதால் அடுத்த தரவிற்குள் செல்லலாம்.

அப்துல் ரஹிமான் என்பவர் இயற்றிய 'அற்புத நூதன பறையன் பாட்டு' என்ற பனுவலில்[1] இடம்பெற்றுள்ள,

> காளிக்கும் பறையனுக்கும் கங்கணங்கள் கட்டுவதேன்
> காளிமாயெங்கள்குலம் காணலையாஒருவருமே
> ஆருரில் ஆனையேறி பெரும்பறையன் வந்தவிதம்
> அறுசமயசாஸ்திரங்க ளறிந்தவரு மறிவீர்கள் (53-56)

எனும் பாடலடிகள் பறையர் காப்பு (கங்கணம்) கட்டுவது, காளி என்கிற பிடாரிக்குத்தான் என்ற உண்மையை வெளிக்காட்டுகின்றன. இப்பாடல் கூறும் செய்தியை சின்னமனூர் பிடாரி கோயில் சடங்கு தொடர்பான ஒரு அகச்சான்றிலிருந்தும் உறுதிசெய்யலாம். அதாவது, பிடாரி கோயிலுக்குக் காப்புக் கட்டும் உரிமை பறையர் சமூகத்தைச் சார்ந்த ஒரு குறிப்பிட்ட குடும்பத்தினருக்கே உரியது. இதற்குக்காரணம், இவர்களின் பூர்வீக வாழிடமான புங்கம்பாடியில் (கரூர் மாவட்டம்) இருக்கும் 'கரியகாளி' எனும் குலதெய்வத்தை வழிபடும் மரபினர் என்பதாலேயேயாகும். இக்காளியை வழிபடும் பங்காளிகளுக்கு மட்டுமே இக்காப்புக்கட்டும் உரிமை மாற்றத்தக்கது. பிற பறையர்கள் உறவினர்களாக இருந்தாலும் இச்சடங்கை மேற்கொள்ள முடியாது.

திருச்சி வட்டாரத்தைச் சார்ந்த குழுமாயி அம்மன், குழுந்தலாயியம்மன், உக்கிரகாளியம்மன், கொண்ணாச்சியம்மன் போன்ற பெண்தெய்வங்களுக்கான விழாவைப் 'பொடாரி (பிடாரி) திருவிழா' என்றே மக்கள் அழைக்கின்றனர். இவ்விழாக்களில் ஊர்வலமாக அழைத்துச் செல்லப்படும் உற்சவத் திருவுருவங்கள் 'ஓலைப்பிடாரி' எனப்படுகின்றன. பல்வேறு பெயர்களுடைய அம்மன்களான இந்த ஓலைப்பிடாரிகள் சப்பரங்களின் மூலம் ஊரைச் சுற்றி வரும் சடங்குக்குப் பெயர் 'காளியோட்டம்' அல்லது 'காளியாவட்டம்' என்பதாகும். இதிலிருந்தும் பிடாரிக்கு இணையான பெயரே காளி என்பது புலப்படும். இதனையொத்த பண்பாட்டு வடிவமொன்று கேரளத்திலும் இருக்கின்றது. இம்மாநிலத்தின் விஷாரிகாவிலுள்ள இளைய பகவதியின் உருவம் காளியை ஒத்திருப்பதாகவும், இந்தப் பகவதிக்கு நடக்கும் பரணி உற்சவம் 'காளியாட்டம்' என்று அழைக்கப்படுவதையும் பி.எல். சாமி *(2011: 52)* விளக்கியுள்ளார். இவ்விரு மாநிலங்களில் நிகழும் சடங்கின் கூறுகளும் வியக்கத்தக்க வகையில் ஒற்றுமை கொண்டிருப்பது மேலும் ஆராய்ச்சியைத் தூண்டுவதாக உள்ளது.

திருவானைக்காவலின் எல்லையம்மனாகக் கருதப்படும் பிடாரி இரணியம்மன் கோவிலில் நடக்கும் சடங்கு மேலேகாணும் காளியாவட்டம் என்ற வடிவத்திலிருந்து சற்று வேறுபட்டு அமைகின்றது. இந்த கோயில் அதே ஊரிலுள்ள பாடல்பெற்ற தலமான ஜம்புகேஸ்வரர் - அகிலாண்டேஸ்வரி கோயிலோடு சடங்கியல்ரீதியாக தொடர்புகொண்டதாகும். காவல் தெய்வமான இரணியம்மனுக்கு காளி கோயில், பிடாரி கோயில் என்ற இரண்டு

கோயில்கள் உள்ளன. இவ்வாறு ஒரே தெய்வத்திற்கு இருவேறு கோயில்கள் இருப்பதென்பது அரிதானதும் கவனத்திற்குரியதுமாகும். இங்கு மாசிமாதம் நடைபெறுகின்ற காப்புக்கட்டும் விழாவில் ஆண்பூசாரி ஒருவர் காளிவேடமிட்டு ஆடி வருவது முக்கியச் சடங்காக இருக்கிறது. இந்நிகழ்வின் தொடக்கமாகக் காளி கோயிலில் தலைமைப்பூசாரிக்குக் காளிவேடம் ஒப்பனை செய்யப்படுகிறது. பின்னர் இந்த அம்மன் வேடதாரி ஊர்வலமாக வந்து எல்லைச்சட்டி உடைத்த பின்பு அவரின் காளி வேடத்தைப் பிடாரி கோயிலில்தான் களைய வேண்டும் என்பது கட்டாயமானதாகும். அதன்பிறகே இச்சடங்கு நிறைவுபெற்றதாகக் கருதப்படும் (இராசு, இரா. 2002: 103-106). இங்கு காணும் இக்குறிப்பிட்ட சடங்கு பற்றிய விவரிப்பு, காளியும் பிடாரியும் ஒரே தெய்வத்தின் இரண்டு வேறுபட்ட வடிவங்களே என்பதைத் தெளிவாக்குகின்றது.

ஆய்வாளர் களஆய்வு மூலமாகக் கண்ட கோயில்களில் உள்ள பிடாரியின் சிற்பங்களும் காளியையே ஒத்திருக்கின்றன. பிற்காலத்தில் செய்யப்பட்ட சுதைமண் சிலைகளே பல கோயில்களில் இன்று வழிபாட்டில் இருந்தாலும், ஒருசில இடங்களில் பழமையான கற்சிலைகளும் கருவறையின் உள்ளே வைக்கப்பட்டுள்ளன. இவை காளியின் சிற்ப அமைதியை கொண்டுள்ளன. அதிலும் நாம் இவ்வாய்வின் தொடக்கத்தில் விவரித்த சின்னமனூரில் உள்ள பிடாரியம்மனின் சிலை காளியின் சிற்பமாகவே கொள்ளத்தக்கதாகும். இதேபோல் திருச்சி சுற்றுவட்டாரப் பகுதிகளில் காணப்படும் ஓலைப்பிடாரிகளின் உருவ அமைப்பும் ஒன்றேபோல் இருந்து காளியின் வடிவத்தையே பிரதிபலிக்கின்றன. ஆகவே, பிடாரி வழிபாட்டில் உள்ள தெய்வ உருவங்களும் 'காளியே பிடாரி' என்று வரையறுக்கத் துணைநிற்கின்றன எனலாம்.

இவ்வாறாக இலக்கியம், கல்வெட்டு, நாட்டார் வழக்காறு என அனைத்தும் 'பிடாரி என்பவள் காளிதான்' என்று உறுதிபட உரைக்கின்றன. இருந்தபோதிலும் நாம் கண்டறிந்த இந்த விடையையே தலைகீழாக மாற்றி ஒரு முக்கிய வினாவை எழுப்ப வேண்டியுள்ளது. 'காளி ஏன் பிடாரியாகக் கருதப்படுகிறாள்?'. இதற்கு உரிய இடத்தில் விடையளிக்க இருக்கிறோம். அதற்கு முன்பாக, பிடாரிக்கும் சில தெய்வகணங்களுக்கும் இடையே உள்ள தொடர்புகளை அறிய வேண்டியது அவசியம்.

4.2. பிடாரியும் பிற தெய்வகணங்களும்

பிடாரி எனும் பெயர் பெண்தெய்வங்களின் பொதுஅடையாளமாக இருந்ததை முந்தைய பகுதிகளில் கண்டோம். ஆனால், சில குறிப்பிட்ட தெய்வங்களோடு பிடாரிக்கு உள்ள உறவு தனித்துவமிக்கதும் வரலாற்றுப்பூர்வமானதும் ஆகும். அவ்வாறான தெய்வங்கள் பற்றி இப்பகுதியில் காண்போம்.

4.2.1. அடங்காப்பிடாரி: காளியும் துர்க்கையும்

காளிதான் பிடாரி என்று நிறுவியிருக்கின்றோம். அவ்வாறென்றால் 'அடங்காப்பிடாரி'யையும் காளியாகவே கருதவேண்டும் என எண்ணலாம். ஆனால், இந்தப் பெயரும் மாறுபட்ட கருத்துகளுக்கும் வரலாற்றுத் தேடலுக்கும் இடமளிப்பதாகவே இருக்கின்றது. இன்னும் சொல்லப்போனால் பிடாரியைப் போன்று, அடங்காப்பிடாரியை அவ்வளவு எளிதாக வரையறுக்க இயலாது என்றே தோன்றுகிறது. இதற்கான நமது முயற்சியில் முதலாவதாகப் பிடாரியும் அடங்காப்பிடாரியும் ஒன்றெனக் கருதும் பார்வைகளைத் தொகுத்துக் காண்போம்.

தமிழ்ச்சமூகத்தில் யாருக்கும் அடங்காத பெண்ணைக் குறிப்பிடும்பொழுது, 'அவ சரியான அடங்காப்பிடாரி' என்று திட்டுவதைக் காண்கிறோம். இதுகுறித்த சில பழமொழிகள் வருமாறு:

'கட்டுக்கடங்காப் பிடாரி'
'அண்டாத பிடாரி ஆருக்கு அடங்குவாள்?'
'அடங்காப்பிடாரியை பெண்டு வைத்துக் கொண்டதுபோல்'
'அடங்காப்பிடாரியைக் கொண்டவனும் கெட்டான்
அறுகங்காட்டை உழுதவனுங் கெட்டான்'

மேற்காண்பவற்றில் முதலிரண்டு பழமொழிகளும் பொதுவான நிலையில் ஒரு பெண்ணை அடையாளம் காட்டுகின்றன. பின்னிரண்டும் திருமணமான பெண்ணைக் குறிப்பிடுகின்றன. மொத்தத்தில் இவை அனைத்தும் 'பிடாரி போன்ற மானிடப் பெண்ணைப்' பேசுகின்றன. இவற்றை அடியொற்றியே *பழமொழி விளக்கம்* எனும் தண்டலையார் சதகத்தின் கருத்துவெளிப்பாடும் அமைந்துள்ளது. இந்த நூலிலுள்ள,

அடுத்தமனை தொறும்புகுவாள்! கணவன் உணும்
முனம் உண்பாள்! அடக்கம் இல்லாள்!

கடுத்தமொழி பேசிடுவாள்! சிறுதனம்
தேடுவாள்! இவளைக் கலந்து வாழ்தல்
எடுத்த விடைக் கொடியாரே! தண்டலையாரே!
எவர்க்கும் இன்பம் ஆமோ?
குடித்தனமே கெடவேண்டிப் பிடாரிதனைப்
பெண்டு வைத்துக்கொண்ட தாமே (95)

எனும் பாடல் கணவனுக்கு அடங்கி நடக்காத, எவ்வித நல்ல இயல்பும் இல்லாத ஒரு மானிடப் பெண்ணை பிடாரியோடு ஒப்பிட்டுக் கண்டனம் செய்கின்றது. அவ்வகையில் ஆணின் மேலாதிக்கத்துக்கு உட்படாத, குடும்ப அமைப்புக்குப் பொருந்தாத 'வகைமாதிரிப் பெண்கள்' பிடாரிக்கு இணையானவர்கள் என்பதாகிறது.

பிடாரி தெய்வம் குறித்த சமூகநோக்குநிலை பற்றிக் கூறவந்த வல்லிபுரம் மகேஸ்வரன் நாம் விளக்கியுள்ள கருத்துக்கு அரண்சேர்க்கின்றார்.

'அடங்காப்பிடாரி' என்ற சொலவடை தமிழகத்துக் கிராமங்களில் வழங்கி வருகின்றது. எவர்க்கும் அடங்காத, மூர்க்கங்கொண்ட, இயல்புநிலை பிறழ்ந்த பெண்ணையே அவ்வாறு கூறுவர். இந்தச் சொலவடைப் பிடாரி தெய்வம் பற்றிய கருத்துநிலையில் இருந்து தோன்றியதாகலாம்.[2] *(2008: 280)*

இவை ஒருபுறமிருக்க 'அடங்காப்பிடாரி' என்னும் சொல்லுக்குத் தனித்த அடையாளப் பெயருண்டு என்பதைப் பலரும் கவனிப்பதில்லை. இதுபற்றிய தேடலுக்கு வாய்மொழி வழக்காறே நமக்கு வழிகாட்டுகின்றது. இதற்கான சில சான்றுகளை இங்கே காணலாம்.

'அவன் பெரிய சண்டியர்[3] மாதிரித் திரியறான்' - அடங்காத முரட்டுத்தன்மை
'உனக்கு என்ன சண்டிவீரன்னு நினைப்பா' - அடக்க இயலாத வீரம்
'அவ சரியான சண்டிமாடு' - அடங்காத பெண்
'சண்டிராணி போல திமிர்பண்ணுறா' - பணிவற்ற பெண்
'அது ஒரு சண்டிக்குதிரை' - கீழ்ப்படியாத குதிரை
'சண்டித்தனம் பண்ணாம ஒழுங்கா இரு' - அடக்கமற்ற செயல்

இங்கு எடுத்துக்காட்டப்பட்ட வாக்கியங்களின் பொதுப்பண்பு, 'சண்டி' எனும் சொல் இடம்பெற்றுள்ளதாகும். நாம் இயல்பாகப்

பேச்சுவழக்கில் பயன்படுத்தும் இப்பெயர்ச்சொல் தமிழ்மொழிக்குரியதன்று; வடமொழியைச் சார்ந்தது. மேலேகண்ட தொடர்கள் தருகின்ற பொருண்மைப்படி சண்டி என்பது எதிர்மறையான செயலைச் செய்யும், பண்படாத நடத்தையைக் குறிக்கும் ஒப்பீட்டுச்சொல்லாக பயன்படுத்தப்பட்டிருப்பது புரியவரும். இதையே அகராதிகள் தரும் விளக்கங்களிலும் காண்கிறோம்.[4] இப்படியான அடங்காத தன்மையின் குறியீடாக அமையும் சண்டி எனும் சொல் ஒரு தாய்த்தெய்வத்தின் பெயர் என்பது உற்றுநோக்கத்தக்கது. அந்தவகையில் அடங்காப்பிடாரி யார் என்ற கேள்விக்கு ‘சண்டி’ என்பதே நாம் தரும் விடையாகும்.

சண்டி போர்த்தெய்வங்களில் ஒன்றாக இருக்கின்றாள். தனித்துவமான இச்சண்டி வழிபாடு வங்காளத்திலிருந்து ஒரிசா உள்ளிட்ட பிற பகுதிகளுக்குப் பரவியிருக்கின்றது. அத்துடன் வங்காள நாட்டார்தெய்வங்களின் மீதும் சண்டியினுடைய பாதிப்பானது பெருமளவில் உள்ளது. இந்த வட்டாரத்தின் நாட்டார் பாடல்களில் சண்டியின் உருவமும் கோரமும் ஆக்ரோசமாக வருணிக்கப்பட்டுள்ளன. கி.பி.14 முதல் 18ஆம் நூற்றாண்டு வரையிலான காலப்பகுதியில் சண்டி தெய்வம் வங்காளத்தில் பிரபலமாகிவிட்டது என்கிறார் சிமின்து மன்னா. இவள் கானகசண்டி, பகன் சண்டி, ராணா சண்டி, ராதா சண்டி, ஜெயசண்டி, மங்கலசண்டி, தபா சண்டி போன்ற பல்வேறு பெயர்களிலும் வடிவங்களிலும் வழிபடப்படுகின்றாள் (பெருமாள், அ.கா. 2005: 29). இவ்வாறு வங்கத்துப்பகுதியில் தோன்றிப் பரவிய சண்டி வழிபாடு எக்காலகட்டத்தில் தமிழகத்துக்குள் வந்து கலந்தது என்பதை அறியமுடியவில்லை. ஆனால் கொற்றவை, காளி, துர்க்கை போன்ற போர்த்தெய்வங்கள் நெடுங்காலமாக தமிழகத்தில் செல்வாக்குப் பெற்றிருந்ததால் இவ்வழிபாட்டு மரபு மிகஇயல்பாக இணைந்திருக்கும் என்பதில் ஐயமிருக்க முடியாது.

சண்டி உக்கிரமான பெண்தெய்வம் மட்டுமல்ல, தாந்திரீக நெறியில் வழிபடப்படும் தெய்வமும் ஆவாள். ‘ஓ தேவியே, ‘ஐந்து’ (மது, மாமிசம், மீன், தானியம், மைதுனம்) இல்லாமல் சண்டி மந்திரத்தை எவ்வாறு ஒப்பிக்க முடியும்?’ என்றொரு தந்திர நூல் கூறுகின்றது. இதுமட்டுமன்றி பௌத்த தாந்திரீகத்திலும் சண்டி ஒரு முக்கியமான இடத்தைப் பெற்றுள்ள தெய்வமாக இருக்கிறாள் (தேவிபிரசாத் சட்டோபாத்யாய 2010: 399,422). சமகாலத்தில் சண்டி வழிபாடு அதிகமும் வைதீகச் சடங்குகளோடு

மட்டுமே பிணைக்கப்பட்டிருக்கிறது. எடுத்துக்காட்டாக தமிழகத்தின் பல்வேறு இடங்களில் எதிரிகளிடமிருந்து தங்களைப் பாதுகாத்துக் கொள்வதன் பொருட்டு 'சண்டி ஓமம்' எனும் சடங்கு நடத்தப்பெறுவதைப் பார்க்கலாம். இந்த சண்டியின் வழிபாட்டு மரபைப் பற்றித் தெளிவாக அறிய நமக்கு விரிவான ஆய்வுகள் தேவையாக உள்ளன. இதனொருபகுதியாக சண்டி எனும் தெய்வப்பெயர் பெற்றுள்ள அடையாளச்சிக்கலைக் குறித்து இங்கே விவாதிக்க இருக்கிறோம்.

சண்டி எனும் சொல்லுக்கு மேலதிகப் பொருள் காண்பது சற்று பயன்தரும் முயற்சியாகும். இதற்கு சண்டி என்பதோடு சண்டிகை, சாமுண்டி போன்ற பெயர்களும் நெருங்கிய உறவுடையவை; இணையாக வைக்கத்தக்கவை எனும் செய்தியைக் கவனத்திற்கொள்ள வேண்டும். முதலில் நிகண்டுகளை நோக்குவோம்.

(திவாகரம்)	காளி	- சாமுண்டி, சண்டிகை
(பிங்கலம்)	மாகாளி	- சண்டிகை, சாமுண்டி
	துர்க்கை	- சண்டிகை
(சூடாமணி)	காளி	- சண்டிகை, சாமுண்டி
	துர்க்கை	- சண்டிகை

மேலேகாணும் நூல்கள் நிகண்டு வகையுள் காலப்பழமை மிக்கவை ஆகும். ஆனால் இம்மூன்றிலும் 'சண்டி' எனும் தனிப்பெயர் காட்டப்படவில்லை என்பது கவனிக்கத்தக்கது. அதேநேரம் இந்தச் சொல்லுக்குத் தற்காலத்து அகராதிகள் மிகுந்த முக்கியத்துவம் அளித்துள்ளன.

சதுரகராதி	: சாமுண்டி - காளி
தமிழ்ப்பேரகராதி	: சண்டி- துர்க்கை; சண்டிகை - துர்க்கை
வடசொற்றமிழ் அகரவரிசை	: சண்டிகை - காளி, இறைவி
கழகத் தமிழ் அகராதி	: சண்டி - துர்க்கை
இலக்கியச்சொல்லகராதி	: சண்டி - துர்க்கை; சண்டிகை - காளி, துர்க்கை; சாமுண்டி- துர்க்கை, காளி
வரலாற்றுமுறை தமிழ் இலக்கியப்பேரகராதி	: சண்டிகை - துர்க்கை
தமிழ்மொழி அகராதி	: சண்டி - துர்க்கை; சண்டிகை - காளி, துர்க்கை

இவ்வாறு அகராதிகள் தரும் விளக்கம் நிகண்டுகளுக்கு மறுதலையாக உள்ளது. அதாவது, சிறப்புப் பெயர்களை முதலில் வைத்து அவற்றுக்கு இணையான தெய்வப்பெயர்களைப் பொருள் விளக்கமாக இவை காட்டுகின்றன. ஆகவே நிகண்டுகள், அகராதிகள் ஆகிய இரண்டிலும் காணப்படும் விளக்கங்கள் மிகுந்த குழப்பத்தைத் தருகின்றன. இவற்றுள் அகராதிகள் வெளிப்படுத்தும் பொதுப்பண்புகள் இரண்டாகும். அவை:

1. சண்டி, சண்டிகை, சாமுண்டி எனும் தெய்வப்பெயர்களை ஒப்புமைப் படுத்துவது.
2. இவற்றுக்குக் காளி, துர்க்கை என்ற இருவேறு தெய்வங்களை இணையாகக் காட்டுவது.

மேற்காணும் கருத்துக்குழப்பங்கள் நிகண்டுகள், அகராதிகள் ஆகியவற்றோடு மட்டும் நிற்கவில்லை என்பதை இனிவரும் பகுதிகள் உணர்த்தும்.

கச்சியப்பர் இயற்றிய கந்தபுராணத்தின் யுத்தகாண்டத்தில் காளிக்கும் வீரபாகுத் தேவருக்கும் இடையிலான போர் விரிவாகச் சித்திரிக்கப்பட்டுள்ளது. அந்த விவரணைகளினிடையே காளியானவள் சண்டிகை என்றே சுட்டப்படுகின்றாள். இதற்கு,

நஞ்சுத் துண்ணென நண்ணு காளிதன்
நெஞ்சத் தன்னில் நினைத்தனள் மேயினாள் *(6285)*
ஆர்த்திடு சண்டிகை அங்கை தன்னிலோர்
கூர்த்திடும் வாட்படை கொண்டு கொம்மென *(6311)*

எனும் பாடலடிகள் சான்றுகளாகக் கொள்ளத்தக்கன. அபிராமி அந்தாதியின் பாடலொன்று தேவியின் பல்வேறு பெயர்களைக் கீழ்காணும் வகையில் பட்டியலிடுகின்றது.

பயிரவி பஞ்சமி பாசாங்
குசை பஞ்ச பாணிவஞ்சர்
உயிர்அவி உண்ணும் உயர்சண்டி
காளி ஒளிரும்கலா
வயிரவி மண்டலி மாலினி
சூலி வராகி என்றே
செயிர்அவி நான்மறை சேர்திரு
நாமங்கள் செப்புவரே *(69)*

இப்பாடலில் சண்டியும் காளியும் தனித்தனியாகக் காட்டப்பட்டிருப்பது நோக்கத்தகுந்தது. இவ்வாறு

இலக்கியங்களிலும் குறிப்பிட்ட இச்சொற்களின் பொருள் மயங்கி வந்திருப்பதைப் பார்க்கலாம்.

இதற்கடுத்தநிலையில் சண்டி, சண்டிகை, சாமுண்டி எனும் சொற்களுக்கான பொருளை வரையறுப்பதில் அறிஞர்களிடம் காணப்படுகின்ற முரண்பாடுகளை அறிய வேண்டும். மு. அருணாசலம் அவர்கள் தனது *தமிழக வழிபாட்டு மரபுகள்* எனும் நூலில் மேற்குறிப்பிட்ட மூன்று தெய்வங்களைப் பற்றி விளக்கியுள்ளார். இவற்றின் முக்கியத்துவம் கருதி அவரின் கருத்துக்கள் கீழே அப்படியே தரப்பட்டுள்ளன.

> இங்கு எட்டு மாதர்களின் பெயர்களைக் குறிப்பிடுவதில் ஒரு குழப்பம் நிலவுகிறது. பட்டியலில் சாமுண்டி இருப்பது சரிதான். ஆனால் இந்திராணியின் பெயர் விடுபட்டுள்ளது. சண்டி, அர்ச்சிகா என்கிற இரு பெயர்கள் சேர்க்கப்பட்டுள்ளன. புதிதாக சேர்க்கப்பட்டுள்ள ‘சண்டி’ காளிதான். அதேபோல் ‘அர்ச்சிகா’ என்பது துர்காவைக் குறிக்கும்.
>
> ...சப்தமாதர்களுடன் நரசிம்ஹா, சண்டிகா இருவரையும் சேர்த்து நவமாதர்களாகக் கொண்டாடும் ஒரு பழக்கமும் இருந்துவருகிறது. சண்டிகா வழிபாடு மார்க்கண்டேயபுராணத்தில் வரும் ‘துர்காசப்தசதி’ என்பதிலிருந்து வந்திருக்க வேண்டும்.
>
> ...மைசூர் மாநிலத்தில் சாமுண்டீஸ்வரி ஒரு மேலான அன்னையாக வழிபடப்படுகிறாள். இங்குள்ள சாமுண்டி துர்காவின் அம்சம்; மகிஷாசூரனை அழித்தவள். *(2014: 96, 99, 111, 113)*

மேற்காண்பவற்றில் தெய்வங்களின் அடையாளம் பற்றிய தெளிவின்மையைக் காணலாம்.

அபிராமி அந்தாதியில் வருகின்ற ‘மகிடன் தலைமேல் அந்தரி’ *(7: 4-5)* எனும் பாடலடிக்கு உரையெழுதும் கி.வா.ஜகந்நாதன்,

> மகிடன் தலைமேல் நின்ற கோலத்தில் அம்பிகை துர்க்கையென்றும், சாமுண்டியென்றும் வழங்கப்பெறுவாள். மகிஷாசுரமர்த்தினியென்னும் திருநாமம் காண்க.

என்றே பொருளுரைக்கிறார்.

துர்க்கை வழிபாடு பற்றிய தனது ஆய்வுநூலில் ச.கிருஷ்ணமூர்த்தி அவர்கள்,

> தமிழ்நாட்டில் மறவர்கள் கொற்றவையை வழிபடுவது போன்று, கருநாடகாவில் சாமுண்டா என்ற பெயரில் மக்கள் பெரிதும் துர்க்கையை வழிபடுகின்றனர். மைசூர் போன்ற பகுதிகளில் சாமுண்டேஸ்வரி என்ற பெயரில் காளி வழங்கப்படுகிறாள். *(2000: 179,188)*

என்று கூறியுள்ள விளக்கத்திலும் முரண்பட்ட கருத்துகள் இருப்பது தெரிகின்றது.

இதுவரை கண்டவற்றின் அடிப்படையில் பார்த்தால் நிகண்டுகள், அகராதிகள், இலக்கியப் பதிவுகள், அறிஞர்களின் விளக்கங்கள்[5] எனப் பல தளங்களிலும் ஒற்றுமைத்தன்மை இருப்பதை அவதானிக்கலாம். அதாவது மேற்கண்டவை அனைத்தும் சண்டி, சண்டிகை, சாமுண்டி போன்ற தெய்வப்பெயர்களுக்கு இணையானவையாகக் காளி, துர்க்கை ஆகிய தெய்வங்களைக் கூறுவதோடு இவையிரண்டையும் ஒரே தெய்வமாகவும் காட்ட முயற்சிக்கின்றன. இவ்வகைப்பட்ட முயற்சிகளுக்கான மூலவிதை பிற்காலத்தில்தான் தோன்றியிருக்கக்கூடும். குறிப்பாக நிகண்டுகளின் காலத்திலிருந்து தொடங்கியிருப்பதற்கான சான்றுகள் தென்படுகின்றன. இதற்கு உதாரணமாக *திவாகர நிகண்டு* தொகுத்த மூவகைத் தாய்த்தெய்வப் பெயர்கள் பெருமளவு ஸ்கந்த, பவிஷ்ய புராணங்கள் கூறும் மூன்று பிரிவுகளோடு ஒத்திருப்பதை எடுத்துரைக்கலாம் (சாமி, பி.எல். 2011: 24). பொதுவாக நிகண்டுகள் வெறும் விளக்க அடைவுகள் மட்டுமே என்பதை நினைவில் கொண்டால், தெய்வப் பெயர்களுக்கான கதைமூலங்களைப் புராண இலக்கியங்களிலிருந்தே அவை பெற்றிருக்க வேண்டுமென யூகிக்க இடமுள்ளது. ஆகவே நிகண்டுகளில் காணும் காளி, துர்க்கை பற்றிய ஒப்பீடும் குறிப்பிட்டதொரு புராணக் கதையிலிருந்தே எழுந்திருக்கலாம். அந்தப் புராணத்தின் பெயர் *தேவி மகாத்மியம்* ஆகும் என்பது நம் துணிபு.

மார்க்கண்டேய புராணத்தின் ஒருபகுதியாகக் கருதப்படும் தேவி மகாத்மியம் பல்வேறு தேவியரின் தோற்றக்கதைகளையும் மகிமைச் செயல்களையும் கூறுகின்றது. அசுரர்களால் துன்பமடைந்த தேவர்களுக்கு உதவும் பொருட்டு எடுத்த பல்வேறு அவதாரங்களைப் பற்றிய கதையாகவே இப்புராணம் எழுதப்பட்டுள்ளது. இதிலிருந்து சில தேர்ந்தெடுத்த பகுதிகளை இங்கு எடுத்துக்காட்டுவது புரிதலைத் தருவதாகும்.

பார்வதியால் கட்டளையிடப்பட்ட அந்த தேவி அப்போது பத்ரகாளி என்று ஆனாள். பார்வதியின் சரீர தேகத்திலிருந்து வெளிவந்த அம்பிகையாதலால் அவள் உலகிலெல்லாம் 'கௌசீகி' என்று புகழப்படுகிறாள். அதே பார்வதி தன் சரீரத்திலிருந்து வேறு உருவுடன் வெளிவந்ததும் அவள் கருப்பாக ஆனாள்; ஹிமாசலத்தில் இருக்கும் அவளுக்கு காளிகை என்ற பெயரும் அதிலிருந்து ஏற்பட்டது.

...சண்ட, முண்டர்களின் தலைகளை எடுத்துக் கொண்டு கடும் அட்டஹாசத்துடன் சண்டிகாதேவியிடம் வந்து காளி சொன்னாள். 'இந்த யுத்தமாகிற யாகத்தில் சிறந்த பலிக்கு ஏற்ற மிருகங்களான சண்ட, முண்டரை நான் உன்னிடம் கொண்டுவந்துவிட்டேன். சும்ப, நிசும்பர்களை நீயே கொல்லு'.

மங்களகரமான தேவி சண்டிகா பேரரக்கரான சண்ட, முண்டர் கொண்டுவரப்பட்டதைப் பார்த்துக் காளியிடம் அழகாய் மொழிந்தாள்: 'சண்டனையும் முண்டனையும் கொண்டு வந்ததால் நீ உலகில் 'சாமுண்டா' என்று ப்ரஸித்தி பெற்ற தேவியாக ஆவாய்'

...அம்மஹா அசுரர்களும் சிவன் சொன்ன தேவியின் வார்த்தையைக் கேட்டு கோபம் கொண்டு காத்யாயினி என்ற காளி இருக்கும் இடம் வந்தனர். ...காளியின் முன் காளிதேவிதானே சூலத்தைப் போட்டு அறுத்துக் கொண்டும் மற்றும் சிலரை குண்டாந்தடியால் நசுக்கிக் கொண்டும் ஸஞ்சரிக்கலானாள். (1967: 32,33,42,45)

மேற்காணும் தேவி மகாத்மியப் பகுதிகள், பார்வதி எனும் மூலவடிவிலிருந்து தோன்றியவர்களே துர்க்கையும் காளியும் எனும் செய்தியை மீண்டும்மீண்டும் வெளிப்படுத்துகின்றன.[6]

இங்கு குறிப்பிடப்படும் சண்டிகா தேவி, துர்க்கை ஆவாள். பிற வடிவங்களான பத்ரகாளி, காளிகா, சாமுண்டி போன்றவை காளியின் சிறப்புப்பெயர்களாகும். *தமிழ்மொழி அகராதி* சண்டமுண்டர்களைக் கொன்றதால் காளி சாமுண்டி எனும் பெயர்பெற்றாள் என்கிறது. ஆனால் இவற்றுக்கு மாறாக காளியையும் துர்க்கையையும் கலந்துமயங்கச் செய்யும் தன்மையை தேவி மகாத்மியத்தில் தெளிவாகக் காண்கிறோம். இங்கு எடுத்துக்காட்டப்பட்டிருப்பது குழப்பநிலையின் சிறுபகுதியேயாகும். இதிலிருந்தே சண்டிகை, சண்டி, சாமுண்டி போன்ற பெயர்கள் பெற்றுள்ள அடையாளச்சிக்கலை உணர்ந்துகொள்ளலாம்.

ஒருவகையில் இந்த பெண்தெய்வங்கள் அனைத்தும் ஒன்றாகக் கருதப்படுவதற்கு அடிப்படையாக அமையும் ஒப்புமைக்கூறுகளையும் சில வரலாற்றுரீதியான காரணிகளையும் கூறஇயலும்.

1. இலக்கியங்கள், கல்வெட்டுகள் ஆகியவற்றில் தமிழர்களின் தாய்த்தெய்வமான கொற்றவையோடு காளியும் துர்க்கையும் இணைநிலையில் வைத்துக் காட்டப்பட்டுள்ளனர். மேலும் இவையிரண்டும் போர் தெய்வங்களாகப் பதிவுசெய்யப்பட்டுள்ளன. இந்தத் தெய்வங்களை வெற்றியின் பொருட்டு வீரர்கள் வழிபடுவதையும் நவகண்டம் (சிரம் அரிந்து) கொடுப்பதையும் அவற்றில் காணலாம்.[7]

2. நாட்டார் வழிபாட்டில் காளிக்கும் துர்க்கைக்கும் எருமைக்கடா பலி தருகின்ற வழக்கம் உள்ளது. இது மகிசாசுரவதம் பற்றிய கதையின் அடிப்படையில் எழுந்த சடங்காக இருக்கலாம் என எண்ணத் தோன்றுகிறது.

3. காளி, துர்க்கை ஆகியவை தாந்திரீக வழிபாட்டுக்கு நெருக்கமான உறவுடையனவாக இருக்கின்றன என்பது குறிப்பிடத்தக்கது.

4. இந்தியத் துணைக்கண்டத்துப் பிரதேசங்களில் இருக்கும் வெவ்வேறு சமூகங்களுக்கு இடையேயான தொடர்புகள், சமயப்பரவல், பல்வேறு பண்பாடுகளிடையேயான ஊடாட்டங்கள் போன்றவற்றால் தாய்த்தெய்வங்கள் பற்றிய இத்தகைய இணைப்புப் பார்வை உருவாகியிருக்கலாம். இதற்குச் சான்றாக, கேரளாவின் பகவதி வழிபாட்டிற்குள் கொற்றவை, காளி, மாரியம்மன், பத்மாவதி, தாராதேவி, நாகவழிபாடு போன்றவற்றின் வழிபாட்டு மரபுகள் இணைந்திருப்பது குறித்து பி.எல்.சாமி (2011: 49) எடுத்துக்காட்டியுள்ளதைக் கூறலாம்.

5. தனித்துவத்துடன் இருந்த தாய்த்தெய்வங்களின் வேறுவேறான அடையாளங்கள் சாக்த மதம் எனும் வரையறைக்குள் இணைக்கப்பட்டதையே தேவி மகாத்மியம் போன்ற புராணங்கள் வெளிக்காட்டுகின்றன. பின்னர் சாக்தமும் வைதீக இந்துமதத்தின் (சண்மதம்) ஒரு பகுதியாக்கப்பட்டு விட்டது வரலாற்று உண்மையாகும். இதன்மூலம் ஆண்தெய்வ சார்புத்தன்மையையும் சமஸ்கிருதப் பனுவல்களினூடாக வைதீக அடையாளத்தையும் இம்மரபு

> பெற்றுவிட்டது. சிவனின் மனைவியான பார்வதியே அனைத்துப் பெண்தெய்வங்களின் தோற்றமூலம் எனும் புராணிகப்பண்பு வடிவமைக்கப்பட்டதை இதற்கு உதாரணமாகக் காட்டலாம்.

இவற்றைத் தொகுத்துக்கொள்வதன் வழியாக காளி, துர்க்கை ஆகியவை பற்றிய ஒருமைநோக்கு இடைக்காலத்தில் உருவானது என்ற உண்மையை உணர்ந்துகொள்ளலாம். அப்படியென்றால் அத்தெய்வங்கள் இரண்டும் வேறுபட்டவை என்பதற்கான விளக்கங்களைத் தருவது அவசியமாகும்.

அ. காளி

காளி ஊழியில் தோன்றியவள்; 36 தத்துவங்களில் ஒன்றாகிய கால தத்துவத்தைக் குறிப்பது காளம் எனும் பெயர். ஆகவே எல்லாவற்றையும் காலத்திற்குள் அடக்குபவள் (பெருமாள், அ.கா. 2005: 44). கருமையைக் குறிக்கும் சொல்லாகவும் காளி எனும் பெயர் விளங்குகின்றது என்று அறிஞர்கள் கருதுகின்றனர். இதற்கேற்ப காளியின் தோற்றமே அவளது தனித்துவமாகும். கரிய நிறத்தவள். வெட்டிய தலைகளை மாலையாக அணிந்திருப்பாள் (முண்டமாலினி). இடையினில் வெட்டிய கரங்களை ஆடையாக உடுத்தியிருப்பாள். பாம்பைக் கச்சையாக அணிந்திருப்பாள். நான்கு அல்லது எட்டுக் கரங்களை உடையவள். விரிந்த கூந்தலும், குழிந்த கண்களும், துருத்திய நாக்கும், கோரைப்பற்களும் கொண்ட பயங்கர கோலத்தில் இருப்பாள். சுடுகாட்டில் உறைபவளாகவும் பேய்களின் கூத்தினை விரும்புபவளாகவும் இவள் இருக்கின்றாள். மேலும், இவளின் வாகனம் பிணம் என்றும் கொடி அலகைக் கொடி என்றும் நிகண்டுகள் கூறுகின்றன. இதனைப் பரணி நூல்கள் சிலவற்றின்வழியும் அறியலாம். *கலிங்கத்துப்பரணியில்* காளி பேய்களுக்குத் தலைவியாகக் காட்டப்படுகின்றாள்.

காளி புராணங்களிலும், பக்தி இலக்கியங்களிலும் சிவனோடு அதிகமும் இணைந்து பேசப்பட்டுள்ளாள். சிவனின் மனைவியாகவும் காட்டப்பட்டுள்ளாள் (சிவை). இதற்கு, ‘கனிதரு செவ்வாய் உமையொடு காளிக்கு அருளிய திருமுகத்து அழகுறு சிறுநகை’ (142-143) எனும் கீர்த்தித் திருஅகவலில் பயின்றுவரும் பாடலடிகள் சான்றுபகரும். புலவர்கள் பலரின் வரலாற்றுக் கதைகளோடு காளி இணைக்கப்பட்டிருக்கிறாள். காளிதாசர், கம்பர், புகழேந்தி, தெனாலிராமன் ஆகியோர் பற்றிய கதைகளில் இதைக்

காணலாம். காளி திராவிடர்களின் தெய்வமென்று சுனில்குமார் சாட்டர்ஜி கருதுவார். பி.டி.மேத்தா, கெய்த் ஆகியோர் இவளைச் சரபர் எனும் பழங்குடி மக்களின் தெய்வமாகக் கூறுவர் (கிருஷ்ணமூர்த்தி, ச. 2000: 188). இதற்கேற்ப காளி அதிகமும் அடித்தட்டு சாதியினரின் பண்பாட்டோடு இணைந்திருப்பதைக் காணமுடியும். மேலும் சடங்குகளில் விளிம்புநிலைத் தன்மை கொண்டிருக்கும் ஏவல், பில்லி, சூனியம், பேயோட்டுதல் போன்ற அழிப்பு மந்திரங்களுக்குக் (black magic) காளியே பிரதான தேவதையாகக் கருதப்படுகிறாள்.

ஆ. துர்க்கை

தமிழர்களின் கொற்றவைக்கு இணையான தெய்வமாக துர்க்கை விளங்குகிறாள். துர்க்கம் என்பதற்கு மலை, கோட்டை, அகழி என்ற பொருள்கள் உண்டு. சிலப்பதிகாரத்திலும் பல்லவர்காலச் சிற்பங்களிலும் துர்க்கை வழிபாட்டின் தடயங்கள் தெளிவாகக் கிடைக்கின்றன. மகாபாரதத்தில் ‘விராட பர்வம்’ பகுதி துர்க்கை விந்தியமலையில் நித்தியவாசம் செய்வதாகக் கூறுகின்றது (விந்தியாவாசினி). துர்க்கையை ருத்ரனின் பெண் அம்சம் என்று கூறுவர் (ருத்ராயினி). அதேபோல் இவளே திருமாலுக்குத் தங்கை முறையாகவும் காட்டப்படுகிறாள். இதன்காரணமாகவே விஷ்ணு துர்க்கை (நாராயணி), மாலுக்கு இளையாள் எனும் பெயர்களாலும் அழைக்கப்படுகிறாள் (சாமி, பி.எல். 2011: 24). துர்க்கை எண்கரங்களில் ஆயுதங்கள் பல ஏந்தி நின்றநிலையில் இருப்பாள். இவளின் வாகனங்களாக சிங்கம் (சிம்மவாகினி), கலைமான் (கலையூர்தி) போன்றவை விளங்குவதை நிகண்டு நூல்கள் கூறுகின்றன. இந்த துர்க்கை வழிபாடு இந்தியாவின் பல பகுதிகளிலும் பரவியிருக்கின்றது.

மேலேகாணும் தனித்தனியான விளக்கங்களைத் தவிர காளியும் துர்க்கையும் வெவ்வேறு தெய்வங்கள் எனக் கூறுவதற்கான மேலதிகச் சான்றுகளும் உள்ளன. சிலப்பதிகாரத்தில் துர்க்கையும் காளியும் இணையாக வைத்து பேசப்பட்டுள்ளார்களே தவிர, இரண்டும் ஒன்றெனக் கூறப்படவில்லை. இதற்கேற்ப இவையிரண்டும் வெவ்வேறான மூர்த்த வடிவங்கள் என்றே மு.சண்முகம்பிள்ளை (1982: 264) கருதுகின்றார். சிவன் கோயில்களில் காளிக்கும் துர்க்கைக்கும் தனித்தனி சன்னதிகள் அமைக்கப்பட்டுள்ளதைக் கொண்டு இக்கருத்தை உறுதி செய்யலாம்.

தந்திர நூல்களிலும் இலக்கியங்களிலும் சுட்டப்படுகின்ற சண்டியானவள் துர்க்கையா, காளியா எனும் விவாதங்கள் ஒருபுறம் இருந்தாலும், தமிழக மக்களின் வழக்காறுகளில் 'காளியே அடங்காப்பிடாரியாக' விளிக்கப்படுகிறாள் என்பதற்கு சில தடயங்கள் கிடைக்கின்றன. ஒரு பெண் மற்றொருவருடன் சண்டையிடும் போது அவளின் தலைவிரிக் கோலத்தையும் கோபத்தையும் குறிப்பிட்டுக் காட்டுவதற்கு, 'காளி மாதிரி ஆங்காரம் புடிச்சவ' என்றும் 'அவளுக்கு கோபம் வந்தா பத்ரகாளியா மாறிடுவா' என்றும் மக்கள் சுட்டுவதைக் காணலாம். எனவே, சாதாரணமான மானிடப் பெண் 'காளி' போன்ற அடங்காப்பிடாரியாக மாறும் தளமாற்றத்தை இத்தொடர்கள் எடுத்துக்காட்டுகின்றன. இக்கருத்தினை அரண்செய்வதற்கு ஒரு பழமொழியும் நமக்கு உதவுகின்றது. அது 'காளிப்பட்டம் போனாலும் மூளிப்பட்டம் போகாது' எனும் சொலவம் ஆகும். இதன்பொருள் ஒரு பெண்ணுக்கு ஏற்பட்ட அடங்காதவள் எனும் பெயரடையாளம் (காளிப்பட்டம்) மாறினால்கூட, விதவை அல்லது கைம்பெண் எனும் பெயரடையாளம் (மூளிப்பட்டம்) அவளைவிட்டு நீங்காது என்பதாகும். இவ்வழக்காற்று வடிவத்திலிருந்தும் பெண்களின் அடங்காத்தன்மையின் குறியீடாக 'காளி' எனும் தெய்வத்தையே தமிழக மக்கள் கருதுகின்றனர் என்பதை உறுதிசெய்யலாம். இதற்கு தமிழகத்தின் நாட்டார் சமயப்பண்பாட்டில் துர்க்கையைவிட காளியே அதிகமும் செல்வாக்கு பெற்ற தெய்வமாக விளங்குகிறாள் என்பதே காரணமாகும்.

நாம்கண்ட முடிபினை ஒட்டிய சிந்தனையே அறிவுலகிலும் வெளிப்படுகிறது. *தமிழ்ப் பேரகராதி* 'சண்டித்தனம்', 'காளித்தனம்' எனும் இரு சொற்களுக்கும் ஒரேவிதமான பொருளைக் கூறியிருப்பது குறிப்பிடத்தக்கது. தாந்திரீக சமயத்தில் தன் கணவனான சிவனின் உடல்மீது நடனமாடும் காளியின் சித்திரம் ஒரு முக்கியக் குறியீடாகும் என்பார் வெண்டி டோனிகர் (2016: 502). இதேபோன்று தண்டலையார் சதகத்தில் கூறப்பட்டுள்ள பிடாரி பற்றிய பாடலுக்கு (95) எழுதியுள்ள உரையில் அரசு அவர்கள்,

> பிடாரி = காளி. இவள் சிவனுடன் வாதாடினாள் என்று கூறுவதால், அடங்கா மனைவியை 'அடங்காப்பிடாரி' யெனல் மரபு.

என்று கூறுவதன்மூலம் 'தமிழகத்தின் அடங்காப்பிடாரி காளிதான்' எனும் நமது வாதத்திற்கு வலுச்சேர்க்கின்றார்.

4.2.2. சப்தமாதர்கள்

சப்தமாதர் அல்லது சப்தகன்னியர் வழிபாடு பண்டைய இந்தியாவின் பல்வேறு பகுதிகளில் பரவியிருந்த ஒன்றாகும். அதன் தொன்மையான வடிவில் தாந்திரீகத்தோடு தொடர்புடையதாக இவ்வழிபாடு விளங்குகின்றது. பிற்சங்ககாலத்தில் சாக்தமரபின் தாக்கத்தால் தமிழகத்தினுள் சப்தமாதர் வழிபாடு நுழைந்திருக்கலாம். முதன்முதலாக சிலப்பதிகாரத்தில்தான் சப்தமாதர் (அறுவர்க்கு இளைய நங்கை) பற்றிய குறிப்பு வருகிறது என முன்பே எடுத்துக்காட்டியுள்ளோம். பின்பு *பன்னிரு பாட்டியல்* எனும் நூலில் 'எழுவர் மங்கையர்' (சூத். 184) என்று இவர்கள் குறிப்பிடப்பட்டுள்ளனர். கலிங்கத்துப்பரணியின் கடவுள் வாழ்த்துப் பகுதி,

சோதி மென்கொடிகள் ஏழின் ஏழ்இரு
துணைப்ப தங்களை தொழ நினைத்ததுமே (17)

என்று சப்தமாதரைப் போற்றுகின்றது. தக்கயாகப்பரணியின் கோயிலைப் பாடியது பகுதியின்,

எறிபடை வல்லவிசயை யிசைகெழு தெய்வமகளி
ரெழுவரும் வெள்ளைமுளரி யினிதுறை செல்வமகளும் (168)

எனும் பாடலடிகள் இத்தெய்வகணத்தைக் குறித்து நிற்கின்றன.

சப்தமாதர்கள் பல்வேறு நூல்களில் மட்டுமல்லாமல் கோயில் பண்பாட்டிலும் கல்வெட்டுகளிலும் இடம்பெறத் தொடங்கிவிட்டதைப் பார்க்கலாம். ஆலப்பாக்கம் கல்வெட்டில் அன்னையர் எழுவர் கோயிலானது பிடாரி கோயில் என்றே குறிப்பிடப்படுகிறது (பாலசுப்பிரமணியன், எஸ்.ஆர். 1966: 92). இதுவே பழமையான சப்தமாதர் கோயிலென்று ஆய்வாளர்கள் சுட்டிக்காட்டியுள்ளனர். இவ்வாறு சப்தமாதர் எழுவருக்கும் பிடாரி எனும் பொதுப்பெயர் ஏற்பட்டுவிட்டதற்கு காரணம், அக்குழுவில் ஏழாவதாக இடம்பெற்றுள்ள காளி அல்லது சாமுண்டிக்குப் பிடாரி எனும் பெயர் ஏற்றிக் கூறப்பட்டதனாலேயே என்று முந்தைய பகுதியில் கண்டோம். இதற்கேற்ப நாட்டார் வழிபாட்டில் காளியம்மன், முப்பிடாரியம்மன், எல்லையம்மன், அங்காளம்மன், காந்தாரியம்மன் உள்ளிட்ட பெண்தெய்வங்கள் சப்தகன்னிகைகளாகக் கூறப்படுகின்றன (பெருமாள், அ.கா. 2005: 32).

தனிக்கோயில்களில் இருந்த சப்தமாதர்களை ஒரே நீள்சதுரக்கல்லில் செதுக்கி, பிடாரி கோயில்களில் தாபிக்கும் வழக்கம் சோழர்கள் காலத்தில் தொடங்கியது என்பதை மு.அருணாசலம் (2014: 90) எடுத்துக்காட்டுவார். இந்த மரபு பிற்காலத்தில் நன்கு வலுப்பெற்றுவிட்டது. இதன்படி பிற அன்னையர் உருவங்களுக்கு நடுவில் பிடாரியின் சிலைப் பெரிதாக இருக்குமாறு சிற்பங்கள் உருவாகின. இத்துடன் சப்தமாதரின் பக்கவாட்டில் இருபுறமும் கணபதி, வீரபத்திரர் சிலைகளும் சேர்த்தே இடம்பெறத் தொடங்கின. இவ்வமைப்புக்குச் சிறந்த உதாரணங்கள், திருவண்ணாமலை, திருப்பாதிரிப்புலியூர், நங்கவரம் போன்ற ஊர்களிலுள்ள பிடாரி கோயில்கள் ஆகும். சில இடங்களில் பிடாரி சிலை கருவறையிலும் சப்தமாதர் சிற்பம் பரிவார வரிசையிலும் இருப்பதைக் காணலாம்.

சப்தமாதர் மட்டுமே உள்ள அல்லது பிடாரி எனும் பெயர் கொண்டு அழைக்கப்படாத சப்தமாதர் கோயில்களில் தாலிகட்டும் சடங்கோ, காப்புக்கட்டும் சடங்கோ நடைபெறுவதில்லை என்பது கவனிக்கத்தக்கது. அதேசமயம் பிடாரி மட்டும் இருக்கும் கோயிலாக இருப்பினும், அதன் சடங்கு பற்றிய தொன்மக்கதையில் கண்டிப்பாக சப்தமாதர் இடம்பெற்றுவிடுகின்றனர். இதன் பொருள், பிடாரியுடன் சப்தமாதர்கள் சிற்ப வடிவிலோ, கதை வடிவிலோ இணைந்தே இருக்கின்றனர் என்பதாகும். இதன் பிரதிபலிப்பைச் சின்னமனூர் பிடாரியின் கதையிலும் பார்க்கிறோம். இதன்படி, அக்கா, தங்கச்சி ஏழுபேர் (சப்தமாதர்); அவர்களுக்குள் ஏற்பட்ட பந்தயத்தில் தோற்றுபோனவள் பிடாரி என்ற கதைக்கூறு (motif) மேற்காணும் தொடர்பை உறுதிசெய்கிறது.

தனித்தன்மைகள்

1. தமிழகத்தின் கிராமங்களில் சப்தமாதர்கள், ஏழு கன்னிகள் என்றும் கன்னிமார் சாமிகள் என்றும் வணங்கப்படுகின்றனர். இவர்களின் உருவங்கள் ஏழு கற்கள், ஏழு மாடங்கள், ஏழு சுதைச்சிற்பங்கள் போன்ற ஏதேனுமொரு வடிவில் அமைக்கப்பட்டிருக்கும்.

2. பல்வேறு பெண்தெய்வக் கோவில் விழாக்களில் பருவமெய்தாத ஏழு சிறுமியரைத் தேர்ந்தெடுத்து, அவர்களுக்கு அரையாடை மட்டும் உடுத்தி அம்மன் போன்று உருவகித்து வழிபாட்டுச் சடங்குகள் செய்வதைப் பார்க்கலாம். இது மழை உள்ளிட்ட வளம் தருகின்ற கன்னியர் வழிபாடாகக் கருதப்படுகிறது.

3. மேற்காண்பதற்கு ஏற்ப தமிழகத்தின் சில வட்டாரங்களில் கன்னிமார்கள் ஏரிக்கரையில் இருந்து காவல்காப்பதாக மக்கள் நம்புகின்றனர். காடு, மழை, ஏரி, கடல் போன்றவைகளோடு சப்தகன்னியர் தொடர்பு கொண்டிருப்பதால் இவ்வழிபாடு வளமையோடு உறவுடையதாகும்.

4. இருளர், மீனவர் போன்ற தொன்மையான சமூகக் குழுவினரின் குலதெய்வமாகக் கன்னிமார் சாமிகள் இருக்கின்றன.[8]

5. சப்தமாதர்கள் தனியொரு தெய்வகணமாக மட்டும் இல்லாமல், பல்வேறு தெய்வங்களின் சடங்குகள், நம்பிக்கைகள் ஆகியவற்றோடும் வலுவாக பிணைக்கப்பட்டுள்ளனர். குறிப்பாக நம்முடைய ஆய்வில் காணுகின்ற பிடாரி, மாரி, ஐயனார் உள்ளிட்ட அனைத்துத் தெய்வங்களுடன் (துர்க்கை தவிர்த்து) சப்தமாதர்கள் எவ்வகையிலேனும் ஒருநிலையில் தொடர்பு கொண்டிருப்பது உறுதியாகின்றது.

4.2.3. மாரியம்மன்

மாரி, மாரியாத்தா, மாரியாயி என்று பல்வேறு பெயர்களால் அழைக்கப்படும் மாரியம்மன் வழிபாடு தமிழகமெங்கும் நீக்கமற நிறைந்துள்ளது. இன்றைய நிலையில் தமிழரிடம் செல்வாக்குப் பெற்றுள்ள இத்தெய்வம் பண்டைக்காலத்தில் ‘அம்மன்’ எனும் வடிவில் வணங்கப்பட்டதற்கான சான்றுகளில்லை. மாறாக இது இயற்கை வழிபாட்டின் ஒரு கூறாக இருந்துவந்துள்ளது. சங்ககால நூலான ஐங்குநூற்றில் (251) குன்றக்குரவனின் ஆணையால் பெய்கின்ற மழை எனும் மந்திரச்சடங்கு வடிவிலும் சிலப்பதிகாரத்தில் ‘மாமழை போற்றுதும்’ (மங்.வாழ். 1) எனும் இயற்கை வழிபாட்டுநிலையிலும் காட்டப்படுகின்றது. இதிலிருந்து தொடக்கத்தில் மழை வழிபாடாக வழங்கி, பிற்காலத்தில்தான் அது பெண்தெய்வ வழிபாடாக மாற்றம் பெற்றுள்ளதாகக் கருதலாம்.

மாரியைப் பெண்தெய்வமாகக் காட்டுவதை முதன்முதலாக நிகண்டுகளில்தான் காணமுடிகின்றது. *திவாகரம்* (1: 17), *சூடாமணி* (1: 41) போன்ற நிகண்டுகள் காடுகாளுக்கு உரிய பெயர்களில் ஒன்றாக மாரியைக் குறிப்பிடுகின்றன. ஆனால், மற்ற பெண்தெய்வப் பெயர்களைப் போன்று மாரியை இலக்கியங்களிலோ, கல்வெட்டுக்களிலோ அதிகம் காணமுடியவில்லை. பிடாரிக்குத்

தாலிகட்டும் வழக்கம் மாரியம்மனுக்கு இருப்பதையும் மாரியும் பிடாரியும் ஒன்றாகக் கருதப்படுகின்றனர் என்பதையும் முன்னரே விளக்கியுள்ளோம். ஆனால், இது ஓரினமாக்கலால் (assimilation) ஏற்பட்டது என்பதை இங்கு நிறுவ இருக்கின்றோம்.

முதலில் பிடாரியும் மாரியும் இணையாக வைத்துப் பேசப்படும் வழக்காறுகள் குறித்துக் காணலாம். 'பிடாரியைப் பெண்டு பிடித்தாற் போல' எனும் பழமொழிக்கு இணையான பொருண்மை கொண்ட மற்றொரு பழமொழி, 'மாரியாத்தாளைப் பெண்டு பிடிக்கிறவனுக்குப் பூசாரிப் பெண்சாதி எம்மாத்திரம்' என்பதாகும். இந்த இருவேறு பழமொழிகளும் இத்தெய்வங்களை ஒப்புமைப்படுத்திக் காட்டுகின்றன. இவற்றுள் 'பெண்டு பிடித்தல்' எனும் தாலிகட்டும் சடங்குக்கு உரிய அடிப்படைக்கூறு பொதிந்துள்ளது என்பதைக் கூர்ந்து நோக்கவேண்டும். மற்றொருபுறம், காளியம்மனும் மாரியம்மனும் சகோதரிகளாகச் சில நாட்டார் கதை வடிவங்களில் பேசப்படுகின்றனர். ஆனால் பிடாரி என்பது காளிதான் என்று கண்டறிந்துள்ளோம். எனில் பிடாரியும் (காளி) மாரியும் ஒத்தவை என்று கருதுவதற்கான அடிப்படை எங்கிருக்கின்றது என்பதை ஆராய வேண்டியுள்ளது.

திவாகர நிகண்டு காடுகாள் எனும் தெய்வத்திற்குரிய பெயர்களுள் ஒன்றாக மாரி என்பதனைக் கூறுகின்றது எனப் பார்த்தோம். இந்தக் காடுகாளைக் காளியெனக் கருதுவதன் மூலம் மாரி என்பது காளிக்குரிய பெயர்களில் ஒன்று என மு. சண்முகம்பிள்ளை (1982: 265) கூறுவார். ஆனால், அதே *திவாகர நிகண்டு* காளிக்குரியனவாக 15 பெயர்களைக் குறிப்படுகின்றது. இதில் மாரியின் பெயரில்லை. *கபிலர் அகவல்*, *வலங்கைச் சரித்திரம்* எனும் நூல்கள் ஆதி, பகவன் எனும் இருவருக்கும் ஏழு பிள்ளைகள் பிறந்ததாகவும் இவர்களை வெவ்வேறு ஊரினைச் சேர்ந்த பல்வேறு சாதிப்பிரிவினர் எடுத்து வளர்த்ததாகவும் கூறுகின்றன. இவர்களுள் மாரியும் பிடாரியும் பற்றிய கதைகளிலிருந்து அவ்விரண்டும் வெவ்வேறு தெய்வங்கள் என்பதை அறிந்து கொள்ளலாம். ஆகவே, காளியை மாரி என்று கூறுவதும் மாரிக்குத் தாலிகட்டுவதும் பிற்காலத்தில் ஏற்பட்ட வளர்ச்சியே எனலாம். முன்பு கூறியவாறு, தமிழகத்துக்கு வெளியிலிருந்து வந்த பண்பாட்டுக் கூறாகவே இது இருக்கமுடியும் என்பதற்குக் கீழ்க்காணும் பகுதி சான்றாகும்.

> மாரியம்மன் என்னும் தெய்வம் முதன்முதலில் மைசூர் தேசத்தில் கோயில் கொண்டிருந்ததென்றும், கன்னடியப் படையெடுப்பின்போது இத்தெய்வ வணக்கம் தமிழ்நாட்டிலும் பரவியதென்றும் சமூகவியல் ஆசிரியர்கள் சிலர் கூறுகின்றார்கள். இப்பொழுது இத்தெய்வம் சக்தியின் ஒரு கூறாகிய பத்ரகாளியாகக் கருதப்படுகின்றாள். (சீனிவாசன், இரா. 1975: 360)

இதுமட்டுமன்றி தமிழகத்தில் சப்தமாதருக்குப் பிடாரி எனும் பொதுப்பெயர் உள்ளதைப் போன்று, கர்நாடகத்தில் மாரி எனும் பெயர் இருக்கின்றது எனும் செய்தியும் உற்றுநோக்கத்தக்கது. இதனைக் கீழ்க்காணும் ஹென்றி ஒயிட்ஹெட்டின் கூற்றிலிருந்து அறியலாம்.

> மைசூரின் மாரி அம்மன்கள் ஏழு. இந்த ஏழு அம்மன்களும் சகோதரிகள். அவை முறையே,
>
> 1. பிசல்மாரி (சூரியன்)
> 2. கூனல்மாரி
> 3. கேல்மாரி (மண்பானை அம்மன்)
> 4. யெரணகெரே மாரி
> 5. ஹிரி தேவதை (மூத்த சகோதரி)
> 6. சம்மந்தமா
> 7. உத்னஹாளியம்மா (2009: 100)

இங்கே காணுகின்ற தெய்வங்களுள் ஒன்றாகிய கேல்மாரி பற்றி ஒயிட்ஹெட் விவரிக்கும் ஒரு வாய்மொழிக் கதையானது தமிழகத்துப் பிடாரி கதைகளோடு ஒத்துச்செல்கின்றது என்பது குறிப்பிடத்தக்கது.

> ...ஹிரி தேவதை என்ற மாரிகளின் மூத்த சகோதரி, தனது தங்கைகளில் ஒருத்தியான இந்த கேல்மாரியை உணவு தயாரிக்க நெருப்பு கொண்டு வரும்படி உத்தரவிடுகிறாள். அதன்படி இவள் நெருப்பைத் தேடிச் செல்லும்போது ஓரிடத்தில், கீழ்சாதியைச் சேர்ந்த ஏராளமான ஆண்கள் ஒரு எருமையைச் சமைத்து உண்டு கொண்டிருக்கிறார்கள். இந்த காட்சி அவளுக்கு வியப்பாக இருக்கிறது. அதனால் மேலும் நடப்பவற்றைப் பார்ப்பதற்காக அங்கேயே அமர்ந்துவிட, நேரம் கழிகிறது. இப்படியாக இவள் தாமதமாகத் திரும்ப, அதிகப் பசியுடன் காத்திருந்த மூத்தவள் ஆத்திரமடைந்து, இனி கீழ்சாதிக்காரர்கள்

மட்டுமே உன்னை வழிபடுவார்கள் என்று சாபம் இடுகிறாள். அதுமுதல் கேல்மாரியின் பெயரில் எருமைத்தலைகள் வழிபடப்படுகின்றன. (மேலது: 108)

ஒயிட்ஹெட் தருகின்ற ஆதாரங்கள் மாரிக்கும் பிடாரிக்கும் இடையேயான உறவு குறித்துச் சிறிய தெளிவைத் தருகின்றன. ஏனெனில், சின்னமனூர் பிடாரியம்மன் பற்றிய கதையும் மேற்காணும் கேல்மாரியின் கதையும் சில அடிப்படையான ஒற்றுமைகளைக் கொண்டுள்ளன. இதன்படி,

1. பெண்தெய்வங்களான அக்கா, தங்கைகள் ஏழுபேர் (சப்தமாதர்).
2. அவர்களில் இளையவள் ஒருத்தி (பிடாரி - கேல்மாரி) தான் மேற்கொண்ட செயலில் சறுக்குவது (தாய விளையாட்டில் தோற்பது / நெருப்பை உரிய நேரத்திற்குள் கொண்டு வராமலிருப்பது).
3. அவளின் தோல்விக்காகக் கீழ்சாதிக்காரர்களுக்கு உரியவளாகும்படி தண்டனை அளிக்கப்படுவது (திருமணம்/ வழிபாடு).

எனும் கூறுகளை இனங்காணலாம்.

சப்தமாதருக்குத் தமிழகத்தில் பிடாரி எனும் பொதுப்பெயரும் கர்நாடகத்தில் மாரி எனும் பொதுப்பெயரும் இருப்பதை இவ்விடத்தில் இணைத்து நோக்க வேண்டியுள்ளது. ஏனெனில் தமிழகத்தில் தனித்து அமைந்திருக்கும் சில மாரியம்மன் கோயில்களில் சப்தமாதர் உருவங்கள் அமைக்கப்பட்டுள்ளன என்பது கவனத்திற்குரியது. இதுமட்டுமின்றி நாககன்னியர் ஏழுபேரில் மூத்தவள் மாரியம்மன்; இவளுக்கு ஆறு சகோதரிகள் என்றும் கதைகள் இருப்பதாக அ.கா.பெருமாள் (2005: 55-56) சுட்டியுள்ளார். இத்தகைய சான்றுகள் காட்டுவதைப் போன்று மாரியம்மன் சப்தமாதர்களின் வரிசையில் இடம்பெற்றிருக்கக் கூடுமோ எனும் ஐயம் எழலாம். ஆனால் தமிழ்நூல்களில் இதற்கான சான்றுகள் தென்படவில்லை. அதேபோல் ஒயிட்ஹெட் குறிப்பிடும் கதையில் இருப்பதுபோன்று, தமிழகத்தில் மாரியம்மனுக்கு எருமைப்பலி கொடுப்பது கிடையாது. மாறாகக் காளி, துர்க்கை, பிடாரி எனும் பெயருடைய தெய்வங்களுக்கே எருமைக்கிடா பலி கொடுக்கப்படுகின்றது. ஆகவே இது கர்நாடக

மண்ணிலிருந்து வந்த பண்பாட்டுக் கூறு எனும் நம் வாதம் வலுப்பெறுகின்றது. இத்துடன் சின்னமனூர் பிடாரிக்கு காப்புக்கட்டும் சடங்கில் பறையர் பூசாரிக்கு இணையராக ஒரு மாரியம்மன் கோவில் பூசாரி (கன்னடியர்) இடம்பெறுவதை மேற்கூறிய அறிஞர் கருத்துகளுடன் ஒப்பிட்டுப் பார்க்கலாம். தமிழகத்துப் பிடாரிக்குரிய தொன்மக்கூறு கர்நாடகத்தில் உள்ள பெண்தெய்வ வழிபாட்டிலும் பிரதிபலிப்பது எவ்வாறு எனும் கேள்வி மேலெழுகின்றது. இதற்குச் சமணம் பற்றிய வரலாற்றிலிருந்து தீர்வு காணமுடியும்.

சமணசமயம் தோன்றிய வடஇந்தியாவிலிருந்து தென்னிந்தியாவுக்குப் பரவும்போது முதன்முதலில் நிலைபெற்ற இடம் கர்நாடகத்தின் சிரவணபெலகுளா (வெள்ளைக்குளம்) ஆகும். இங்கிருந்து விசாகாச்சாரியார் என்னும் சமணத் துறவியின் தலைமையில் ஒரு குழுவினர் கொங்குநாடு வழியாக தமிழகத்தின் பல பகுதிகளுக்கும் வந்து தங்கிச் சமயப்பணி செய்தனர். (சாந்தலிங்கம், சொ. 2014: 18). அத்துடன் தமிழகத்தில் மட்டுமின்றி ஆந்திர, கர்நாடக மாநிலங்களில் உள்ள பல கல்வெட்டுகளிலும் பட்டாரகர் எனும் சொல் இடம்பெற்றுள்ளது. கர்நாடக மாநிலத்தைச் சார்ந்த குணசிகடகவி எனுமிடத்திலுள்ள ஆறாம் விக்கிரமாதித்த சாளுக்கிய மன்னனது கல்வெட்டானது (கி.பி.1099) வசுநந்தி பட்டாரகர், ரவிச்சந்திர பட்டாரகர், சந்திரகீர்த்தி பட்டாரகர் எனும் சமணப் பெரியோர்களைப் பற்றி குறிப்பிடுகிறது (ஏகாம்பரநாதன், ஏ. 2012: 22-23). இவ்வாறாகத் தமிழகத்தைப் போன்று திகம்பர சமணமரபு கர்நாடகத்திலும் சிறப்புற்று இருந்ததை அறிகிறோம். மேலும் அப்பகுதியின் கல்வெட்டுச் சான்றுகளிலும் பிடாரி என்பதற்கான மூலச்சொற்கள் இருப்பதைப் பார்க்கும்போது பிடாரி வழிபாட்டு மரபு அங்கும் கால்கொண்டிருந்திருக்கலாம் என எண்ணத்தோன்றுகிறது. மைசூர் வட்டாரப் பகுதிகளில் சாமுண்டி அல்லது காளி வழிபாடு செல்வாக்குப் பெற்றுள்ளதை மேற்காண்பவற்றோடு இணைத்து நோக்கினால் நமது ஐயப்பாடு மேலும் வலுப்பெறுகிறது. இருப்பினும் இதன் பண்பாட்டு ஒப்புமையை விரிவான ஆய்வு மூலமே அறிய முடியும் என்பதால் இவ்விவாதத்தை விரித்துச் செல்ல இயலவில்லை.

தனித்தன்மைகள்

1. மாரி எனும் சொல்லுக்கு மழை என்பது பொருள். இதற்கேற்ப மாரியம்மன் மழையின் தெய்வமாகவே

கருதப்படுகிறாள். அவ்வகையில் வளமை வழிபாட்டின் பண்புகள் மாரியம்மனிடம் நிறைந்துள்ளன.

2. அதேசமயம் அதிக வெப்பத்தால் தோன்றும் பேதி, அம்மை போன்ற நோய்களைத் தருபவளாகவும் / நீக்குபவளாகவும் இவள் கருதப்படுவதால் 'இருமைப் பண்பு கொண்ட' தெய்வமாகவே மாரி காட்சியளிக்கின்றாள்.

3. மாரியம்மனை ஒத்த பெண்தெய்வ வழிபாடு கர்நாடகம், ஆந்திரம், கேரளம் போன்ற மாநிலங்களிலும் காணப்படுகிறது. கேரளத்தில் பகவதியைத் தமிழ்நாட்டின் மாரியம்மன்போல கருதி வழிபடுவது வழக்கமாக உள்ளது. ஆந்திர நாட்டில் பிடுகு என்ற மகரிஷியுடைய மனைவியாகிய நாகாவலியின் இரண்டாம்பிறப்பு மாரியம்மா என்ற நம்பிக்கை இருக்கிறது (சீனிவாசன், இரா. 1975: 97).

4. மாரியம்மன் வழிபாட்டில் காணப்படும் தொன்மக்கதைகள், சடங்குகள் ஆகியவற்றில் வண்ணார், பறையர் போன்ற அடித்தட்டு சாதியினர் இடம்பெறுவது கூர்ந்து நோக்கத்தக்கது.

4.2.4. ஐயனார்

பிடாரியோடு உறவு கொண்டுள்ள பெண்தெய்வங்கள் பல உள்ளன என்று கண்டோம். ஆனால் வரலாற்றுப்பூர்வமாகவும் சமயத்தளத்திலும் இணைந்து காணப்படுகிற ஆண்தெய்வமாக ஐயனார் மட்டுமே விளங்குகின்றார். இவருக்கும் பிடாரிக்கும் உள்ள தொடர்பை இப்பகுதிவழி காணலாம்.

'ஐயன்' அல்லது 'ஐயனார்' என்ற தெய்வத்தினுடைய வரலாறு மிகநீண்டது. சங்ககாலத்தில் இருந்த பிடவூர் அறப்பெயர் சாத்தன் எனும் தெய்வம் பற்றிப் புறநானூறு குறிப்பிடுகின்றது. சிலப்பதிகாரத்தில் பாசாண்ட சாத்தன் பற்றியும், புறம்பணையான் வாழ்கோட்டம் பற்றியும் குறிப்பிடப்பட்டுள்ளது. சிலம்பில் கூறப்படும் இரு தெய்வங்களுள் புறம்பணையான் என்ற தெய்வமே ஐயனார் என்ற கிராம தெய்வமாக மாறியிருக்க வேண்டும். இந்த தெய்வம் அடிப்படையில் வைதீகமத தெய்வம் அன்று. அது பௌத்த, சமண மதங்களுக்குரிய தெய்வமாகவே இருந்திருக்க வேண்டும்.

சாத்தன் தெய்வம் சங்க காலத்தில் புகழ்பெற்றிருந்ததால் அத்தெய்வத்தின் பெயரையே புலவர்களும் புரவலர்களும்

> தரித்திருந்தனர். இடைக்காலத்தில் சைன சமயத்தைத் தழுவிய உரையாசிரியர்களும், அவர்களைப் பின்பற்றி பிறசமயத்தைச் சார்ந்த உரையாசிரியர்களும், சாத்தன் என்ற பெயரை இலக்கண விதிகளுக்கு எடுத்துக்காட்டுக்குரிய பெயராகப் பரவலாகப் பயன்படுத்தினர். இதிலிருந்து இந்தப் பெயர் பெரிதும் மக்களிடையே பயன்படுத்தப்பட்டது தெரிகின்றது. *(சாமி, பி.எல். 2011: 16,110)*

இவ்வாறு தமிழகம் முழுவதிலும் ஐயனார் வழிபாடு செல்வாக்குப் பெற்றிருந்ததையும் அம்மரபு பௌத்த, சமண சமயங்களின் பின்புலத்திலிருந்து வந்திருக்கிறது என்பதையும் மேற்காணும் பகுதி விளக்குகிறது. ஆனால் க.நெடுஞ்செழியன் (2014) ஐயனார் வழிபாட்டை ஆசீவகம் எனும் அவைதிக சமயத்திற்குரியது என்று வாதிடுகின்றார்.[9] இந்த ஐயனாருக்கும் பிடாரிக்கும் உள்ள இணைநிலைத்தன்மையையும் உறவையும் பல்வேறு பழமொழிகள் எடுத்துக்காட்டுகின்றன. சான்றாக 'ஊருக்கொரு பிடாரி; ஏரிக்கொரு ஐயனாரு' எனும் பழமொழி தமிழகத்தின் பெரும்செல்வாக்கு பெற்ற தெய்வங்கள் இவ்விரண்டும்தாம் என்பதைப் பறைசாற்றுகின்றது. இதற்கு ஒப்பாக *வலங்கைச் சரித்திரம்,*

> இந்தப் பிடாரியும் அய்யனாருங் கூடி இராத்திரி காலங்களிலே, ஊர்கள் பட்டணங்களுக்குச் சேதம் வராதபடிக்கு கார்த்துக் கொண்டு வருவார்களாம். *(1995: 34)*

என்று குறிப்பிடுகின்றது. இதை வலியுறுத்துவது போன்று அபிதானகோசமும் 'கிராமதேவதை' எனும் சொல்லுக்குக் 'கிராமங்கள் தோறுமுள்ள ஐயனார், காளி முதலிய காவல் தேவதை' என விளக்கமளிக்கிறது.

வேறுபல தமிழ்ப் பழமொழிகளும் இவ்விரண்டு தெய்வங்களின் கூட்டுறவை வெளிக்காட்டுகின்றன. சான்றுகளாக,

> 'ஐயனாரே வாரும் கடாவைக் கொள்ளும்'
> 'பிடாரியாரே கடா வந்தது'

எனும் பழமொழிகள் இத்தெய்வங்களுக்குரிய பலிபூசையினைப் பற்றிக் கூறுகின்றன. பொதுவாக, பிடாரிக்கு நேரடியாக குருதிப் பலி கொடுப்பது போன்று ஐயனாருக்குக் கொடுக்கப்படுவதில்லை. ஆனாலும் இவை ஒப்புமை கூறுவது கவனத்திற்குரியதாகும். 'அதிர அடித்தார்க்கு ஐயனாருமில்லை, பிடாரியுமில்லை' எனும்

பழமொழி, எல்லோரும் அஞ்சுகிற ஐயனார், பிடாரி போன்ற துடியான தெய்வங்களையும் துணிச்சல்மிக்கவர்கள் பொருட்படுத்தமாட்டார்கள் என்று கூறுகிறது.

'ஐயனார் கோவில் மண்ணை மிதித்தவர் அத்தனை பேரும் பத்திரகாளி' என்பதற்கு இணையான பழமொழிகள் பல இருக்கின்றன.

'ஐயனார் கோயில் செங்கல் அத்தனையும் தெய்வம்'
'ஒரு கூடைக்கல்லும் தெய்வமானால் கும்புடுகிறது எந்தக்கல்லை'
'ஒரு கூடைச் செங்கல்லும் பிடாரியாயிருக்கிறது'
'ஒரு வீடடங்கலும் பிடாரி'

மேலேகாணும் பழமொழிகள் ஐயனார் கோயிலோடு பிடாரிக்குரிய தொடர்பை நன்கு விளக்குகின்றன. ஐயனார் கோவில் பற்றிய மேற்காணும் பழமொழிகளில் 'ஒரு கூடைக்கல்லும் தெய்வம்', 'செங்கல் அத்தனையும் தெய்வம்', 'ஒரு கூடைக்கல்லும் பிடாரி' எனும் தொடர்கள் காணப்படுகின்றன. இந்தக் கற்கள், செங்கற்கள்தாம் என்பது தெளிவுடையது. ஆனால் இவை எந்த தெய்வத்தைக் குறியீடு செய்கின்றன என்பதற்கான விளக்கங்கள் ஆய்வுலகில் வேறுபட்டுக் காணப்படுகின்றன. உதாரணமாக,

> ...பல ஐயனார் கோயில்களில் ஐயனாரின் உருவ சிலை கிடையாது. கருவறையில் ஒரு செங்கல் மட்டுமே வைக்கப்பட்டிருக்கும். அந்த செங்கல்தான் ஐயனாரின் அடையாளம். அதனால்தான் அவர் கோயிலிலுள்ள ஒவ்வொரு செங்கலையும் ஐயனார் என்று கூறுகிறார்கள். *(2014: 73)*

எனும் மு.அருணாசலத்தின் கூற்று செங்கல்லை ஐயனாராக அடையாளம் காட்டுகின்றது. இதிலிருந்து முற்றிலும் மாறுபட்டதொரு சித்திரத்தைப் பி.எல்.சாமி தருகின்றார்.

> ...ஐயனார் கோயில்களில் சப்தமாதர்களும் தொழப்படுவது பழைய தாய்தெய்வத்தின் தொடர்பைக் காட்டுகின்றது. ஐயனார் கோயிலில் ஏழு செங்கற்களைச் சப்தமாதர்களாகக் கருதித் தொழுகின்றனர். *(2011: 106)*

நாம் எழுப்பிய கேள்விக்கான விடைகளை மேலேயுள்ள அறிஞர்களின் கருத்துகள்வழிப் பெறமுடிகிறது. இருப்பினும் இவை ஒன்றுக்கொன்று தொடர்பில்லாத எதிர்நிலைத்தன்மை கொண்ட பதில்களாகும். நன்கு ஆராய்ந்து பார்க்கும்போது இவற்றுள் பி.எல்.சாமியின் கருத்தே மிகப் பொருத்தமானதாகத்

தோன்றுகிறது. ஏனெனில், மு.அருணாசலம் அவர்கள் கருவறையின் 'ஒற்றைச் செங்கல்லை' மட்டுமே பார்த்திருக்கின்றார். ஆனால், நாம் கண்ட பழமொழிகளோ 'ஒரு கூடைச்செங்கற்களையும் ஒரு வீட்டினுள் அடங்குகின்ற செங்கற்களையும்' காட்டுகின்றன. இதுமட்டுமின்றி அவை பத்திரகாளி, பிடாரி போன்ற பெண்தெய்வப் பெயர்களை வெளிப்படையாகக் கூறிய பின்பும், மு.அருணாசலம் அவர்கள் வலிந்து அனைத்துச் செங்கற்களையும் ஐயனாராக மாற்றிக்காட்ட முயல்கின்றார். அத்துடன் பெரும்பான்மையான ஐயனார் கோயில்களில் மிகப்பெரும் குதிரைகளில் அமர்ந்திருக்கும் ஐயனார் சாமிகள் இருக்கின்றன எனும் எளிய உண்மையை மறந்துவிட்டு அத்தெய்வத்திற்குச் சிலை இல்லையெனவும் அவர் வாதிடுகின்றார்.

இவ்வாறு அவர் கூறியிருப்பதைக் கவனப்பிசகாகவோ, தற்செயலானதாகவே கருதமுடியவில்லை. இதை மெய்ப்பிப்பதற்கு இப்பழமொழி தொடர்பான அவருடைய மற்றொரு விளக்கத்தையும் இங்கே எடுத்துக்காட்ட வேண்டியுள்ளது.

> ...ஐயனார் இருக்குமிடத்தில் கால்வைப்பவர்கள் பத்திரகாளி ஆகிவிடுவார்கள் என்று ஒரு பழமொழி கூறுகிறது. இது ஐயனாரின் வீரத்தை உயர்த்திப் பேசும் ஒரு பழமொழி. ஐயனார் இருக்குமிடத்தில் கால்வைக்கும் ஒருவர் பத்ரகாளி போன்று தைரியம் நிறைந்தவராகவும், பலமுள்ளவராகவும் மாறிவிடுவார் என்பதே இதன் பொருள். ஐயனாரும் பத்திரகாளியும் அசுரர்களுடன் போர் புரிந்தபோது ஒரேஅணியில் ஒன்றாகச் செயல்பட்டவர்கள். இருவரும் தீமைக்கு எதிரானவர்கள் (2014: 73).

இங்கு காளியின் வீரத்திற்கு அடிப்படையாக ஐயனார் இருப்பதாகக் கூறுவதும் பிடாரிக்குப் பதிலாக ஐயனாரைச் சுட்டுவதும் மு.அருணாசலம் அவர்களின் ஒருபக்கச் சாய்வுத்தன்மையைப் புலப்படுத்துகிறது. அவற்றில் வெளிப்படும் இத்தகைய நிலைப்பாட்டிற்குக் காரணம்,

> ...பெண்கடவுள் என்று தனியாக எதுவும் இல்லை. சப்தமாதா வழிபாடு போன்றவை 'தாய்க்கடவுள்' வழிபாட்டிற்கு இணையானவை. 'தாய்க்கடவுள்' என்று சொல்வதே தவறு. 'சக்தி வழிபாடு' என்பது இருக்கும் ஒரே கடவுளைத் துதிக்கும் வழிபாடுதான். 'தாய்க்கடவுள் வழிபாடு மரபு' என்று இதற்கு

வெளிநாட்டினர் முத்திரை குத்த விரும்பினால் அது தவறு. *(மேலது: 95-96)*

என்று கருதும் அவரின் பார்வையே எனலாம்.[10] ஒருவகையில் சிவனே ஏக இறைவன் என்ற சைவ சமயப்பற்றும், தாய்த்தெய்வ மரபை ஏற்க இயலாத மனநிலையுமே இவ்வாறான அவரது கருத்துநிலையை வடிவமைத்துள்ளன. ஆனால் நாம் ஆராய்ந்த பழமொழிகளில் இருப்பவை, ஏழு செங்கற்கள் (சப்தமாதர்) என்பதையும் அவை ஏழாவது நங்கையான காளி அல்லது பிடாரி எனும் பொதுப்பெயரால் குறியீடு செய்வதையும் தெளிவாகக் காணலாம்.

இதுவரை நாம் நோக்கிய நாட்டார் வழக்காறுகளில் ஐயனார், பிடாரி ஆகியவை குறித்த வெகுமக்களின் பார்வை துலக்கமாக வெளிப்பட்டது. இனி எழுத்துமரபில் இதன் வெளிப்பாடு எவ்வாறு இருக்கிறது எனக் காணலாம். இலக்கியத்தைப் பொறுத்தவரையில் இவற்றின் தொடர்பு பற்றித் திருநாவுக்கரசரின் தேவாரப்பாடல் முதல்பதிவைக் கொண்டிருப்பதைப் பார்க்கிறோம்.

பார்த்தனுக் கருளும் வைத்தார் பாம்பரையாட வைத்தார்
சாத்தனை மகனா வைத்தார் சாமுண்டி சாமவேதம்
கூத்தொடும் பாட வைத்தார் கோளராமதிய நல்ல
தீர்த்தமுன் சடையில் வைத்தார் திருப்பயற்றூரனாரே (திரு. பதி. 317)

இதில் சுட்டப்படும் சாத்தன் ஐயனாரைக் குறிக்கின்றது என்பது தெளிவானதாகும். அதேபோல் இதற்கடுத்துக் கூறப்படுகின்ற சாமுண்டியே காளி என்று உரிய சான்றுகளோடு முன்னரே விளக்கியுள்ளோம். ஆகவே தாய்த்தெய்வமான காளியும் ஐயனாரும் இங்கு ஒருங்கே காட்சியளிக்கின்றனர் என்பது தெரிகிறது. இவர்கள் ஏன் சைவமயமாக்கப்பட்டிருக்கின்றனர் என்பதற்கான வரலாற்றுக் காரணிகளை பிற்பகுதியில் விரிவாக ஆராய இருக்கிறோம்.

இலக்கியத்தை அடுத்து கல்வெட்டு ஆவணங்களிலும் முற்காண்பதன் தொடர்ச்சியைப் பார்க்கலாம்.

...கிராமியத் தெய்வங்களில் பிடாரியும் ஐயனாருமே பிரபலமாக இருந்திருக்க வேண்டும். இத்தெய்வங்கள் குறித்த செய்திகளே கல்வெட்டுகளில் பெரும்பாலும் காணப்படுகின்றன. *(2008: 77)*

எனும் வல்லிபுரம் மகேசுவரனின் கூற்று கல்வெட்டுகளில் ஐயனாருக்கும், பிடாரிக்கும் இருக்கும் செல்வாக்கை உணர்த்துகிறது.

தமிழ்க் கல்வெட்டுச் சொல்லகராதி எடுத்துக்காட்டும் கல்வெட்டுத் தொடர்களும் இத்தெய்வங்களின் இணைவைக் காட்டுகின்றன.

'ஸ்ரீ கோயிலும் ஐய்யன் கோவிலும் பிடாரி கோயிலும்' *(SII,ii,4)*

'காடுகாள் கோயிலுஞ் சாத்தன் கோயிலும்' *(SII,iii,191)*

இத்துடன் இருப்பிடம் பற்றி மட்டுமல்லாது பிடாரிக்கும் ஐயனார்க்கும் இருக்கும் மேலுமொரு வரலாற்று ஒப்புமையையும் கல்வெட்டுக்களில் காணமுடிகின்றது. சான்றுகளாக,

'காளி கணத்தார் ரக்ஷை' *(SII,iii,655)*
'எம்மூர் சாத்த கணத்தாரும்' *(SII,iii,6)*

எனும் கல்வெட்டுத் தொடர்கள், பிடாரி கோயிலுக்குக் 'காளி கணத்தார்' என்ற நிர்வாகக்குழு இருந்ததைப் போன்று ஐயனார் கோயிலுக்கு 'சாத்த கணத்தார்' என்ற நிர்வாகக்குழு இருந்ததையும் எடுத்துரைக்கின்றன. இவற்றிலிருந்து கல்வெட்டு சாசனங்களுக்குரிய காலத்திலிருந்தே இவ்விரண்டு தெய்வங்களும் தனிச்சிறப்புடனும் இணைந்தும் காணப்படுகின்றன என்பதை அறியலாம்.

தனித்தன்மைகள்

1. பொதுவாக ஐயனார் தெய்வத்தைப் பெரும்பான்மையான ஆய்வாளர்கள் அவைதீகப் பின்புலமுடையதாகவே கூறுகின்றனர்.

2. ஐயனார் தெய்வம் பற்றிய நம்பிக்கைகள் பெரும்பாலும் நீர்நிலைகளோடு இணைந்தே காணப்படுகின்றன. அதனுடைய பெயர்களும் ஏரிகாத்த ஐயனார், நீர்காத்த ஐயனார், அருஞ்சுனை காத்த ஐயனார், நிறைகுளத்து ஐயனார், ஐந்தருவி ஐயனார் என்று அமைந்திருப்பது இதை உறுதிசெய்யும். இதனால்தான் 'ஏரிக்கொரு ஐயனார்' என்று பழமொழியும் கூறுகின்றது போலும்.

3. நீர்நிலைகள் என்பவை வேளாண்மைத் தொழிலுக்கு ஆதாரமானவை என்பதால், ஐயனார் வணக்கமானது 'வளமை வழிபாட்டோடு' தொடர்புடையது எனக் கருதலாம்.

4. ஐயனார் அல்லது சாஸ்தா வழிபாடு, தமிழகத்தின் அண்டை மாநிலங்களிலும் காணப்படுகின்றது. கேரளத்தில் 'சாஸ்தா

காவுகள்' பல உண்டு. அங்கிருக்கும் புகழ்பெற்ற ஐயப்ப வழிபாடும் தர்மசாஸ்தா வழிபாட்டிலிருந்தே உருவானது என்பதை அறிஞர்கள் விளக்கியுள்ளனர். ஆந்திரத்தைப் பூர்வீகமாகக் கொண்ட 24மனைத் தெலுங்குச் செட்டியார்கள் முதலான சாதியினர் 'சாத்தாவுராயன்' வழிபாட்டைப் பிரதானமாகக் கொண்டிருக்கின்றனர்.

5. தமிழ்ச் சமூகத்தில் ஐயனார் வழிபாட்டைப் பிற்படுத்தப்பட்டோர் உள்ளிட்ட அனைத்துப் பிரிவினரும் மேற்கொள்கின்றனர். ஆனால் அய்யனார் எனும் பெயரைப் பெரும்பாலும் ஒடுக்கப்பட்ட மக்களே இட்டுக்கொள்கின்றனர் என்பது குறிப்பிடத்தக்கதாகும்.

பிடாரியோடு தொடர்புடையதாகக் காணப்படும் தெய்வங்கள் பற்றிய இதுவரையிலான விவாதங்களின் அடிப்படையில் சில முடிவுகளைத் தொகுத்துக் கூறலாம்.

- பிடாரி எனும் பெயருக்குரிய சமய அடையாளக்கூறுகள் தமிழ்நாட்டுக்குள் மட்டுமின்றி பிற திராவிட மொழி நிலங்களுக்குள்ளும் பரவியிருக்கின்றன. இதற்கேற்ப பிடாரியோடு தொடர்புடைய தெய்வங்களும் இந்தப் பண்பாட்டு நிலவியல் முழுவதும் காணக்கிடைக்கின்றன. துர்க்கை, சப்தமாதர் வழிபாடு இந்திய அளவிலும் மாரியம்மன், ஐயனார் வழிபாடு தென்னிந்திய அளவிலும் பரவியிருப்பதைக் காண்கிறோம்.
- மேற்காணும் தெய்வகணங்கள் எல்லாமும் இன்று வைதிக இந்துமதச் சட்டகத்திற்குள் அடைக்கப்பட்டிருப்பினும் அவற்றின் தொடக்ககால வரலாறானது தாய்த்தெய்வ வழிபாட்டு மரபோடு தொடர்புடையதாக உள்ளது. ஐயனார் மட்டும் அவைதீக மரபின் (சமணம்/ பௌத்தம்/ ஆசீவகம்) மூலத்தைப் பெற்றிருக்கின்றார்.
- பிடாரியோடு இணைத்து நோக்கப்பட்ட தெய்வங்கள் அனைத்துமே தாந்திரீகம் அல்லது வளமை வழிபாடு ஆகியவற்றின் பின்புலத்தைக் கொண்டிருக்கின்றன. இதை மழை, குளம், ஏரி, கடல் ஆகியவற்றோடு அத்தெய்வங்கள் உறவுகொண்டிருப்பதன்வழி அறியலாம்.
- மேற்காணும் வளமைக்கூறுகள் வேளாண்சமூகப் பின்புலத்துடன் தொடர்புடையவை ஆகும். ஆகவே இத்தெய்வங்கள்

> மண்ணோடும், உழைக்கும் மக்கள் பிரிவினரோடும், அடித்தட்டுச் சாதியினரின் பண்பாட்டு அடையாளங்களோடும் நெருக்கமான பிணைப்பைக் கொண்டிருக்கின்றன.

பிடாரிக்கும் அதனோடு உறவுடைய தெய்வகணங்களுக்கும் இடையேயான உறவை இவ்வளவு விரிவாகக் காண்பதற்கு அவசியமென்ன என்ற கேள்வி இவ்விடத்தில் எழக்கூடும். இதற்கு விடையாக ‘உன் நண்பன் யார் என்று சொல். நீ யார் என்பதை நான் சொல்கிறேன்’ எனும் புகழ்பெற்ற தொடரை இங்கு நினைவூட்டலாம். ஏனென்றால் பொதுவான நிலையில் தனது பண்புக்கூறுகளோடு ஒத்தமையும் தன்மைகள் இருந்தால் மட்டுமே, ஒரு வழிபாட்டு மரபு பிறவற்றோடு நீண்டகாலத் தொடர்பைப் பெற்றிருக்கமுடியும். ஆக, இந்த விவாதங்கள்வழி வெளித்தெரியும் பொதுமையான பண்புகள் பிற தெய்வங்களுக்கு மட்டுமல்ல, பிடாரிக்கும் பொருந்தும் என்பதை இனிவரும் பகுதிகள்மூலம் பார்க்கவுள்ளோம். இன்னும் தெளிவாகக் கூறினால், தாய்த்தெய்வ மரபிற்குரிய தாந்திரீகம், வளமைச் சடங்குகள் ஆகியவற்றோடு அவைதீகப் பின்புலமும் பிடாரிக்கு உரியன என்பதைக் காண இருக்கின்றோம்.

5
தாந்திரீகமும் சமணமும்

சமணம் அவைதீக மரபைச் சேர்ந்த சமயமாகும். இதற்கு ஜைன மதம், ஆருகத மதம், நிகண்ட மதம், அநேகாந்தவாத மதம், ஸியாத்வாத மதம் போன்ற வேறுபெயர்களுண்டு. சமணர் (ஸ்ரமணர்) என்றால் துறவிகள் என்பது பொருள்.[1] துறவை மேற்கொண்டோருக்கு மட்டுமே வீடுபேறு கிட்டும் என்று இந்த மதம் வலியுறுத்துகிறது. புலன்களையும் கர்மங்களையும் வென்றவர் என்பதால் தீர்த்தங்கரருக்கு 'ஜினர்' என்னும் பெயர் உண்டு. சமண சமயக் கொள்கைகளை அவ்வப்போது உலகத்திலே பரவச் செய்வதன் பொருட்டு இதுவரை இருபத்துநான்கு தீர்த்தங்கரர்கள் தோன்றியுள்ளார்கள் என்பதும் இனியும் தோன்றுவார்கள் என்பதும் இந்த மதத்தின் கொள்கையாகும்.

'பெரியதன் ஆவி பெரியது' என்ற இச்சமயத்தவரின் பழமொழிக்கு ஏற்ப, உடல்களின் அளவுக்குத்தக்கப்படி உயிரானது பெரியதாகப் பரந்தும் சிறியதாகச் சுருங்கியும் இருக்கும். அதேபோல் ஏகஆன்மா என்பது கிடையாது; அனேக ஆன்மாக்களே உள்ளன. இவை தங்களின் நல்வினை, தீவினைக்கு ஏற்ப விலங்கு, நரகர், தேவர், மக்கள் என்று பல்வேறு வடிவங்களில் பிறப்பதும் இறப்பதுமாக அமையும். இறுதியில் மக்களாகப் பிறந்து இல்லறம் நீங்கி (சம்சார ஜீவன்) இருவினைகளையும் நீக்கி, புலனின்பம், பாசம், பற்று இவை கடந்த துறவறத்தார்க்கே வீடுபேறு எனும் உயர்ந்தநிலை கிடைக்கப்பெறும். மேலும் மோட்ச நிலையடைந்த உயிரே கடவுள் என்பதும் உயிர்களுக்கு அப்பாற்பட்டத் தனியானதொரு கடவுள் இல்லை என்பதும் சமண சமயத்தின் அடிப்படைக் கொள்கைகளில் ஒன்றாகும் (வேங்கடசாமி, மயிலை சீனி. 2010: 1-12).

இத்தகைய கொள்கைகள் கொண்ட சமண சமயம் பிற்காலத்தில் சுவேதம்பரம், திகம்பரம், ஸ்தானகவாசி எனும் மூன்று பெரும்பிரிவுகளாகப் பிரிந்தது. இவற்றுள் திகம்பரப் பிரிவே தமிழகத்தில் செல்வாக்கு பெற்றிருந்தது என்று அறிஞர்கள் பலர் விளக்கியுள்ளனர். இன்னும் சிறப்பாக கூறுவதானால் தமிழகத்தின்

பண்டைய வரலாற்றில் இந்த சமண சமயமே மற்ற அவைதீக சமயங்களை விட சீரிய நிலையை அடைந்திருந்தது. இதைக் கிறித்துவுக்கு முந்தைய சில நூற்றாண்டுகள் தொடங்கி கி.பி.9ஆம் நூற்றாண்டு வரையிலான தொல்லியல் சான்றுகள், கல்வெட்டுகள், செவ்வியல் இலக்கியங்கள் ஆகியவைத் தெளிவாக எடுத்துரைக்கின்றன (ஹன்லொன் 2019: 22-27). வேதமறுப்பு எனும் முற்போக்குத்தன்மையைக் கொண்டிருந்தாலும் ஆண்தலைமை வழிபாடு, பெண்மறுப்பு போன்ற விவாதத்திற்குரிய கூறுகளையும் அது தன்னுட் பெற்றுள்ளது. இந்தநிலையும் பிற்காலத்தில் தலைகீழாக மாற்றம் பெற்றுவிட்டதை தமிழக வரலாறு காட்டுகிறது. வெகுமக்களிடையே இருந்த தாய்த்தெய்வ மரபுக்கான செல்வாக்கு, பகைச்சமயத்தவரின் எழுச்சி போன்ற புறச்சூழல்களின் அழுத்தத்தால் இயக்கி வழிபாடு போன்ற பெண்தெய்வ வணக்கமுறைகள் சமணத்தினுள்ளே முன்னிலை பெற்றுவிட்டன. இதனால் உருவான சமணத்தின் முக்கியமான பண்பாட்டு விளைபொருளே பிடாரி வழிபாடு என்பதை இங்குக் காணவுள்ளோம்.

பிடாரி என்பதற்கான வேர்ச்சொல்லும் அதன் பின்புலமும் சமணத்துக்கு உரியன என்று முந்தைய பகுதிகள் விளக்கியுள்ளன. ஆனால் இது மட்டுமே அதன் அவைதீகச் சார்பை நிறுவுவதற்கு போதுமானதல்ல என்பதால் மேலும் இவ்விவாதத்தை வளர்த்துச்செல்ல வேண்டியுள்ளது. அதன் பொருட்டுக் கீழ்க்காணும் வினாக்களை எழுப்புவது அவசியமாகின்றது.

1. பிடாரி வழிபாட்டிற்கு இணையான சமண சமய அடித்தளம் கொண்ட பெண்தெய்வ வழிபாடு வேறெதுவும் இருக்கின்றதா?

2. பிடாரி எனும் பெயரிடும் மரபு இடைக்காலத்தது என்றால், காளியின் மேல் மட்டும் ஏன் இந்தப் பெயர் ஏற்றிக் கூறப்பட்டது?

3. பிடாரி என்பது காளிதான் என்றால், தமிழகத்தில் காளி கோயில்களும் பிடாரி கோயில்களும் வேறுவேறாக இருப்பது, பிடாரிக்கு நடக்கும் தாலிகட்டும் சடங்கு காளிக்கு நடைபெறாமல் இருப்பது போன்றவை எதனால்?

இப்போது முதல்வினாவிலிருந்து தொடங்கலாம். இதற்கு விடைகாண்பதற்குச் செந்தீ நடராசன் அவர்களின் ‘அவ்வை நோன்பு’ பற்றிய ஆய்வு நமக்குத் துணைநிற்கிறது. இதுபற்றிய

விவாதம் பிடாரி பற்றிய ஆராய்ச்சிக்கு மிக முக்கியமானது என்பதால், இதைச் சற்று விரிவாகக் காண்போம். தென்தமிழகத்தில் பெண்களால் பரவலாகப் பின்பற்றப்படும் அவ்வை நோன்பு தொடர்பான தொன்மக்கதைகள், சடங்குகள் போன்றவற்றை ஆராய்ந்துள்ள செந்தீ நடராசன் சில முக்கியமான செய்திகளை வெளிப்படுத்தியுள்ளார். அவையாவன:

1. தமிழரின் வழக்காற்றில் தாய் என்பவளையும் வழிபடு தெய்வத்தையும் குறிக்கப் பயன்படுத்திய 'அவ்வை' என்னும் சொல்லையே சமணப்பெண் துறவிகளுக்கும் சமணர்கள் பயன்படுத்தியிருக்கலாம்.
2. தொன்மைக்காலத்து இனக்குழூச் சடங்கான அவ்வை நோன்பை தமிழகத்துக்குப் பரவிய சமண மதம் உள்ளடக்கிக் கொண்டிருக்கலாம்.
3. அவ்வை நோன்புக் கதையில் பிச்சை கேட்டு வரும் கிழவி சமணப்பெண் துறவியே ஆதல் வேண்டும்.
4. அவ்வை வழிபாட்டிலுள்ள பண்புக்கூறுகள் அதனோடான சமணர்களின் மேலோட்டமான தொடர்பையே வெளிப்படுத்துகின்றன (2014: 17-18).

மேற்கண்ட வகையில், அவ்வை நோன்புக்கும் சமணத்துக்குமான உறவை விளக்கியுள்ள அவரே, பிற்காலத்தில் தனது நிலைப்பாட்டை முற்றிலுமாக மாற்றிக்கொண்டுள்ளார்.[2]

> ...சமண சமயத்துடன் நேரடித் தொடர்புக்கான எவ்வித சான்றுகளும் கிடைக்கப்பெறவில்லை. இந்நோன்பு சமணசமயம் சார்ந்தது என்ற முடிவுக்கு கட்டுரையாளர் வர இயலாது. ... சமண சமய 'அவ்வை' என்னும் குரத்தி பற்றிய கருத்துரு, இந்நோன்பின் தன்மை சமயத்திற்குப் புறம்பாக இல்லாதநிலையில் உள்வாங்கப்பட்டு வழங்கி இருக்கலாம் (இவை எடுகோள்களே). (மேலது: 22)

செந்தீ நடராசன் அவர்களின் இத்தகைய நிலைப்பாடு மாற்றம் நம்முடைய மேலாய்வைக் கோருகின்றது. இதைக் காண்பதற்கு முன்பாக செந்தீ நடராசன் தந்துள்ள விளக்கத்தின் ஒருபகுதியோடு முரண்படுகின்ற வெ.வேதாசலத்தின் கருத்தொன்றை இங்கு எடுத்துக்காட்டுவது அவசியமாகும்.

> சமண சமயத்தினைப் பின்பற்றி வாழும் பெண் ஆசிரியரான குரத்தியாரை 'அவ்வை' என்ற சொல் குறிக்கின்றது என்று சொல்வதைவிட அச்சமயத்தில் மாயங்கள் செய்யவல்ல

> பெண்தெய்வமான இயக்கியைக் குறிக்கின்றது என்று கொள்ளலாம். *(1989: 101)*

மேலே வெ.வேதாசலம் அவர்கள் கூறுவதுபோல் சமணசமயத்துப் பெண்தெய்வங்களான இயக்கிகளுக்கு 'அவ்வை' எனும் பெயர் இருப்பது உண்மைதான் என்றாலும், அவ்வை நோன்புக்குரிய கதைகளிலோ, சடங்குகளிலோ இயக்கி பற்றிய தடயங்கள் ஏதும் புலப்படவில்லை. மேலும் அவர் இக்கருத்தை யூகமாகக் கூறுகிறாரேயொழிய இத்தன்மை எந்த இயக்கிக்கு உரியது என்பதைத் தெளிபடுத்தவில்லை என்பதும் கவனிக்கத்தக்கது.

ஒட்டுமொத்தமாகப் பார்க்கும்பொழுது இந்த இருஅறிஞர்களும் வெளிப்படுத்தும் அவ்வை நோன்பைப் பற்றிய ஐயப்பாடுகள் இருவேறு தன்மைகள் உடையவையாக உள்ளன. அதாவது செந்தீ நடராசன் அவர்கள் இச்சடங்கு சமணசமயத்தோடு நேரடித் தொடர்பற்றது என்கிறார். வெ.வேதாசலம் அவர்களோ இது சமணசமயச் சார்புடையதுதான் என்றாலும், இதிலுள்ள அவ்வை என்பது சமணப் பெண்துறவியைக் குறிக்காது; இயக்கி தெய்வத்தையே குறிக்கும் என்கிறார். இக்கருத்துகளோடு நாம் முற்றிலும் மாறுபடுகிறோம். அதேவேளையில் இவ்விருவரின் நோக்கை வளர்த்தெடுத்துச் சென்றால் தாந்திரீக மரபிற்கும் சமணத்திற்கும் உள்ள தொடர்பைக் கண்டடையும் வாய்ப்புகள் உள்ளன. இதன் தொடக்கமாக, அவ்வை நோன்பில் இருக்கும் அவ்வை யார் என்பதைக் கண்டறிய முயல்வோம்.

ஒரு மொழியில் வழங்கிவரும் சில குறிப்பிட்ட சொற்களின் பொருண்மையானது காலப்போக்கில் பல்வேறு காரணிகளால் மாற்றமடைகிறது. சான்றுகள் : நாற்றம், கழகம், கிழவன், கோயில், பள்ளி. ஆகவே, இவ்வாறான சொற்களை அவற்றின் வரலாற்றுப் பின்புலம், பனுவலில் சுட்டப்படும் தன்மை போன்றவை கொண்டு பொருள்கொள்ளுதல் இன்றியமையாதது. இவற்றை ஒத்ததே 'அவ்வை' என்ற சொல்லும் என்பதை நினைவிலிருத்த வேண்டும். இச்சொல் வெவ்வேறு காலகட்டங்களில் வேறுவேறான ஆளுமைகளையும் பொருண்மையையும் குறிப்பதாக இருக்கின்றது.

சங்க இலக்கியப் புலவரான 'ஔவை'யின் பெயர் தாய், மூதாட்டி எனும் பொருண்மையைக் குறிப்பதாகக் கருதமுடியவில்லை. ஏனென்றால் சங்ககால ஔவை ஒரு இளமையான விறலியாக இருந்ததற்கான சான்றுகளே மிகுதியாக உள்ளன. இதனால்தான் சங்க இலக்கியத்தின் ஔவையை

பொதுப்பெயராகக் கருதாமல், சிறப்பு பெயராகக் கொள்ளவேண்டும் என்பார் தாயம்மாள் அறவாணன் (2000: 31). ஆனால், பிற்காலத்துப் புலவர்களாக இருந்த ‘ஔவை’களை இதேதன்மை கொண்டவர்களாகக் கூறஇயலாது. எனவே, ‘அவ்வை’ எனும் தமிழ்ச்சொல் சமண சமயத்தால் ஏற்கப்பட்டுவிட்டநிலையில் அது என்னவிதமான பொருள்மாற்றத்தை அடைந்துள்ளது எனப் பார்க்கவேண்டியுள்ளது. சூடாமணி நிகண்டிலுள்ள,

> நந்தியே பிண்டி வாமன் நன்னெறி வழாது நோற்பாள்
> கந்தியே அவ்வை அம்மை கன்னியே கௌந்தி என்ப
> (மக். தொகு. 62)

எனும் நூற்பா சமணப்பெண் துறவியின் பெயர்களுள் ஒன்றாக அவ்வை இருப்பதைக் குறிப்பிடுகின்றது. இத்தகைய துறவியருள் ஒருவரான அவ்வையின் நினைவினைப் போற்றும் வழிபாடே அவ்வை நோன்பு என்பதைக் கீழ்க்காணும் கருத்தின்வழி அறியலாம்.

> சமணப் பெண்துறவிகள் பிடாரி, குரத்தி, ஔவை என வழங்கப்பட்டனர். வயதான தவப்பெண்கள் என்னும் உயர்ந்தநிலையை உடையவர்கள் ஔவையாகக் கொள்ளப்பட்டனர். அப்படிப்பட்ட ஔவை நிலையிலிருந்த ஒரு சமணப் பெண்துறவியின் நினைவால் வந்ததே தாழக்குடி மற்றும் குரத்தியறை ஊர்களிலுள்ள ஔவையாரம்மன் கோவில்கள். ஏழைகளுக்கு உதவிசெய்த ஔவை கதை குமரி மாவட்டத்தில் மலையடி, சிவகிரி முதலிய இடங்களிலும் வழக்கத்தில் உள்ளதோடு ஔவைக்கான வழிபாட்டு இடங்களும் உள்ளன. (விவேகானந்தன், சிவ. 2010: 144)

அவ்வை பற்றி வழங்கப்படும் கதைகளிலும் அவள் ஒரு துறவி என்பதற்கான அகச்சான்றுகள் உள்ளன. அவை வருமாறு:

1. ஒரு வயதான பெண் பசிக்கு உணவுகேட்டுச் செல்லும்போது, தனக்கு உதவிய பெண்ணுக்கு வறுமை நீங்குமாறும் செல்வவளம் பெருகுமாறும் செய்தாள்.

2. மற்றொரு கதையில் தன்னை மதிக்காத பொற்கொல்லன், உவச்சன் ஆகியோர் நிலை தாழுமாறு சாபமளித்தாள். செட்டி வீட்டினர் நன்கு உபசரித்ததால் அவர்கள் சிறப்போடு வாழ வாழ்த்தினாள்.

3. குரத்தியறை கோயில் குறித்த கதையில், குகை ஒன்றில் மறைந்து வாழும் அவ்வை அவ்வூர் மக்களுக்குப்

> பொருளுதவி செய்கின்றாள். ஆயினும், அவளை யாரும் பார்க்கமுடியாது. இதனைமீறி ஒருவன் மறைந்திருந்து பார்க்க முற்பட்டதால் 'அடைத்தேன், அடைத்தேன்' என்று கூறியபடியே அவளிருந்த குகையைப் பாறை ஒன்றால் மூடிவிட்டாள் (செந்தீ நடராசன் 2014: 17-19,32).

இக்கதைகளில் வெளிப்படும் பலகூறுகள் சமணத்துறவியின் வாழ்வியல் முறையோடு ஒத்துச்செல்கின்றன என்பதைப் பார்க்கலாம். பொதுவாக சமணத்துறவிகள் ஊருக்கு ஒதுக்குப்புறமுள்ள சிறிய மலைக் குகைகளில் வாழ்வதும் தங்களது உணவைப் பெறுவதற்காக ஊருக்குள் சென்றுவருவதும் அன்றைய நடைமுறை நிகழ்வுகளாகும். இதைக் கல்வெட்டுகள் காட்டும் 'அஷ்டோபவாசிகள்', 'பட்டினிக் குரத்திகள்' போன்ற சமணத் துறவிகளின் பெயர்களும் உறுதிப்படுத்துகின்றன. மேலும் குரத்தியறை, தாழக்குடியிலுள்ள அவ்வைக்கோயில்களும் சமணப் பெண்துறவியர் வாழ்ந்த மலைக்குகைகளை ஒட்டி அமைந்திருப்பதை ஆய்வாளர்கள் சுட்டிக்காட்டியுள்ளனர். இறுதியாக, அவ்வை என்னும் சொல்லுக்கு வயதான தவப்பெண் என்ற பொருள் இருப்பதும் இந்நோன்பு பற்றிய கதையில் வருகின்ற பெண் வயதான துறவியாக இருப்பதும் ஒன்றோடொன்று பொருந்தி நிற்கின்றன. அதேவேளையில் அப்பெண்துறவி பிச்சை ஏற்கும் நிலையில் உள்ளபோது, எவ்வாறு அவள் மற்றவர்களுக்கு உதவமுடியும் எனும் ஐயம் எழுகின்றது. இதற்கான விடையைப் பின்னர் காண உள்ளோம். அதற்கு முன்பாக துறவி தெய்வமாக்கப்பட இயலுமா என்பதற்கான விளக்கத்தைக் காணலாம்.

வரலாற்றின் பக்கங்களில் நிறுவனச் சமயங்களுக்குரிய இறுக்கமான விதிமுறைகளைக் கடந்து புதிதான பல சமயக்குழுக்களைச் சான்றோர்கள் பலர் உருவாக்கியுள்ளதைப் பார்க்கிறோம். மறுபுறம் தங்களின் நலன்நாடி உதவிகள் செய்தோ, அற்புதங்கள் செய்தோ தொண்டாற்றிய சமயப் பெரியோர்கள் மீது எழும் நன்றியுணர்ச்சியால் வெகுமக்கள் அவர்களையே தெய்வமாக்கி வழிபட்டு வருகின்றனர். மேலும் சமய எல்லைகளைக் கடந்து இவ்வழிபாடு பெருகுவதும் நடைமுறை உண்மையாகும். அவ்வகையில் சமய நிறுவனர்கள் மட்டுமின்றி மெய்ஞானியர், துறவிகள் போன்றோரும் இவ்வழிபாட்டு மரபிற்குள் கொண்டுவரப்பட்டுள்ளனர். இதற்கு உதாரணங்களாக, கிறித்துவத்தில் புனிதர் வழிபாடு, இசுலாமிய சூபி ஞானிகளை வணங்குகின்ற தர்கா வழிபாடு, தமிழகத்தின் சித்தர் வழிபாடு போன்றவற்றைக் கூறலாம். இவர்கள் குறிப்பிட்ட சமய

அடையாளத்துடன் உலகில் தோன்றியிருந்தாலும் மதம் கடந்து அனைத்து மக்களுக்கும் நன்மைகள் புரிந்ததனால் அவர்களாலேயே வழிபடும் நிலைக்கு உயர்த்தப்பட்டவர்கள் ஆவார்கள்.[3]

இதைப்போன்றே சமணப் பெண்துறவியான அவ்வையும் தனது உதவும் பண்பினால் சமய எல்லைதாண்டிய நிலையில் வழிபடும் தெய்வமாக்கப்பட்டுள்ளாள் எனக் கருத இடமுள்ளது. இக்கருத்தை அவ்வையாரம்மன் கோயிலின் வழிபாட்டில் காணலாகும் தனித்துவத்திலிருந்து அறியலாம். பெரும்பான்மையான பெண்தெய்வக் கோயில்களில் உயிர்ப்பலி அளிப்பது சாதாரண நடைமுறையாக இருக்கையில், இங்கே சைவ ஆச்சாரத்துடன் கூழும் கொழுக்கட்டையும் மட்டுமே அவித்து வழிபடுகிறார்கள். இது சமணத்தின் கொல்லாமை எனும் கொள்கையை வெளிப்படுத்துவதாக உள்ளது. அந்தவகையில் அவ்வையின் கோயிலானது பிற அம்மன் கோயில்கள் போன்றதாக இல்லை. ஆகவே இதை உயிருடன் வாழ்ந்து மறைந்த பெண்துறவியின் நினைவாக எழுப்பப்பட்ட கோயிலாகவே கொள்ள வேண்டுமென்பார் தாயம்மாள் அறவாணன் *(2000: 132)*.

தொடக்கநிலையில் பெண்மறுப்புத் தன்மை கொண்டிருந்த சமணமானது பிற்பாடு இயக்கி வழிபாடு எனும் தாய்த்தெய்வ வணக்கத்தை நிறுவனரீதியாகவே ஏற்றுக்கொள்ளத் தலைப்பட்டது என்பது சமய வரலாறு. இதற்கு இவ்வழிபாடு வெகுசன செல்வாக்கு பெற்றிருந்ததே முக்கியக் காரணம் ஆகும். இதேபோன்று தங்களின் அன்பையும் மதிப்பையும் பெற்ற சமணப் பெண்துறவிகளைத் தெய்வமாக்கிச் சில வளமைச் சடங்குகளோடு இணைத்துக் கொண்ட நாட்டார் சமயப்பரப்பின் ஒரு பகுதியாகவே அவ்வை நோன்பு காட்சியளிக்கிறது. அந்தவிதத்தில் துறவியர் வழிபாடாக விளங்கும் அவ்வை நோன்பு, மைய மரபிலிருந்து விலகியிருக்கும் வெகுமக்களின் எதிர்மரபாகக் கொள்ளத்தக்கதாகும்.

இந்த அவ்வை நோன்பில் காணும் வளமைச் சடங்கு என்பது தாந்திரீக நெறியில் அமைந்திருக்கின்றது. இதில் *(1)* பெண்கள் மட்டுமே பங்கேற்றல், அவர்கள் நிர்வாணமாகப் பூசை செய்வது பற்றிய நம்பிக்கை, *(2)* அங்குச் சமைக்கப்படும் கொழுக்கட்டைகளானவை ஆண், பெண் உருவங்கள், பாடை, மண்டையோடு, கவைக்கம்பு, அகல்விளக்கு போன்ற விசித்திரமான வடிவங்களுடன் செய்யப்படுதல், *(3)* ஆண்கள் இச்சடங்கையோ, படையல் உணவையோ பகிர்ந்துகொள்வது, காண்பது ஆகியவற்றுக்குத் தடை, *(4)* இதை மீறினால் 'கண் அவிந்துபோகும்'

எனும் தண்டனை பற்றிய நம்பிக்கை போன்ற சடங்கியல் கூறுகள் இருக்கின்றன. இவை அனைத்தும் தாந்திரீகத்தின் மறைவுத்தன்மையையும் (இரகசியம்), வளமைக் குறியீடுகளையும் பிரதிநிதித்துவப்படுத்துகின்றன. அத்துடன் இந்த நோன்பை மேற்கொள்ளும் பெண்கள் ஏழுகுளங்களின் மண்ணை எடுத்து அதில் ஏழு உருவங்கள் செய்து வழிபாடு செய்கின்றனர் என்பதும் கவனத்திற்குரியது. இந்த ஏழு மண்ணுருவங்கள் நிச்சயமாக சப்தமாதர் அல்லது ஏழு கன்னிமாரை அடையாளப்படுத்துகின்றன எனலாம். சப்தமாதர்கள் வளமையோடு தொடர்புடையவர்கள் என்று முன்பே கண்டுள்ளோம். மேலும் குளத்து மண் (வண்டல்) என்பது விவசாயத்திற்கு இன்றியமையாததாகும். ஆகவே இந்நடைமுறைகளும் மேற்காண்பதை உறுதிப்படுத்துகின்றன.

இதுவரைகண்ட கருத்துகளின் அடிப்படையில் சமணத்தின் பெண்துறவி வணக்கமும் வளமைச்சடங்கும் இணைந்தே அவ்வை வழிபாடாக தோற்றம் பெற்றுள்ளது எனும் உண்மையை உணரலாம். இனிவரும் பகுதிகள் பிடாரி வழிபாட்டின் அடித்தளமானது அவ்வை வழிபாட்டு மரபோடு எவ்வகையில் ஒத்தும் வேறுபட்டும் இருக்கின்றது என்பதை விளக்க உள்ளன. இதற்குத் தொடக்கமாக சமணப் பெண்துறவியரின் வாழ்வியலையும் தனித்துவமான வரலாற்றையும் காண்பது முக்கியமானதாகும்.

தமிழக வரலாற்றின் தொடக்ககாலக் கல்வெட்டுகள் பெரும்பான்மையும் சமண சமயச் சார்புடையதாக இருப்பதை வரலாற்று அறிஞர்கள் பலர் தெளிவுபடுத்தியுள்ளனர்.[4] இந்த தமிழ்பிராமிக் கல்வெட்டுகளிலேயே சமணப் பெண்துறவிகளைக் குறிக்கும் பம்மித்தி, கந்தி போன்ற சொற்கள் காணப்படுகின்றன என்பதை முன்னரே கண்டோம். இதன்மூலம் சமணசமய ஆண்துறவியருக்கு ஈடான வரலாற்றுத் தொடக்கத்தைப் பெண்துறவியரும் பெற்றிருந்தனர் எனும் செய்தி புலப்படுகிறது. இதற்கடுத்த நிலையில் தமிழ்க் காப்பிய நூல்கள் பலவும் சமண, பௌத்த சமயங்களைச் சேர்ந்த பல்வேறு பெண்துறவிகளைத் தங்களது பாட்டுடைத் தலைவிகளாகவும் முக்கியப் பாத்திரங்களாகவும் வைத்துப் படைக்கப்பட்டுள்ளன என்பதும் கூர்ந்து நோக்கத்தக்கது. குறிப்பாக கவுந்தியடிகள், நீலகேசி உள்ளிட்ட சமணப் பெண்துறவியர் ஆளுமைமிக்க கதைமாந்தர்களாக இந்நூல்களில் சித்திரிக்கப்பட்டுள்ளனர். இவர்கள் வரலாற்று மாந்தர்களாக இல்லாவிட்டாலும் அன்றைய நிலையில் அவைதீக சமயங்களுக்குள் பெண்களின் இடம் எவ்வாறு இருந்தது என்பதற்கான வரலாற்றுப் பிரதிபலிப்பாகக் கருத இடமிருக்கின்றது.

கி.பி 6ஆம் நூற்றாண்டுக்குப் பிறகான வட்டெழுத்துக் கல்வெட்டுகள் பலவற்றில் சமண பெண்துறவிகளுக்கான பெயர்கள் பல்கிப் பெருகிக் காணப்படுகின்றன என்பதையும் முன்னரே கண்டோம். அந்தவகையில் ஆர்யங்கானை, பிடாரி, குரத்தி, அவ்வை, சாரணி போன்ற பெயர்கள் இவர்களின் சமயநிலையுடைய வளர்ச்சியையும் சிறப்பிடத்தையும் குவியப்படுத்திக் காட்டுகின்றன. இவர்களின் முதன்மையான சமுதாயப்பணியாக கல்வி இருந்துள்ளது. இதுபற்றிய சில செய்திகளைக் கீழே காணலாம்.

சமணத்துறவியர் ஆண், பெண் என்ற பால்பேதமின்றி தங்களது குருவிடம் சமயக்கல்வி பயின்றுள்ளனர். ஆண்துறவியருக்கு பெண் மாணாக்கரும் பெண்துறவியருக்கு ஆண் மாணாக்கரும் இருந்ததை கல்வெட்டுச் சான்றுகள்வழி அறியலாம். சில இடங்களில் பெண்டிருக்கெனத் தனியான பள்ளிகளும் செயல்பட்டுள்ளன. திருப்பாண்மலையிலுள்ள குகைப்பள்ளியில் நெம்பிபட்டாரகர் எனும் ஆண்துறவியின் சீடராக இருந்த பட்டினிக்குரத்தி என்பவர் பின்பு ஆசிரியராகப் பணிசெய்துள்ளார். கி.பி. 9ஆம் நூற்றாண்டில் முழுக்கவும் பெண்களாலேயே நடத்தப்பட்ட ஒரு சமணப் பல்கலைக்கழகம் பற்றிய செய்தியைத் திருச்சாராணத்து மலையிலுள்ள கல்வெட்டு கூறுகின்றது. இதே காலகட்டத்தைச் சேர்ந்த கழுகுமலைக் கல்வெட்டு, அங்கிருந்த சமணப்பள்ளியில் அதிகமான பெண்துறவிகளே ஆசிரியர்களாக இருந்ததையும் இங்கு கல்விகற்க தூரப்பகுதிகளிலிருந்தும் சமய அறிஞர்கள் பலர் வந்ததையும் குறிப்பிடுகின்றது. குறிப்பாக சமய, இன பேதமின்றி அனைத்துத் தரப்பு மக்களுக்கும் பெண்துறவியர் கல்வி புகட்டியுள்ளனர் எனும் செய்தி முக்கியமானதாகும் (அருண்ராஜ், த. & அறவாழி, பா. *2005: 225-226*).

சமணசமயப் பெண்பால் துறவிகளின் கல்விப்புலமை பற்றிய வேறுசில செய்திகள் அறியவேண்டுவனவாகும். இவர்கள் சமய நூலையும் இலக்கண, இலக்கிய நூல்களையும் நன்கு பயின்றிருந்தனர். இவர்களுடைய கல்வியறிவின் சிறப்புக்கு சிந்தாமணியின் இடைச்செருகல் பாட்டுக்களே கட்டியம் கூறுகின்றன (வேங்கடசாமி, மயிலை சீனி. *2010: 166*). இக்கூற்றை மெய்ப்பிக்கும் மற்றுமொரு சான்று, கல்வியொழுக்கம் எனும் நூலாகும். இந்நூல் சமணச்சார்புடையது. இதை 'ஔவையாரருளிச் செய்த சமணன் கல்வியொழுக்கம்' எனும் அடிகள் கொண்டு உணரலாம். இந்த நூலானது அவ்வை எனும் பெண்துறவியால் இயற்றப்பட்டது என்பதும் கவனத்திற்குரியதாகும் (ராசு, செ. *2016: 178*).

கல்விப்பணி தவிர்த்த வேறுபல பொதுப்பணிகளையும் பெண்துறவியர் ஆற்றியுள்ளனர். இதைக் *கல்வெட்டுக் கலைச்சொல் அகரமுதலி,*

> திருப்பாண் மலை அரிஷ்டநேமி பிடாரர் மாணாக்கியார் பட்டினிக்குரத்தி அடிகளேன் கண்ட கிணறு. இது இவ்வூர் இருபத்து நால்வரை இரஷிப்பதாகவும், இம்மனையும் இக்கிணறும் பெண்பள்ளியாவதாகவும் (தெ.கல்.தொ.7, கல்.56)

என்று எடுத்துரைக்கின்றது. பட்டினிக்குரத்தி எனும் பெண்துறவி குடிநீருக்காகக் கிணறு வெட்ட ஏற்பாடு செய்துள்ளார் என்பதே இதன் மையச் செய்தியாகும். திருச்சாரணத்து மலையிலுள்ள பட்டாரியாருக்கு (இயக்கி) குணந்தாங்கிக் குரத்திகள் எனும் பெண்துறவி பொன்னாலான அணிகளையும் பொன்னால் செய்த பூவையும் அளித்தார் என்பதை முந்தைய பகுதியில் எடுத்துக்காட்டியுள்ளோம். இத்தகைய தரவுகள் பெண்துறவியர் பொதுப்பணிகளுக்கும் தானங்கள் செய்வதற்கும் உரிய பொருள்வளத்தைப் பெற்றிருந்தார்கள் என்பதைத் தெளிவுபடுத்துகின்றன. இவற்றின்மூலம் சமண சமயப் பெண்துறவிகள் சமூகத்தளத்திலும் சமயத்தளத்திலும் பெற்றிருந்த செல்வாக்கான நிலையை அறிகிறோம். மேலும் அவ்வை, பிடாரி போன்ற வழிபாட்டு மரபுகளில் பங்குபெறுவதற்குரிய இப்பெண்துறவிகளின் பின்புலத்தையும் புரிந்துகொள்வதற்கு ஓரளவு முயன்றுள்ளோம். அடுத்தகட்டமாக சமணசமயத்தின் மீது பிற்காலத்தில் தாக்கம் செலுத்திய வேறுசில மரபுகளைப் பற்றி ஆராயலாம்.

உலகில் தோன்றி வளர்ந்து நிறுவனத்தன்மையைப் பெற்றுவிட்ட எந்த மதமும் அவ்வாறே உறைந்து நின்றுவிடுவதில்லை. மாறாக சமூக, அரசியல், பண்பாட்டுக் காரணிகளால் அது பல்வேறு பிரிவுகளாக மாற்றமடைவதும் சில குழுக்கள் அதனுள் உட்செரிக்கப்பட்டு பொது அடையாளம் பெறுவதும் வரலாற்று நியதிகளாக உள்ளன. இதற்குச் சமணமும் விதிவிலக்கன்று. ஏனெனில், சமணம் சுவேதம்பரம், திகம்பரம், ஸ்தானிகவாசி எனும் மூன்று பிரிவுகளாக மாறியதை முன்னரே கண்டோம். இத்தோடு மட்டும் நில்லாமல் பிற்காலத்து வளர்ச்சிப்போக்கில் வேறுபல பண்பாட்டு தாக்குரவுகளுக்கும் சமணம் ஆட்பட்டுள்ளது. அவற்றுள் முக்கியமானவை, இயக்கி வழிபாட்டை ஏற்றுக் கொண்டதும் தாந்திரீகத்தின் கூறுகளை உள்வாங்கிக் கொண்டதுமாகும். முதலில் இயக்கி வழிபாடு குறித்த சிறுஅறிமுகத்தை இங்கு காணலாம்.

வடஇந்தியாவில் குசானர், குப்தர் போன்றோரின் ஆட்சிக்காலத்தில் இயக்கர்-இயக்கி (யட்சன், யட்சி) வழிபாடு வளரத்தொடங்கியது. மக்களிடையே இதற்கிருந்த செல்வாக்கின் காரணமாக வேத சமயம், பௌத்தம், சமணம் போன்ற மதங்கள் இவ்வழிபாட்டைத் தங்களுக்குள் ஏற்றுக்கொண்டன. தொடக்கத்தில் சமணம் ஒருசில இயக்கியரையே தீர்த்தங்கரர்களுக்குரிய சாசனா தெய்வங்களாக அமைத்தது. பின்னர் கி.பி 9ஆம் நூற்றாண்டளவில் இருபத்து நான்கு தீர்த்தங்கரர்களுக்கும் இயக்கர், இயக்கி உருவங்கள் முழுமையாக அமைக்கப்பட்டன.

தமிழகத்தைப் பொறுத்தளவில் இயக்கன் எனும் சொல் புறநானூற்றின் 71ஆம் பாடலிலும் சில தமிழ் பிராமிக் கல்வெட்டுகளிலும் காணப்படுகின்றது. இருப்பினும் சிலப்பதிகாரத்தில் காணப்பெறும் ‘பூங்கண் இயக்கி’ பற்றிய குறிப்பே தென்னிந்தியாவில் இவ்வழிபாட்டைப் பற்றிய முதல் தடயமாகக் கருதத்தக்கது. பிற்காலத்தில் வளர்ந்த இயக்கி வழிபாட்டைத் தமிழ்நாட்டு சமணசமயமே தென்னிந்தியாவுக்கு அறிமுகப்படுத்தியது. ஒருவகையில் பக்தி இயக்க அலையால் சைவமும் வைணவமும் வளர்ச்சிபெற்ற நிலையில் சமணம் தளரத்தெடங்கியது இதற்குரிய பின்புலமாக இருக்கலாம். எனவே, தாங்கள் இழந்த செல்வாக்கை மீண்டும் பெறவும் வெகுமக்களின் வழிபாட்டு நாட்டத்திற்காகவும் தங்களின் பழமையான குகைத்தளங்களில் சமணர்கள் உருவ வழிபாட்டை ஏற்படுத்தினர். தொடக்கத்தில் தீர்த்தங்கரர் சிற்பங்களுக்கு இருபுறமும் அவரவர்க்குரிய இயக்கர், இயக்கியர் சிற்பங்களைப் படைத்துக்காட்டினர். இதன்பின்னர் தமிழ்நாட்டில் இயக்கிகளை மட்டும் தனித்த நிலையில் உயர்த்தி வழிபடும்போக்கு தோன்றியது. இதற்குக் காரணம், தமிழகம் தொன்றுதொட்டு பெண்தெய்வ வழிபாட்டுக்கு சிறப்பிடம் அளித்து வருவதும் இயக்கியரை ஒத்த பெண்தெய்வங்கள் பல இங்கு இருப்பதுமாகும் (வேதாசலம், வெ. 1989; ராசு, செ. 2016).

மேற்கண்டவாறு இயக்கி வழிபாடு செல்வாக்கு பெற்ற அதே காலக்கட்டத்தில்தான் சமணத்தின் மீது தாந்திரீகமும் தாக்கம் செலுத்தத் தொடங்கியது. இவ்வரலாற்றைக் காண்பதற்கு முன்பாக, தாந்திரீகம் பற்றிய சில அடிப்படைகளை அறிந்துகொள்வது நலமாகும். இதற்கு கீழ்க்காணும் கருத்துகள் உதவுகின்றன.

1. தாந்திரீகம் என்பது பண்டைய இந்திய மக்களின் வளமைச் சடங்குகளிலிருந்து (பயிர்செழிப்பு, மனித இனவிருத்தி)

தோற்றம் பெற்ற சமய வடிவாகும். மற்றொருபுறம் இதுவே பொருள்முதல்வாதத் தன்மை நிரம்பிய ஒன்றாகவும் விளங்கியது.

2. சமூகப் பொருளியல் அடிப்படையில் பெண்தலைமைச் சமூகத்தினதும் வேளாண் உற்பத்தி முறையினதற்குமான பண்புக்கூறுகளை இது பெற்றிருக்கிறது.

3. தாந்திரீகத்தின் தொடக்ககாலத் தடயங்கள் சிந்துவெளிப் பண்பாட்டிலிருந்தே காணப்படுவதால் இது வேதகாலப் பண்பாட்டுக்கும் முற்பட்டதாகும்.

4. மேற்காணும் காரணிகளால் மேய்ச்சல் பொருளியலையும், ஆண்தலைமைச் சமூக அமைப்பையும் மையமாகக் கொண்ட வேதக் கலாச்சாரத்திற்கு முற்றிலும் எதிரான மரபாக இது கருதத்தக்கது. அவ்வகையில் உலகாய்தம், மூலசாங்கியம் போன்ற அவைதீகப் பாரம்பரியத்தைச் சார்ந்த தத்துவங்களுக்கு மூலாதாரமாகத் தாந்திரீகம் விளங்குகின்றது.

5. தன்னளவில் மிகப்புதிரான சடங்குகளையும் மறைபொருள்தன்மை மிக்க சமயக்கருத்துகளையும் கொண்டது. பஞ்சமகரங்கள் எனப்படும் மது (கள்), மாமிசம் (இறைச்சி), மச்சம் (மீன்), முத்ரா (தானியம்), மைதுனம் (உடலுறவு) போன்றவை தாந்திரீகச் சடங்குகளில் முக்கிய இடம்பெறுபவையாகும்.

6. பெண்களின் மாதவிடாய் குருதி, பலிக்குருதி ஆகியவையும் இவற்றைப் பிரதிநிதித்துவப்படுத்தும் சிவப்புநிற ஆடை, குங்குமம், செந்நிறப்பூக்கள் ஆகியவையும் தாந்திரீகச் சடங்குகளில் முக்கியத்துவம் பெறுகின்றன. மேலும் இவற்றில் நிர்வாணநிலையும் பாலுறவும் சடங்கியல் வடிவக் கூறுகளாக இருக்கின்றன. இவை அனைத்தும் தாய்த்தெய்வத்தின் முதன்மையையும் வளமைப் பெருக்கத்தையும் குறியீடு செய்கின்றன.

7. தாந்திரீகச் சடங்குகளில் யந்திரங்கள் வரைதல், மந்திரங்கள் உச்சாடனம் செய்தல் போன்றவையும் இன்றியமையா அங்கங்களாக அமைந்துள்ளன.

8. வேளாண் சமூகத்து உடல் உழைப்பாளர்களாலும் அடித்தட்டு சாதிக்குழுக்களாலும் பெரிதும் ஏற்கப்பட்ட தாந்திரீகச் சடங்குகளை மேட்டிமை மரபினர் அருவருப்பானவையாகவும் இழிவானவையாகவும் கருதி ஒதுக்கினர்.

9. பல்வேறு சமூக, வரலாற்றுக் காரணிகளால் தாந்திரீகம் அதன் செல்வாக்கை இழந்துவிட்டாலும், அது பல்வேறு சமயமரபுகளிலும் சடங்குகளிலும் கரைந்தும் கலந்தும் மாறுபட்ட வடிவங்களில் வெளிப்பட்டுக் கொண்டே இருக்கின்றது (தேவிபிரசாத் சட்டோபாத்யாயா 2010).

இங்கே எடுத்துக்காட்டப்பட்டிருக்கும் தாந்திரீகம் பற்றிய கருத்துகள் அனைத்தும் சாராம்சமானவையும் மிகுந்த முக்கியத்துவம் வாய்ந்தவையும் ஆகும். இருப்பினும் கடைசியாக உள்ளதன் மேலேயே நாம் கவனம் செலுத்த இருக்கிறோம்.

தாந்திரீகம் இந்து மதத்தின் பல்வேறு பிரிவுகளின் மீது தாக்கம் செலுத்தியுள்ளது. சைவத்தின் பெரும்பகுப்புகளான தென்னகத்து சைவம், வீரசைவம், காஷ்மீரத்து சைவம் ஆகியவற்றிலும் சைவ உட்பிரிவுகளான கபாலிகம், காளாமுகம் ஆகியவற்றிலும் இதன் செல்வாக்கு காணப்படுகிறது. மேலும் சாக்தம், கணாபத்யம், ஸ்மார்த்த பஞ்சோபாசானா போன்ற சமயப்பிரிவுகளும் இதனால் ஈர்க்கப்பட்டுள்ளன. இவற்றுக்கு முற்றிலும் புறம்பான பௌத்தத்தில் சித்தாச்சார்யா மரபும் சகாஜியாக்களின் எழுச்சியால் உருவான சமணத்தின் தோஹாக்கள் எனும் பிரிவும் தாந்திரீகத்தின் தாக்கத்துக்கு ஆட்பட்டுள்ளன (Bhattacharya, N.N. 1987: 249-314). இவ்வாறாக பண்டைய இந்தியாவில் தோன்றிய பெரும்பான்மை சமயப்பிரிவுகளும் தாந்திரீகத்தால் தாக்குரவுக்கு உள்ளாகியுள்ளதை அறிகின்றோம். ஆனாலும் நமது ஆய்வில் குவியப்படுத்திக் காட்டவிரும்புவது, சமணத்துக்கும் தாந்திரீகத்துக்குமான உறவை மட்டுமே என்பதால் இனிவரும் பகுதிகளில் இதுபற்றி விரிவாக அறிவோம்.

தாந்திரீகத்தின் மந்திரம், யோகம் போன்ற நடைமுறைகள் சமணத்தில் எவ்வாறு உள்ளுறைந்துள்ளன என்பதை பால் டண்டஸ் (Paul Dundas), கீ சாப்பல் (Key chapple) போன்ற அறிஞர்கள் ஆராய்ந்து வெளிப்படுத்தியுள்ளனர் (விரிவுக்குக் காண்க: John E. Cort, Open Bounderies, 1999). சமண சமயத்துறவிகளான ஸ்ரீ ஹேமசந்திராச்சாரியா, ஸ்ரீ ஜினபிரபசூரி போன்றோர் தாந்திரீக மரபுப்படி 64 யோகினிகளை வழிபட்டுள்ளனர். கி.பி.1000 ஆண்டுவாக்கில் சமணர்களிடம் இந்த வழிபாடு பரவியிருக்கிறது (Vidya Dehejia 1986: 76,77). இதேபோல் தந்திர நூல்களில் முக்கிய இடம்பெறும் பஞ்சமகரங்கள் என்பவை தூதா, மத்யா, மாம்சா, வேஸ்யா, கேதா, சார்யா, பாரா-தாரா என்ற ஏழு கூறுகள் கொண்ட வியாசனா எனும் சடங்கியலாக சமணத்தில் இடம்பெற்றுள்ளது

என பலராம் பாண்டா (Balaram Panda N.Y.: 117) விளக்கியுள்ளார். இவ்வகையான விவரணைகள் பெரும்பாலும் வடஇந்தியாவிலுள்ள சமணப்பிரிவுகளின் தாந்திரீக செயல்முறைகள் பற்றியவையாக உள்ளன. எனவே, நமது ஆய்வுக்களமான தமிழகத்தில் இருந்த திகம்பர சமணத்தின் மீது தாந்திரீகம் உண்டாக்கிய மாற்றங்கள் என்ன என்று கீழே காணலாம்.

> நம் நாட்டில் தாந்திரீக வழிபாடு கி.பி.7, 8ஆம் நூற்றாண்டுகளில் சிறப்படையத் தொடங்கியது. இதன் தொடர்பினால்தான் சமண சமய வழிபாட்டிலும், திருவுருவங்கள் அமைப்பதிலும் சில மாறுபாடுகள் ஏற்பட்டன. அருள் நெறிகளையும், அகிம்சையினையும் போதித்துவந்த புத்த, சமண சமயங்களிலும் தாந்திரீக வழிபாடு மேற்கொள்ளப்பட்டது. மேலும், இந்து சமயம் சமண சமயத்தின் மீது காழ்ப்புணர்வு கொண்டிருந்த போதிலும், கலாச்சாரப் பிணைப்பினாலும், சமுதாய ஒருங்கிணைப்பினாலும், ஒன்றிலிருந்து மற்றொன்று சிறந்த கருத்துகளையும் வழிபாட்டுமுறைகளையும் பின்பற்றலாயின. இதனைச் சிற்ப, படிமங்களின் அமைப்புகளிலும் காணலாம். குறிப்பாக அம்பிகா, காந்தாரி முதலிய யக்ஷிகள் உமையவள், காளி ஆகியோரின் திருவுருவ அமைப்புகளைக் கொண்டு விளங்குகின்றனர். இவர்களது உலோகத் திருமேனிகளில் காணப்படும் படைக்கலன்கள், கோரைப்பற்கள், சுவாலகேசம் முதலியன இந்து சமயத்தின் தொடர்பால் ஏற்பட்டவை என்று கருதலாம். *(ஏகாம்பரநாதன், ஏ. 2012: 82)*

> செட்டிப்புடவில் தீர்த்தங்கரர் சிலைகளுக்கு வலப்புறம் உள்ள இயக்கி, எட்டுக்கரங்களிலும் ஆயுதங்களுடன் சிம்மத்தின் மீது அமர்ந்தவாறு அவுணன் ஒருவனுடன் போரிடும்நிலையில் காணப்படுகிறாள். இவளது போர்க்காட்சி மாமல்லபுரத்து மகிஷாசுரமர்த்தினி சிற்பத்தை நினைவூட்டுகிறது. சிலர் இவ்வியக்கியை அம்பிகா என்றும் சித்தாக்கியா என்றும் கருதியுள்ளனர். ஆனால் யு.பி.சா அவர்கள் இது வடநாட்டில் சமணர்கள் வழிபட்ட கொற்றக்கிரியா அல்லது கொற்றாரியா எனும் பெண்தெய்வமாகக் கூறியுள்ளார். இச்சிற்பத்தினை விளக்கும் பாடல் ஒன்று யாப்பருங்கல விருத்தியுரையில் காணப்படுகிறது. *(வேதாசலம், வெ. 2000: 65)*

இவ்வாறாக சமணம் தாய்த்தெய்வ மரபோடு இயைபுடைய இயக்கி வழிபாடு, தாந்திரீக வழிபாடு ஆகியவற்றோடு தொடர்பு கொண்டுள்ளதைக் காண்கின்றோம். மேலும் இந்து சமயத்தின்

தாக்கமானது சமணத்தின் கலை வடிவங்களில் பிரதிபலிப்பதையும் பார்க்க முடிகின்றது. இத்தகைய தாக்கங்களால் அதனுள் பண்புரீதியான பல மாற்றங்களும் நிகழ்ந்திருக்கின்றன. அவற்றில் ஒன்றுதான் இயக்கி ஒன்றுக்குப் பிடாரி எனும் பெயரிட்டு வழிபடும் மரபு என்பதை இவ்விடத்தில் நிறுவ இருக்கின்றோம்.

காளிதான் பிடாரி என முன்னரே கண்டோம். அவ்வாறாயின் காளியுடைய இருப்பிற்கான தடயங்கள் சமண வழிபாட்டிற்குள் இருக்கின்றதா என ஆராய வேண்டியுள்ளது. சமணர்கள் தங்களின் 24 தீர்த்தங்கரர்களுக்குரிய இயக்கர், இயக்கியரை சாசனா தெய்வங்களாக வழிபட்டனர். அவை ஒவ்வொன்றுக்கும் தனித்தனி ஆயுதங்கள், ஊர்தி உள்ளிட்ட அடையாளச் சின்னங்கள் உள்ளன. அவற்றிலிருந்து தேர்ந்தெடுத்த தெய்வங்களின் பட்டியலைக் கீழே காணலாம்.[5]

வரிசை	தீர்த்தங்கரர்	சின்னம்	இயக்கன்	இயக்கி
7	சுபார்சுவநாதர்	சுவஸ்தீகம்	வரநந்தி	காளி
9	புஷ்பதந்தர்	முதலை	அஜிதா	மாகாளி
21	நமிநாதர்	நீலத்தாமரை	வித்யுத்பவ	சாமுண்டி

இங்குகாணும் வரிசைகளிலுள்ள இயக்கியர் பெயர்கள் உற்றுநோக்கத்தக்கவையாகும். ஏனென்றால் காளி, மாகாளி, சாமுண்டி எனும் இயக்கியின் பெயர்கள் சப்தமாதரில் ஏழாவது இளையாளுக்குரிய பெயர்களாக இருக்கின்றன. இதுமட்டுமின்றி விஜயா எனும் இயக்கிக்கு காளி என்ற வேறுபெயரும் உள்ளது. முன்னரே கண்டவகையில் காந்தாரி எனும் இயக்கியின் உருவ அமைப்பு காளியை ஒத்திருக்கின்றது எனும் செய்தியும் கவனிக்கத்தக்கதாகும். இவற்றின்வழியாக சமணர்களின் இயக்கியர் வழிபாட்டின் மீது காளி எனும் தெய்வமே மிகஅதிகமான தாக்கத்தைச் செலுத்தியுள்ளது என்பதை உணரலாம். அத்துடன் இதற்கொப்பான வேறெந்த தெய்வப்பெயரும் அப்பட்டியலில் காணப்படவில்லை.

அதேசமயம் மேற்குறிப்பிட்ட இயக்கியருள் யார் காளி என்பதன் பிரதிரூபமாக வழிபடப்பட்டாள் என்பதை அறியமுடியவில்லை. இதுகுறித்து மேலாய்வு தேவை எனத் தோன்றுகிறது. இது எவ்வாறு இருப்பினும், காளி வழிபாடானது சமண இயக்கியர் வழிபாட்டுக்குள் வலுவாக உள்ளூறைந்துள்ளது என்பதை மட்டும் உணரமுடிகின்றது. இத்தகைய நிலையில் மேற்குறிப்பிட்ட

இயக்கியருள் ஏதோ ஒன்றுக்குச் செய்யப்பட்ட தாந்திரீக நெறியிலான வழிபாட்டின் அடிப்படையிலேயே பிடாரி எனும் பெயர் ஏற்பட்டிருக்க முடியும் என்பதனை ஒப்பீட்டு நோக்கில் இனி விளக்க உள்ளோம்.

பொதுவாக இந்தியச் சமயங்களின் பெயர்களும் அவற்றைப் பின்பற்றுவோரின் அடையாளப் பெயர்களும் ஒத்ததாக அமைந்திருப்பதே இயல்பாக ஏற்றுக்கொள்ளப்பட்டுள்ளது. சான்றுகளானவை: சைவம் - சைவர்கள், வைணவம் - வைணவர்கள், பௌத்தம் - பௌத்தர்கள், சீக்கியம் - சீக்கியர்கள். ஆனால் தாந்திரீக நெறியைப் பின்பற்றும் சமயப் பிரிவுகளில் இந்தப் பொது அடையாளப்பெயரைத் தாண்டிய சிறப்பம்சம் ஒன்றிருக்கின்றது. அதாவது இப்பிரிவுகளில் வணங்கப்படும் கடவுளின் பெயரும் அதைப் பின்பற்றுவோரின் அடையாளப்பெயரும் ஒன்றாக இருக்கும். மேலும் அச்சமயக் குழுவிலுள்ள ஒவ்வொருவரும் தன்னை அக்கடவுளின் பிரதிநிதியாக கருதவும் செய்வர். இந்தத் தனித்துவத்தை நாம் ‘இணைப்பெயர் ஏற்றல்’ எனும் செயல்பாடாக வரையறைப்படுத்தலாம். இதை நிறுவுவதற்கு இருவேறு தாந்திரீக மரபுகளை இங்கு உதாரணங்களாகக் காட்டுவோம்.

> பாசுபதம், மகாவிரதம், கபாலிகம், வாமம் போன்றவை பைரவத்துடன் சேர்ந்து சைவத்தின் பிரிவுகளாக வழங்கி வருகின்றன. ...பைரவம் பொதுவாக வாமத்துடன் ஒத்துக்காணப்பட்டாலும் சில வெளிவேற்றுமைகள் அதில் இருக்கின்றன. வாமத்தில் காணப்படும் இடப்புறமுறையை பைரவம் பின்பற்றவில்லை. பைரவத்தைப் பின்பற்றுவோர் பைரவரை மட்டுமே வழிபடுகின்றனர்.
>
> ...இந்த இடத்தில் பைரவம் தொடர்பான இரு முக்கியக் கொள்கை வேறுபாடுகளைத் தெரிந்துகொள்ள வேண்டும். முதலில் ஒருவர் தன்னை பைரவர் என்று கூறிக்கொண்டு தேவையான சடங்குகளில் ஈடுபடுவது. இரண்டாவது பைரவர் என்னும் தெய்வத்தை சிவனின் பிரதிநிதியாக நினைத்து வழிபடுவது. முதலில் சொன்ன கோட்பாடே வடஇந்தியாவில் பரவலாகக் காணப்படுகிறது. (அருணாசலம், மு. 2014: 128,131)

இங்கேகாணும் ஆண்தெய்வ வழிபாட்டில் வெளிப்படும் இணைப்பெயர் ஏற்றல் எனும் போக்கு பெண்தெய்வ வழிபாட்டிலும் இருக்கின்றது என்பது அறியத்தக்க ஒன்றாகும். காளி என்றமைந்த பெயர் ஒரு தெய்வத்திற்குரியதென்பது

அனைவரும் அறிந்த உண்மை. இந்த காளிதெய்வத்தின் பரிவாரங்களுக்கு உரியவையாக சிலபெயர்களை பரணிநூல்கள் காட்டுகின்றன. அவை கூளிகள், நீலிகள், இடாகினிகள் போன்றனவாகும். இவற்றுள் 'காளிகள்' எனும் பெயரும் இருப்பது உற்றுநோக்குதற்குரியது.

தலைவியான தேவியின் ஏவலாளிப்பேய் ஒன்று தன்னுடைய பிள்ளைக்குக் 'காளி' என்று பெயரிட்டதை, காரைக்காலம்மையாரின் *மூத்த திருப்பதிகம்* பதிவுசெய்துள்ளது. இதை,

கழுதுதன் பிள்ளையைக் காளி யென்று
பேரிட்டு சீருடைத் தாவளர்த்து *(5: 3-4)*

எனும் பாடலடிகள் தெளிவாக்குகின்றன. ஆக இவற்றின்வழி தாம் வணங்கும் பெண்தெய்வத்தின் பெயரை அதனுடைய பெண்ணடியார்களும் பெற்றிருக்கிறார்கள் என்பதை அறியலாம்.

இதற்கு மறுதலையான போக்கும் உள்ளது. அதாவது காளியின் சிறப்புப் பெயரானது, அதன் பரிவார மகளிரின் பெயர் கொண்டு அழைக்கப்படுகிற நிலையை இலக்கியங்கள் காட்டுகின்றன. கந்தபுராணத்தில் வருகின்ற,

இத்திறம் யோகினி இசைத்து வெஞ்சமர்
வித்தகன் விடைகொடு மீண்டுகோள் அரி *(அக்கினிமுகா. 132)*

எனும் பாடல்வரிகள் காளியை யோகினி என்று குறிப்பிடுவதைக் காணலாம். இதேபோல நிகண்டுகள் பலவும் காளிக்குரிய பெயர்களில் ஒன்றாக 'யோகினி' என்பதைச் சுட்டுகின்றன. ஆனால் இதே யோகினி எனும் பெயர் காளியின் பரிவாரக் கூட்டத்தினருக்கும் வழங்கப்படுகிறது என்பது சிந்திக்கத்தக்கதாகும். இதைப் *பிரபுலிங்கலீலை* எனும் நூலில் பயின்றுவரும்,

வீரயோகினி வெள்ளமொ டமர்பொர விரும்பும்
வீரகாளியும் புகுந்தனள் அவையிடை விரைந்து *(கைலா. 42)*

எனும் தொடர்கள்கொண்டு அறியலாம். இங்கே குறிப்பிடப்படும் வீரயோகினி கூட்டத்தவர் காளியின் ஏவல்செய் மகளிராவர். இது ஒருவகை இனத்தவரைச் சுட்டியமைந்த பெயராகும் என்பார் மு.சண்முகம்பிள்ளை *(1982: 264)*. இவரின் இக்கருத்து முக்கியத்துவம் வாய்ந்ததொரு வரலாற்றுச் செய்தியைத் தன்னுள் கொண்டுள்ளது. அதாவது காளியின் பணிப்பெண்கள் என்போர் நூல்கள் காட்டுவதுபோல பேய்மகளிர் அல்ல என்பதையும் அவர்கள் தாந்திரீக நெறியில் காளியை வழிபட்டுவந்த மானிடப் பெண்களே என்பதையுமே அவர் இனத்தவர் என்று குறித்துக்காட்டுகிறார். இவ்வுண்மையை நாம் தக்கஇடத்தில் தெளிவாக்க இருக்கின்றோம்.

இதுஒருபுறமிருக்க நாம் முந்தைய பகுதிகளில் எடுத்துக்காட்டியதன்படி யோகினி வழிபாடு என்பது 64 அல்லது 81 என்ற பெண்தெய்வ கணங்களின் வழிபாடாக இருப்பதையும் அது தாந்திரீக நெறியில் அமைந்திருப்பதையும் இவ்விடத்தில் இணைத்துநோக்கலாம்.

இங்குக் கண்டவகையில் காளிக்குரிய இணைப்பெயர் ஏற்றல் என்ற செயல்முறை இரண்டு வகைகளாக வெளிப்படுகின்றது. பிடாரி வழிபாட்டில் நாம் ஒப்புமைப்படுத்திக்காட்ட இருப்பது மேற்காண்பவற்றுள் இரண்டாவது முறையேயாகும். இக்குறிப்பிட்ட தடத்தில் சென்றால், பிடாரி எனும் பெயர் காளிக்கு உண்டான விதத்தை அறியலாம். அதாவது காளி என்பதே மூலவடிவமான பெயர். யோகினியர் எனும் (பெண்கள் மட்டும் இயங்கும்) தாந்திரீகக் குழுவினராலே யோகினி என்ற பெயர் பிற்காலத்தில் அவளுக்கு உண்டானது என்பதை மேலேகண்ட சான்று தெளிவுபடுத்துகிறது. இதேபோன்று சமணப்பெண் துறவிகளான பட்டாரகியர் அல்லது படாரிகள் மேற்கொண்ட தாந்திரீக நெறியிலான வழிபாட்டின் காரணமாகவே இயக்கியான காளிக்குப் பிடாரி எனும் நாமம் ஏற்பட்டுள்ளது என்பதை அனுமானிக்கலாம்.

இங்கே நாம்கண்ட முடிவை யூகமாகக் கூறியதற்குக் காரணம் இருக்கின்றது. தாந்திரீகச் சடங்குகள் இரகசியத்தன்மை கொண்டவை என்பதாலும் சமண மரபு பற்றி இன்னும் விரிவாக ஆராய வேண்டியுள்ளதாலும் இந்தளவிலேயே நிற்க வேண்டியுள்ளது. இதன் முழுப்பரிமாணத்தையும் அடுத்தகட்ட ஆய்வுகளின் மூலமே வெளிக்கொணர இயலும். அதேநேரம் இவ்விடத்தில் இக்கருத்து அனுமானமாக முன்வைக்கப்பட்டிருந்தாலும், இது அடிப்படை அற்ற ஒன்றல்ல. ஏனெனில், சமணத்தின் அவ்வை வழிபாடு தாந்திரீகப் பண்புகளைக் கொண்டிருக்கிறது என்று ஏற்கெனவே நிறுவியுள்ளோம். இதுமட்டுமல்லாமல் பிடாரியான காளிக்குப் பெண்கள்தான் முதல்பூசகர்களாக இருந்துள்ளனர் என்பதற்கு தற்காலத்தில் நடத்தப்படுகின்ற சடங்குகளிலேயே வலுவான அகச்சான்றுகள் இருக்கின்றன. இனிவரும் பகுதிகள் இதைத் தெளிவுபடுத்தும்.

6

தாலி கட்டுதல்: தொன்மம், சடங்கு, பொருண்மை

பொதுவாக நாட்டார் சமயச் சடங்குகள் பெரும்பாலானவற்றின் தோற்றகாலத்தை மிகத்துல்லியமாகக் கூறமுடியாது என்பது அறிஞர்களின் கருத்தாகும். அதன்படி 'பிடாரிக்குத் தாலிகட்டுதல்' எனும் வழக்காற்றின் தோற்றத்தை அறுதியிட்டுக் கூறவழியில்லை. என்றாலும், தாலி எனும் அணிகலன் பற்றிய வரலாற்றிலிருந்து இந்தத் தேடலைத் தொடங்கமுடியும். தமிழரின் திருமணங்களில் தாலி எனும் மங்கல அணிகலன் இடம்பெற்ற காலப்பரப்பு குறித்து ஆய்வாளர்களிடையே மாறுபட்ட கருத்துகள் பலவுண்டு. இவற்றுள் மா. இராசமாணிக்கனார் அவர்களின் கருத்துக்களையே ஆய்வுலகம் பெரிதும் ஏற்றுக்கொண்டிருக்கிறது. அவரின் வாதங்களுடைய சாராம்சம் வருமாறு:

1. சங்ககாலத்திலோ, இடைக்காலத்திலோ தமிழர் திருமணங்களில் தாலி என்பது மங்கல அணிகலனாக பயன்படுத்தப்படவில்லை. ஆனால் ஐம்படைத்தாலி, புலிப்பல்தாலி போன்றவற்றை அணிகலன்களாக ஆண், பெண் இருபாலரும் அணிந்திருக்கின்றனர்.

2. கி.பி. 11-12ஆம் நூற்றாண்டளவில் எழுந்த கந்தபுராணம், பெரியபுராணம் போன்ற நூல்களில்தான் இதற்கான முதற்கட்ட சான்றுகள் தென்படுகின்றன. இவற்றிலும் தெய்வங்களுக்கு நடந்த திருமணங்களில்தான் தாலி பயன்படுத்தப்பட்டதாகப் பதிவுகள் காணப்படுகின்றன.

3. இவற்றிலிருந்து கி.பி. 11ஆம் நூற்றாண்டை ஒட்டியே தமிழரின் வாழ்வில் தாலி எனும் மங்கலஅணி இடம்பெறத் தொடங்கியிருக்கலாம் எனக் கருத இடமிருக்கிறது (2012: 30,69).

மேற்காணும் விளக்கங்கள், திருமணத்தில் தாலி இடம்பெறுதலின் வரலாற்றுத் தொடக்கத்தை ஓரளவு உணர வழிசெய்கின்றன. ஆனால் 'தாலி அணிவித்தல்' என்ற மேட்டிமையோர் மரபு அடித்தட்டினரான பறையர் உள்ளிட்ட பிரிவினருக்குச் சென்றுசேர்வதற்கு ஒரு குறிப்பிட்ட கால இடைவெளி இருந்திருக்கவேண்டும். அவ்வாறாயின் பறையர் பிடாரிக்குத்

தாலிகட்டுதல் எனும் வழக்கம் பிற்காலத்திற்குரியது என்பது பெறப்படும். அதேவேளையில் தாலி என்பது தோன்றிய பின்னர்தான் திருமணச்சடங்கு தோன்றியது என எண்ணுவது எவ்வாறு தர்க்கத்திற்குப் பொருந்தாதோ, அவ்வாறே பிடாரிக்குத் தாலிகட்டுதல் எனும் சடங்குவடிவத்தையும் 'திருமணம்' என்பதாக மட்டும் கருதிவிடமுடியாது.

இதைப் புரிந்துகொள்வதற்குப் 'பிடாரிக்குத் தாலிகட்டுதல்' எனும் சடங்கியல் வடிவத்திலிருந்து வேறுபட்ட பண்பாட்டு நடைமுறைகளை முதலில் ஒப்பிட்டுக் காண்போம். இதன்படி தமிழகத்து ஆகமக்கோயில்களில் நடைபெறும் 'திருக்கல்யாண வைபவங்கள்' கவனிக்கத்தக்கவையாகும். இவை வைதிக நெறிப்படி நடைபெறுபவை. அத்துடன் இவற்றுக்குக் குறிப்பிட்ட தலபுராணம், வட்டாரப்பண்பு கொண்ட தொன்மங்கள் போன்றவற்றோடும் நெருங்கிய தொடர்பு உண்டு. இந்த தெய்வீகத் திருமணங்களில் நடைபெறும் சடங்குகள் மேட்டிமைச் சமூகத்தவரின் திருமணச்சடங்கினைப் 'போலச் செய்பவையாக உள்ளதை' அவதானிக்கலாம். ஏனென்றால் இந்த ஆகமக் கோயில்களிலுள்ள ஆண், பெண் தெய்வங்களின் பிரதிநிதிகளாகப் பிராமணப்பூசகர்களே இருக்கின்றனர். இவர்கள்தான் அந்த இருபால் தெய்வங்களுடைய உற்சவர்களுக்கு மாலை மாற்றுதல், தாலி அணிவித்தல் போன்ற சடங்குகளைச் செய்கின்றார்கள். இதன்பின்னரே அந்தந்த ஊரிலிருக்கும் பல்வேறு சமூகத்தவரின் மண்டகப்படி நிகழ்ச்சிகளின் நிரல்படி மறுவீடு அழைத்தல், ஊஞ்சல் உற்சவம், வளையல் அணிவித்தல், தேரோட்டம் போன்ற சடங்குகள் நடைபெறுகின்றன.

ஒருவகையில் இத்திருக்கல்யாண வைபவங்கள் சமூகத்தில் நிலவும் குடும்ப நிறுவனத்தின் மதிப்பீடுகளைப் புனிதப்படுத்தும் நோக்கத்தைக் கருதியே பெண்தெய்வங்களுக்கு அணிவிக்கப்படும் மங்கலநாணை வைதீகத்தின் அடையாளமாகத் தொ.பரமசிவன் இனங்காண்கின்றார்.

> ...ஒரேயொரு வலிமையான கூறாக மட்டும் வைதீகத்தின் சாயல் தாய்த்தெய்வ உருவங்களின் மீது காணப்படுகிறது. தாலியின் மாற்று வடிவமாகப் 'பொட்டு' எனும் அணிகலன் தாய்த்தெய்வத்தின் கழுத்தில் சூட்டப்பட்டுள்ளது. இந்த ஒன்றைத்தவிர வேறு எந்த மாற்றத்தையும் வைதீகத்தால் தாய்த்தெய்வத்தின் மீது உண்டாக்க முடியவில்லை. *(2012:13)*

மேற்குறித்த விளக்கம் ஏற்புடையது என்றாலும், இது ஆகமக்கோயில்கள் சார்ந்தவற்றுக்கே பொருந்தக்கூடியதாக இருக்கிறது. இந்த வைதீக மரபின் திருமணச்சடங்குக்கு முற்றிலும் மாறானது, 'பிடாரியின் தாலிகட்டும் சடங்கு' என்பதை இனி விளக்க இருக்கின்றோம்.

நாம் முன்பே கூறியுள்ளவாறு சின்னமனூர் பிடாரியம்மனின் காப்புக்கட்டும் சடங்கு, தாலிகட்டும் சடங்கின் திரிபுவடிவமாகும். இவ்வாறில்லாமல் தாலிகட்டும் சடங்கு தனிநிலைவடிவில் இருப்பதையும் பல்வேறு சான்றுகள் வழியாகக் கண்டோம். இக்குறிப்பிட்ட சடங்குவெளியில் இடம்பெறும் அம்மனின் பெயர்களில் சற்று மாறுபாடுகள் இருப்பினும், பறையர் மட்டுமே தாலிகட்டுகின்றனர் என்பதையும் உறுதிசெய்துள்ளோம். இத்தகையநிலையில் இந்தத் தாலிகட்டுதல், காப்புக்கட்டுதல் போன்றவற்றை ஒத்த சடங்கியல் வடிவங்கள் சில இருக்கின்றன என்பதையும், இவற்றைப் பறையரல்லாத மற்ற சாதிப்பிரிவினரும் கைகொண்டுள்ளனர் என்பதையும் அறிந்துகொள்ள வேண்டும். இவற்றை இனிவரும் பகுதிவழி காண்போம்.

சான்று : 1

தருமபுரி, கிருஷ்ணகிரி மாவட்டங்களிலுள்ள சில ஊர்களில் கோடாளி நாச்சியப்பன் - கோடாளி நாச்சியம்மன் எனும் தெய்வங்களுக்குத் திருவிழா நடைபெறுகின்றது. இந்த இரண்டு தெய்வங்களும் பறையர், வெள்ளாளர் என்ற இருவேறு சாதிகளைச் சேர்ந்தவர்களாகக் கருதப்படுகின்றன. இவர்கள் மனிதராக வாழ்ந்தபொழுது காதல் திருமணம் செய்து கொண்டனர். அப்பொழுது எழுந்த ஊராரின் எதிர்ப்பைச் சமாளிக்க இயலாததால் ஒரு வனத்தில் இருந்த ஆலமரப் பொந்திற்குள் ஒளிந்துகொண்டு இருந்தனர். இறுதியில் இருவரும் ஆலமரமாகவே உருமாறிவிட்டனர். இவர்களைத் தேடிச்சென்ற ஊர்மக்கள் மரங்களைக் கோடாலியால் வெட்டியதால், தம்பதிகள் இருவரும் கரங்களாக மாறி விண்ணுலகம் ஏகினர். அப்போது, 'தங்களைக் கரகங்களாகப் பாவித்து இணைத்துக் கொண்டாட வேண்டும். இல்லையென்றால் மழை பெய்யாது; பயிர் விளையாது' எனச் சாபமிட்டுச் சென்றனர்.

இத்தொன்மத்தின்படி, நடைபெறுகின்ற திருவிழாவில் முரசுப் பறையர் இனத்தைச் சார்ந்த ஒருவர் 'ஆண்கரகம்' எடுக்கின்றார். வெள்ளாளர் சாதியைச் சார்ந்த ஒருவர் 'பெண்கரகம்' எடுக்கின்றார். பூசாரிகளுக்குக் கங்கணம் கட்டியபின் வீடுசெல்லக் கூடாது. கரகம் வைக்கப்பட்டிருக்கும் பச்சைப்பந்தலில் சமைத்து உண்ணவேண்டும்.

இருதெய்வங்களுக்கும் இடையேயான திருமணத்தில் முதலாவதாகப் பெண்வீடு பார்க்கும் நிகழ்ச்சி நடைபெறும். பெண்வீட்டார் ஆண்வீட்டாருக்கு வெற்றிலை, பாக்குடன் விருந்து வைத்து அனுப்புவர். பெண்கரகம் தயார் செய்வதற்கு முன்பு தாய்வீட்டுச் சீர்வரிசையாகத் தேங்காய், பழம், தாலி, புடவை, வளையல்கள், பூமாலை ஆகியவை வழங்கப்பெறும். திருமணம் நடைபெறும் நல்லநேரத்தில் பூசாரிகள் அருள்வந்து அவரவர் கரகங்களுடன் ஆடுவார்கள். ஒரு குறிப்பிட்ட இடம் வந்ததும் இரண்டு பூசாரிகளும் நெருங்கிவந்து இரண்டு கரகங்களையும் ஒன்றுடனொன்று இணைய விடுவார்கள். இதற்குத் 'தலைகூடுதல்' என்று பெயர் (சுப்பிரமணியன், தி. 2018: 96–106).

சான்று : 2

மாமல்லபுரம் கடற்கரையில் மாசிமக முழுநிலவு நாளன்று இருளர் பழங்குடிகளால் கன்னியம்மன் வழிபாடு நிகழ்த்தப்பெறுகின்றது. இந்தக் கன்னியம்மன் இருளர்களின் குலதெய்வமாகும். இத்தெய்வத்திற்கு நடைபெறும் விழாவின் முதல்நிகழ்வாக அம்மனின் தாய்வீடாகக் கருதப்படும் மாமல்லபுரம் கடற்கரைக்கு சீர்வரிசைப் பொருட்களுடன் அனுப்பி வைப்பர். இதற்குப் பெயர் 'வழி கூட்ரது' என்பதாகும். இதற்கு முன்னதாக இருளர் பூசாரி (நிலவீட்டுக்காரர்) சந்தனம் தோய்த்த சரடைக் காப்புக்கயிறாக அனைவருக்கும் அணிவிப்பார். இதை 'முத்ர போட்ரது' என்றழைப்பர். இதன்பிறகு பல்வேறு வகையான சடங்குகளை அவர்கள் நிகழ்த்துவார்கள். இவற்றுள் முக்கியமானவை ஏழுபடிகள் அமைத்து கன்னியம்மனை வழிபடுவது, 'மாலெ மாங்கல்யொம் கட்ரது' ஆகிய சடங்கியல் கூறுகளாகும் (மகேசுவரன், சி. 2018: 45-56).

விழாக்கொண்டாடுகின்ற நாளில் இவர்கள் இரவுநேரத்தில் கடற்கரையெங்கும் தங்களின் வேட்டி, சேலைகள் கொண்டு கூடாரமிட்டுத் தங்கியிருப்பர். இரவு முழுவதும் ஆடிப்பாடிக் கொண்டாடுவார்கள். விடிந்த பின்பு கடற்கரையின் முகப்பில் வேப்பிலையால் பந்தல் அமைத்து மாவிளக்கேற்றுவர். அப்பந்தலுக்கு முன்பு மணலால் ஏழுபடிகள் அமைப்பார்கள். பின்னர் எல்லாப்படிகளையும் மஞ்சள், குங்குமம் பூசி மலரால் அலங்காரம் செய்வார்கள். கடலில் மூழ்கி நீராடி குடும்பத்தினர் அனைவரும் இதைச் சுற்றி நிற்பார்கள். இவர்களுள் மூத்த உறுப்பினரே சாமியாடியாக இருப்பார். சூடமேற்றி கன்னியம்மனை அழைத்ததும் அவருள் சாமி இறங்கும். பின்பு அவரும்

மற்றவர்களும் ஆவேசமாக சாமியாடுவார்கள். சாமி மலையேறி அவர்கள் இயல்புநிலைக்கு வந்தபிறகு குடும்பத்தில் இருக்கும் சகோதரி தனது தமையனுக்கு மாலை அணிவிப்பாள். இதன்பிறகே அவர்களின் முடி எடுத்தல், காதணி விழா, திருமணம் போன்ற மங்கல நிகழ்ச்சிகள் நடைபெறும்.

மேற்காணும் சடங்கில் ஏழு படிக்கட்டுகள் அமைக்கப்பட்டு நடைபெறும் பூசை பற்றி ரவிச்சந்திரன் (வயது 60) எனும் இருளர் தரும் விளக்கம் வருமாறு:

> *கன்னிமார்கள் மொத்தம் ஏழுபேரு, அக்கா தங்கைகள். அவங்கள சப்தகன்னிகள்னு சொல்லுவோம். ஏழுபேருக்கும் ஏழு படிக்கட்டு செஞ்சி, சப்தகன்னிகள்ல ஒருத்தவங்கள நாங்க திருமணம் செஞ்சிக்கிற வைபவம்தான் இந்த ஏழுபடி பூஜை. இதற்குப் பேரு மாலை, மாங்கல்யம் சூடிக்கிறது. மொத்தம் 18 வகையான தாலி இருக்குது. நாங்க கட்டுறது பொட்டுத்தாலி. இருளர்கள் எங்க இருந்தாலும் ஒவ்வொரு வருசமும் மாலை, மாங்கல்யம் சூடிக்க இந்த மாமல்லபுரம் கடற்கரைக்கு வந்துடுவோம். நாங்க கடல்ல நீராடிட்டு, படி பூஜையை தொடங்கறப்போ எங்கள எந்தக் கன்னிமாருக்குப் புடிக்குதோ அவுங்க ஏழாவது படிக்கட்டுக்கு வந்து எங்களுக்காகக் காத்திருப்பாங்க. நாங்க மாலை, மாங்கல்யம் எடுத்துக்கிட்டு வரப்போ அவங்க எங்கமேல வந்து சாமி ஆடுவாங்க. அப்போ, எங்ககூட பிறந்த பெண்பிள்ளைங்க கன்னிமார் எங்கமேல ஆடுறதுக்கு அனுமதி கொடுத்து எங்களுக்கு மாலை சூடுவாங்க. எங்க இனத்துல பெரும்பாலும் முதல்ல நடக்கிற கல்யாணமே கன்னிமார் கூடத்தான் இருக்கும். சிலருக்கு ஐந்து வயசுல மாலை, மாங்கல்யம் சூடல் நடக்கும். சிலருக்குக் கல்யாணம் ஆகி தாத்தா ஆனதுக்கு அப்புறம்கூட நடக்கும். ஒருவாட்டி கன்னிமார்கூட மாலை மாங்கல்யம் சூடிக்கிட்டா அதுக்கு அப்புறம் மனசுல நெனச்சப்பல்லாம் கூடவந்து ஆடுவா. (வெற்றிவேல், சி. 2019: பக்கம் இல்லை)*

இங்கே நாம்கண்ட இரண்டு சான்றுகளும் சேர்ந்து ‘பிடாரிக்குத் தாலிகட்டுதல்’ சடங்கு பற்றிய புதியதொரு தடத்தைக் காட்டுகின்றன. அதாவது கோடாளி நாச்சியப்பன் - நாச்சியம்மன் எனும் ஆண், பெண்தெய்வங்கள் இணைந்திருக்கும் வழிபாட்டில் தாலி இடம்பெறுவதையும், அதேசமயம் தாலி கட்டப்படாமல் அதற்கிணையான கரகம் இணைக்கின்ற சடங்கு நடத்தப்பெறுவதையும் காண்கிறோம். ஆனாலும் இச்சடங்கில்

பறையர் பங்குபெறுவதால் இது பிடாரி வழிபாட்டு மரபோடு ஒத்துச்செல்கிறது. மற்றொருபுறம், கன்னியம்மன் வழிபாட்டில் பறையர் இல்லாமல் தாலிகட்டும் சடங்கு நடைபெறுகிறது. இங்குப் பறையர் சாதியினருக்குப் பதிலாக இருளர் பழங்குடியினர் இடம்பெறுகின்றனர். இந்தச் சடங்கும் ‘மாலை, மாங்கல்யம் சூடுதல்’ எனும் பெயரால் அழைக்கப்படுகிறது. மேலும், இருளரை மணம்புரிய ஏழாவது படியில் நிற்கும் கன்னி சிலப்பதிகாரத்தின் அறுவர்க்கு இளைய நங்கையை நினைவூட்டுகின்றாள். ஆகவே, இருளர் வழிபடும் சப்தகன்னியருள் ஒருத்தி, காளியாகிய பிடாரியே என உறுதியாகக் கூறலாம். இதன்மூலம் இருளரின் கன்னியம்மன் வழிபாடும் பிடாரி வழிபாட்டு மரபோடு இயைந்து நிற்கிறது.[1]

மேலேகண்ட சான்றுகள் பிடாரிக்கு தாலிகட்டும் சடங்கின் பரவலை எடுத்துக்காட்டுகின்றன. ஏனெனில், தமிழகமெங்கும் நடைபெறும் பிடாரிக்குரிய திருவிழாக்கள் அனைத்தும் ஒரேதன்மையைக் கொண்டிருப்பதில்லை என்று முன்னரே கண்டிருக்கிறோம். பெரும் செல்வாக்குப் பெற்றுள்ள சில நாட்டார் சமயச்சடங்குகள் வட்டாரம், சமூகம் போன்றவற்றைக் கடந்து பரவலாகும்போது அவற்றின் வடிவம், நடைமுறைகள் போன்றவை மாற்றத்துக்கு உள்ளாவது இயல்பானதே. பிடாரி வழிபாட்டு மரபும் இத்தகைய மாற்றங்களுக்கு உள்ளாகி இருந்தாலும் அதன் சடங்கியல் நோக்கமும் அடிப்படைக்கூறுகளும் மாற்றம் பெறவில்லை. இதன்படி பிடாரி வழிபாட்டில் காணப்பெறும் சடங்குகள் அனைத்தும் ‘வளமைப் பெருக்கத்தையே’ நோக்கமாகக் கொண்டுள்ளன என்றும், இதற்கு தாந்திரீகச் சமயச்சார்பே அடிப்படையாக உள்ளது என்றும் நிறுவ இருக்கின்றோம். இவ்வாறு காண்பதற்குப் பிடாரி வழிபாட்டு மரபில் இடம்பெறும் சில முக்கியமான சடங்கியல் கூறுகளை நுணுக்கமாக ஆராய வேண்டியுள்ளது.

6.1. பூசகர் கோயிலில் தங்கியிருத்தல்

பிடாரி வழிபாட்டில் இச்சடங்குக்கு உரிய வழமைப்படி, விழா நடக்கும் நாட்கள் முழுவதும் பிடாரியின் கோயிலில் பூசாரி தங்கியிருந்து உண்பதும் உறங்குவதும் கட்டாயம். இக்குறிப்பிட்ட காலகட்டத்தில் அவர் வீட்டிற்குச் செல்வதோ, வீட்டு உணவை உண்பதோ தடுக்கப்பட்டதாகும். மேலும், அவர் உடல் தூய்மையையும் விரதத்தையும் பேணவேண்டும். ஆனால், இத்தகைய நடைமுறைகள் இன்று அருகியே காணப்படுகின்றன. காலமாற்றத்தாலும் வேறு பல காரணிகளாலும் இன்றைய

தலைமுறைப் பூசாரிகள் மேலோட்டமான முறையிலேயே இக்கட்டுப்பாடுகளைக் கடைபிடிக்கின்றனர்.

மேற்கண்டவாறு பிடாரியின் பூசாரி தனது தெய்வத்தோடு தனித்திருந்து வழிபடுவது, ஒரு மறைபொருள்மிக்க தன்மையை வெளிக்காட்டுகின்றது. இவ்வாறு இருப்பதற்கான காரணம், அவ்விழா நாட்களில் 'பிடாரியம்மன் பூசாரியோடு விளையாடும்' (ludic) என்று நம்பப்படுகிறது. பிடாரி பூசாரியோடு விளையாடுவதென்பது அருள்வந்து சாமியாடும் நிகழ்வு போன்றதல்ல. ஏனென்றால் சாமியாடுதல் என்பது பலர்முன் நிகழ்வதாகும். ஆனால், பிடாரி பூசாரியோடு விளையாடுதல் என்பது இரகசியத்தன்மை கொண்டதாக உள்ளது. அவ்வாறாயின் இச்சடங்கியல் கூறில் உள்ளடங்கி இருக்கும் மறைவுத்தன்மை தாந்திரீகத்துக்கு உரியது என்பது நிச்சயம். இன்னும் தெளிவாகக் கூறினால், பூசாரியுடனான பிடாரியின் இந்த விளையாட்டைத் தாந்திரீகர்களின் 'யோகசாதனை'யாக நாம் விளங்கிக்கொள்ள முடியும். இதற்கானப் புரிதலுக்கு, தாஸ்குப்தா அவர்களின் கருத்துக்களை எடுத்துக்காட்டி தேவிபிரசாத் சட்டோபாத்யாயா தருகின்ற விளக்கங்கள் நன்கு உதவுகின்றன.

> சரியா பாடல்களில் பெண்சக்தி பற்றி அடிக்கடி மேற்கோள்கள் தரப்படுகின்றன. இது சண்டாளி, டோம்பி, சவரி, யோகினி, நைராமணி, சகஜதந்திரி என்று குறிப்பிடப்படுகிறது. உருவகப்படுத்தப்பட்ட இந்தப் பெண்தேவதைகளுடன் யோகி ஒன்றுபடுவது பற்றியும் நாம் காண்கிறோம்.
>
> இப்பாடல் அடிக்கடி கூறப்பட்டிருந்தாலும் பெண் சக்தி பல்வேறு பெயர்களில் குறிப்பிடப்பட்டிருந்தாலும் (அது) யோகியின் உடலுக்குள் தங்கி இருக்கவில்லை என்பது குறிப்பிடத்தக்கது. குலகுண்டலினி பிற சக்திகள் போல இந்தப் பெண் சக்திகள் யோகியின் உடலுக்குள்ளேயே செயல்படுகின்றன. ஒரு பாடலில் இவ்வாறு கூறப்பட்டுள்ளது.
>
> 'கன்ஹா என்ற யோகி கபாலியாக மாறினான் (தாந்திரீக பெண்பூசாரி). யோகமுறை ஏற்று ஒழுகினான். அவன் தனது உடலாகிய நகரத்தில் ஒருமை நிலையில் விளையாடுகிறான்'. *(2010: 369-370)*

மேலேகாணும் கருத்துகள் பிடாரி கோயில் பூசாரி வழிபடும் இடத்தில் தங்கியிருப்பதன் நோக்கத்தைத் தெளிவுபடுத்திவிடுகின்றன. இதன்படி பிடாரி எனும் யக்ஷிக்குச் செய்யப்பட்ட தாந்திரீக வழிபாட்டில் ஆண் பூசாரிகளான தாந்திரீகர்கள் மேற்கொண்ட

யோகசாதனையே இன்றைய நிலையில் 'பிடாரி பூசாரியோடு விளையாடுவதாகக்' கருதப்படுகிறது என்பது விளங்குகின்றது. தற்காலத்திய விளக்கம் அதன் தொன்மைவடிவோடு ஒத்துச்செல்வதைக் காணுகையில் நமக்கு வியப்பு மேலிடுவதைத் தவிர்க்கமுடியவில்லை. அதுமட்டுமின்றி இந்த யோகசாதனையின் மையக்கூறான 'ஆண் பூசாரியானவன் பெண்ணாக மாற முயற்சிக்கும் நடைமுறையானது' பிறிதொரு வடிவத்தின் மூலமாக பிடாரி வழிபாட்டில் இன்றும் தொடர்கின்றது என்பதை அடுத்துவரும் பகுதி உறுதிசெய்கிறது.

6.2. ஆண் பூசகர் சிவப்புச்சேலை அணிதல்

பிடாரி அம்மனுக்குப் பூசாரிகளாக இருப்பவர்கள் முற்றுமுழுவதும் ஆண்களே என்றாலும், இவ்வழிபாட்டில் ஆர்வத்தைத் தூண்டுகின்ற ஒரு சடங்கியல் கூறு காணப்படுகிறது. அதாவது சில இடங்களில் நடைபெறுகின்ற பிடாரி திருவிழாக்களின்போது ஆண் பூசாரிகள் பெண்களைப்போல் சேலை உடுத்துகின்றனர். அவ்வாறு அணியும் சேலையின் நிறம் சிவப்பு வண்ணமாக மட்டுமே இருக்கவேண்டியது கட்டாயமாகும். தொண்டமாநத்தம் பிடாரி மீனாட்சியம்மன் கோயில் விழாவில் பெண்காப்புக் கட்டுகின்ற பறையர் பூசாரி சிவப்புச்சேலை அணிந்துகொண்டு கையில் கத்தியுடன் ஊர் விருந்திற்குச் செல்கின்றார் எனும் செய்தியை இவ்விடத்தில் நினைவுகூர்வோம்.

இதேபோன்று பழையபாளையம் - எழுவம்பட்டி கிராமத்தினர் (நாமக்கல் மாவட்டம்) நடத்துகின்ற ஓலைப்பிடாரியம்மன் விழாவில் இவ்வழக்கம் இருப்பதை கீழ்க்காணும் பகுதி எடுத்துக்காட்டுகிறது.

> *ஓலைப்பிடாரி அம்மனின் தொண்டர்களான 1.காணியாச்சிக்காரர், 2.பண்டாரம், 3.கொண்டுவெட்டியார், 4.பட்டவன், 5.கலிங்கான் ஆகியோருக்குக் கொடுமுடி குருக்கள் காப்புக்கட்டினார்.*
>
> *காப்புக்கட்டுதல் நிகழ்ச்சி முடிந்ததும் அம்மனுக்குப் பூஜை நடைபெற்றது. அத்துடன் அன்றைய நிகழ்ச்சி முடிவடைந்தது. எட்டுநாட்களுக்கும் அம்மனின் தொண்டர்கள் ஐந்துபேரும் அருள்மிகு ஓலைப்பிடாரியம்மன் கோயிலில்தான் தங்கியிருந்தனர். கடையில் இருந்து புதிதாக வாங்கிவந்த சிகப்பு வண்ண புடவையைத்தான் அணிந்துகொண்டனர். பச்சரிசி மாவு, அவல் மட்டுமே காலை, மதிய உணவாகும். இரவில் அவர்களுக்கு அன்னதானம் வழங்கப்பட்டது. (அசோகன், ந. 2011: 9-10)*

இந்த விவரணையில் காணும் கூறுகள் நாம் முன்பே விளக்கியுள்ள 'பூசகர் கோயிலில் தங்கியிருத்தல்' எனும் பகுதியோடு இணைத்துப் பார்க்கத்தக்கவையாகும். அத்துடன் இச்சடங்கில் பங்கேற்பவர்களுள் ஒருவரான கலிங்கான் பறையர் சமூகத்தைச் சேர்ந்தவர் என்பது குறிப்பிடத்தக்கது. இவர்களைக் 'காப்புக்கட்டி' எனவும் அழைப்பர். உண்மையில் சிவப்புச்சேலை உடுத்தி காப்புக்கட்டும் சிறப்புரிமை இவர்களுக்கே உரியதாகும். மற்றப் பகுதிகளைப்போல் இங்கும் பிறசாதியினர் இச்சடங்குகளில் கலந்துவிட்டனர்.

மேலே எடுத்துக்காட்டப்பட்டுள்ள இரண்டு சடங்குகளிலும் ஆண் பூசாரிகள் சேலையணிந்து கொள்வது சற்று விசித்திரமாகத் தோன்றக்கூடும். ஆனால், இதை நுணுகிப்பார்த்தால் இவ்வழக்கமானது தாய்த்தெய்வ வழிபாட்டுக்கே உரிய தனித்தன்மை என்பது புலப்படும். குலசேகரப்பட்டினம் தசராத் திருவிழா உள்ளிட்ட சில கோயில் விழாக்களில் ஆண்கள் பலர் 'காளி வேடமிட்டு' நேர்த்திக்கடன் செலுத்துகின்றனர். இதேபோன்று அங்காளம்மனின் மயானக்கொள்ளை பூசை, பெண்தெய்வக் கோயில்களில் நடைபெறும் சாமி அழைத்தல் ஊர்வலம் போன்றவற்றில் சில பூசாரிகள் காளி வேடமிட்டு ஆடியும் சடங்குகள் செய்வதைக் காண்கிறோம். தஞ்சாவூர் மாவட்டத்திலுள்ள பச்சைக்காளி, பவளக்காளி கோயில்களில் இரண்டுபேர் காளி வேடமிட்டு ஆடிவருவார்கள் (இராமநாதன், ஆறு. *2001: 128*).

பெண்தெய்வ வேடமணிவது என்ற சடங்கு மட்டுமன்றி முத்தாலம்மன் போன்ற தாய்த்தெய்வக் கோயில்களின் திருவிழாக்கள் பலவற்றில் சிறுவர்கள் முதல் பெரியவர்கள் வரை பெண்களின் உடையணிந்து வேடமிட்டு நேர்த்திக்கடன் செலுத்துவதும் வழக்கமாக உள்ளது. ஆர்க்காட்டுக்குப்பத்திற்கு அருகே கங்கம்மாவிற்காக நடத்தப்பெறும் திருவிழாவில் ஆண்களும் பெண்களைப்போல உடை உடுத்தி விசித்திரமான நடனங்களை ஆடுவார்கள் எனும் செய்தியை எட்கர் தர்ஸ்டன் *(2003: 113)* காட்டியுள்ளார். திருவானைக்கோவிலிலுள்ள அகிலாண்டேசுவரி அம்மனின் பிராமணப் பூசகர் தினமும் உச்சிக்காலப் பூசையின் பொழுதுமட்டும் சிவப்புநிறப் புடவையுடுத்தி பெண்வேடமிட்டு வழிபாடு செய்கின்றார். இவற்றை ஒத்ததே பிடாரி கோயில் பூசாரிகள் சிவப்புச்சேலை உடுத்துவதும் ஆகும். இவ்வாறு பெண்களைப் போன்றோ, பெண்தெய்வத்தைப் போன்றோ வேடமிடுதல் எனும் சடங்கியல் வடிவம் ஆண்களுக்கு மட்டுமே உரியது என்பதைக் கவனத்தில் கொள்ளவேண்டும். அப்படியென்றால்

'ஆண் பூசாரிகள் ஏன் பெண்ணின் உடையை உடுத்துகின்றனர்?' எனும் ஒரு கேள்வி இவ்விடத்தில் எழுகின்றது. இதற்குத் தேவிபிரசாத் சட்டோபாத்யாயா அவர்கள் இவ்வாறு விடையளிக்கின்றார்.

> சுருக்கமாகக் கூறினால் விவசாயம் பெண்களின் கண்டுபிடிப்பு. பண்டைக்கால மதங்கள் தோன்றுவதற்கு அடிப்படையாக இருந்த விவசாய மந்திரம் பெண்களின் அதிகார வரம்பிற்குட்பட்டிருந்தது. பிந்திய காலத்தில் தந்தை முறைக்கு ஏற்றபடி மதங்களை மாற்றும்போது இந்தப் பணிகளும் ஆண்களுக்கு மாறின. அவ்வாறு இருந்தாலும் ஒரு ஆண், ஆணாக இருந்து இதைச் செய்யமுடியவில்லை. (ஆகவே) அவர்கள் பெண்ணாக மாறியே பூசாரிகளானார்கள்.
>
> ...இங்கு நாம் காணவேண்டியது என்னவென்றால் இறுதியான பெண்சக்தியைப் பெறுவதற்கு ஒரு பெண்ணாக மாறவேண்டும் என்ற விதியாகும் (வாம பூத் வய ஜத்பரம்). தாந்திரீகர்கள் ஏன் பெண்ணாக மாற முயற்சி செய்தார்கள்? இதற்கு ஒரேயொரு விடையுண்டு. இந்தச் செயல்முறைகள் பெண்களுக்கு உரியதாக இருந்தன. இவை பெண்களின் பணிகளாகக் கருதப்பட்டன. நாம் ஏற்கெனவே கண்டபடி, ஆண் பூசாரிகள் பெண்ணுடை தரிக்கும் வழக்கம் இதையே காட்டுகிறது. *(2010: 363-364)*

மேற்காணும் விளக்கம் இந்தியாவிலுள்ள பல்வேறு சமயப்பிரிவுகளுக்கும் பொருந்துவதாக உள்ளது. எனவே, நாம் தமிழக வழிபாட்டுமுறை பற்றிய குறிப்பான விவாதத்திற்குத் திரும்புவது அவசியமாகும்.

பெண்தெய்வத்தின் பூசகர்களாக தொடக்ககாலத்தில் பெண்கள் மட்டுமே இருந்தனர் என்பதை நிரூபணம் செய்வதற்கு தமிழ் இலக்கியங்களிலேயே சிறந்த சான்றுகள் உள்ளன. சிலப்பதிகாரத்திலுள்ள வேட்டுவ வரி எனும் பகுதியானது, எயினர் குடியைச்சார்ந்த சாலினி எனும் பெண்மீது கொற்றவைத் தெய்வம் ஏறி ஆடுவதையும் இதற்கு முன்பாக அக்குமரிப்பெண் கொற்றவையின் உருவத்தைப் புனைந்து கொள்வதையும் தெளிவாகச் சித்திரிக்கின்றது. இதை,

> வழங்குவில் தடக்கை மறக்குடித் தாயத்துப்
> பழங்கடன் உற்ற முழங்குவாய்ச் சாலினி
> தெய்வம் உற்று மெய்ம்மயிர் நிறுத்துக்
> கைஎடுத்து ஓச்சிக் கானவர் வியப்ப (6 - 9)

இட்டுத்தலை எண்ணும் எயினர் அல்லது
சுட்டுத்தலை போகாத் தொல்குடிக் குமரியைச்...
கணங்கொண்டு துவைப்ப அணங்கு முன்நிறீஇ
விலைப்பலி உண்ணும் மலர்ப்பலி பீடிகைக்
கலைப்பரி ஊர்தியைக் கைதொழுது ஏத்தி (20 - 44)

எனும் பாடலடிகள் விளக்குகின்றன. இந்த மரபின் தொடர்ச்சியை இன்றும் பெண்தெய்வ வழிபாட்டில் காணலாம். சான்றாக தமிழகத்தின் பல்வேறு பகுதிகளில் பருவமெய்தாத ஏழு சிறுமிகளைத் தேர்ந்தெடுத்து அவர்களுக்கு பெண்தெய்வத்திற்குரிய ஒப்பனைகள் செய்து வழிபடும் வளமைச் சடங்கினைப்பற்றி நாம் முன்பே எடுத்துக்காட்டியுள்ளோம். இதுமட்டுமன்றி மேற்குவங்கத்தில் நடைபெறுகின்ற துர்கா பூஜை விழாவில் சிறுமிகளும் இளம்பெண்களும் தேவியின் கோலத்தைப் பூணுகின்றனர் எனும் செய்தியும் நாம் நன்கறிந்த ஒன்றாகும். இவற்றின்வழியே நோக்கினால் இந்த இலக்கியப் பதிவுகளின் பண்பாட்டு எச்சங்களாகவே தற்கால சடங்கியல் கூறுகள் காணப்படுகின்றன என்பதை உறுதிசெய்யலாம்.

அவ்வகையில் பிற்காலத்தமிழ் இலக்கியநூல்களும் தாய்த்தெய்வத்தின் அடியார்கூட்டத்தினர் அல்லது பரிவார சேனைகளாக இருப்பவர்கள் பெண்பால் இனத்தினரே என்பதைக் காட்டுகின்றன. ஆனால் இவர்கள் சராசரி மானிடராக இல்லாமல் பேயுருக்கொண்டவர்களாக சித்திரிக்கப்பட்டுள்ளது நம்மை மேலும் சிந்திக்கத் தூண்டுகிறது. *கலிங்கத்துப்பரணி* நூலிலுள்ள ‘பேய்களைப் பாடியது’, ‘பேய்முறைப்பாடு’ போன்ற பகுதிகள் கொற்றவையாகிய காளியைச் சூழ்ந்து நிற்கும் ஏவல்செய்மகளிராக காளிகள், கூளிகள், இடாகினிகள் உள்ளிட்ட பல்வேறு பெயருடைய பேய்களைக் காட்டுகின்றன எனும் செய்தியை முன்னரே விளக்கியிருக்கிறோம். கந்தபுராணத்திலும் இவர்கள் சிறப்புறக் குறிப்பிடப்பட்டுள்ளனர். இதற்குரியக் காட்டாக,

காளிகள் சூலம்வேல் கணிச்சி கார்முகம்
வாளிகள் சிந்தினர் வரைநெ டுந்தரு
நீலிகள் எழுக்கதை நேமி யின்னன
கூளிகள் வீசினர் குறுகிப் போர்செய்தார் *(யுத். காண். : 6297)*

எனும் பாடலடிகளை இங்கே சுட்டலாம்.

மேலேகண்ட இடைக்கால நூற்களில் மட்டுமல்லாது, பழந்தமிழ் இலக்கியங்களிலிருந்தே காட்டப்பட்டுவந்துள்ள இவ்வாறானப் பேய்மகளிரை ஆவியுருக்கொண்டுள்ள மீவியல்பு

பாத்திரங்களாகவே பலர் கருதுகின்றனர். ஆனால் இப்பார்வையிலிருந்து க.கைலாசபதி முற்றிலும் மாறுபடுகின்றார்.

> ...இதுகாறுங் கூறியவற்றில் புராதன உலகில் முக்கிய தெய்வங்களுள் ஒன்று பேரன்னை என்றும், அது தமிழர் (திராவிடர்) தெய்வமாக இருந்தது என்றும், அதன்பின்னர் அது உழவுதெய்வமாகவும் மாறியது என்றும், அவற்றின் அடிப்படையில் இறப்பு, பிறப்பு முதலியவற்றின் தெய்வமாகப் பிற்காலத்தில் நிலவியது என்றும் காணலாம். பிற்காலச் செய்யுட்களான சங்க இலக்கியங்கள் அத்தகைய பழைய செய்திகள் சிலவற்றை ‘இன நினைவுகளாகவோ அல்லது எஞ்சியிருந்த வழிபாட்டு முறையாகவோ’ எமக்குக் காட்டுகின்றன. பேய்மகளிர் உண்மையான மகளிரே. ஆனால், பெண்தெய்வ வழிபாட்டிற்காகப் பிணந்தின்னிகளாகவும் இருந்தனர். அந்த வழக்கம் பின்னாளிலே சிவ வழிபாட்டுடன் கலந்தது. *(1999: 68)*

இங்கே க.கைலாசபதி கூறவருவது என்னவென்றால், பேய்மகளிர் என்றழைக்கப்பட்டவர்கள் மானிடப்பெண்களே என்பதையும் அவர்கள் தாய்த்தெய்வங்களைத் தாந்திரீகமுறையில் வணங்கும் பெண்பூசாரிகளாக இருந்தனர் என்பதையுமே ஆகும்.[2] இந்த தாந்திரீக வழிபாடு சைவ சமயத்தில் கலந்துவிட்டது என்று கூறும் அவரின் கருத்து மிகுந்த முக்கியத்துவம் வாய்ந்தது. ஏனெனில் சாக்த சமயக் காளியும், சமண யட்சியான பிடாரியும் சைவசமயத்தில் கலந்திருப்பதைக் குறித்து நாம் முன்வைத்துள்ள விவாதங்கள் இதன்மூலம் வலுப்பெறுகின்றன. அத்துடன் பிந்தைய பகுதிகளில் நாம் விளக்க இருக்கின்ற செய்திகளும் இவரின் பார்வையே பொருத்தமிக்கது என்பதை உறுதிப்படுத்த உள்ளன.

இதுவரை விவாதித்தவற்றின் அடிப்படையில், தொல்பழங்காலம் முதலே தாய்த்தெய்வங்களுக்குப் பூசாரிகளாக இருந்தவர்கள் பெண்களே என்பதை அறிந்துகொண்டோம். மேலும் தாய்த்தெய்வங்களைப் போன்று வேடத்தைப் புனையும் உரிமையை அவர்கள் பெற்றிருந்தனர் என்பதும் தெளிவாகத் தெரிகின்றது. ஆகவே, சமயச்சடங்குகளில் தாய்த்தெய்வங்களின் பூசகர்களாகவும் கொற்றவைக்கு இணையாக்கம் பெற்றுவிட்ட காளியின் வேடத்தை இடுபவர்களாகவும் ஆண்கள் இடம்பெறத்தொடங்கியது பிற்காலத்திய நடைமுறை என்பது உறுதியாகின்றது. அதேநேரம் இந்த விவாதத்திலிருந்து வெளித்தெரியும் ஒரு நுட்பமான வேறுபாட்டைச் சுட்டிக்காட்ட வேண்டியிருக்கிறது. அதாவது,

பிடாரி வழிபாட்டு மரபில் பெரும்பான்மையும் ஆண்பூசாரிகள் பெண்தெய்வ வேடம் இடுவதில்லை. மாறாகப் பெண் போன்று சிவப்புச்சேலை மட்டுமே உடுத்துகின்றனர். அவ்வாறாயின் இந்த வேறுபாட்டை எவ்வாறு விளங்கிக் கொள்வது என்ற கேள்வி இங்கே எழுகின்றது.

இதற்கு நாம் மேலேகண்ட சட்டோபாத்யாயாவின் விளக்கமே பிடாரி வழிபாட்டில் இடம்பெறும் பெண்ணுடை தரிக்கும் வழக்கத்தைப் புரிந்துகொள்வதற்குத் துணைசெய்கிறது. இதன்படி சிவப்புச் சேலையை ஆண்பூசாரி அணிவது தாந்திரீக மரபிற்குரியது என்பது தெளிவுடையது. அத்துடன் காளி என்ற யட்சியை வழிபட்ட பிடாரிகளென்னும் சமணப் பெண்துறவிகளின் இடத்தைப் பிற்காலத்தில் ஆண்பூசாரிகள் பெற்றுவிட்டனர் என்று நாம் முன்பே வைத்த வாதம் இங்கே நிரூபணமாகிறது. ஆகவே, தாந்திரீக நெறியிலான பிடாரி வழிபாட்டில் பெண்பூசாரிகளுக்குரிய மந்திர ஆற்றலை அடையும் பொருட்டே இந்த ஆண்பூசாரிகள் சிவப்புச்சேலை உடுத்துகின்றனர் என்று உறுதிப்படுத்தலாம். ஆனால் இந்த பூசகர்முறை மாற்றம் குறிப்பிட்ட எந்தக் காலப்பகுதியில், என்ன காரணிகளால் நிகழ்ந்தது என்பது பற்றி அறிய சான்றுகள் கிட்டவில்லை. ஆதலால் தொடர்ந்த ஆய்வுகளின் மூலமே இதைத் தெளிவுபடுத்த முடியும்.

6.3. தாலி கட்டுதலும் மாற்று வடிவங்களும்

நமது ஆய்வின் மையப்பொருளான பறையர் பூசாரி பிடாரிக்குத் தாலிகட்டுதல் எனும் சடங்கிற்கானப் பொருண்மையை இப்பகுதியில் விளக்க உள்ளோம். சமூகத்தளத்தில் நடைபெறுகின்ற ‘மானிடத் திருமணச்சடங்குகள்’ அவர்களின் குடும்ப நிறுவனத்திற்கான சடங்கியல் அங்கீகாரமாகவே இருக்கின்றன. இவை உண்மைத் திருமணங்களாகும். மற்றொருபுறம் சமயத்தளத்தில் நடைபெறுகின்ற ‘தெய்வீகத் திருமணச்சடங்குகள்’ புனிதமானவையாகக் கருதப்படுகின்றன. என்றாலும் இந்த இரண்டு வகைப்பட்ட திருமணச்சடங்குகளும் ஒன்றை மற்றொன்றில் பிரதிபலிப்பவையாக உள்ளன என்று முன்பே விவாதித்திருக்கிறோம்.[3] ஆனால் மானிடன் ஒருவன் தெய்வீகப் பெண்ணைத் திருமணம் செய்வதென்பது சற்று மாறுபட்டதொரு நிகழ்வாகும். பறையர் மணமகனாக இருந்து பிடாரிக்குத் தாலிகட்டும் சடங்கு இவ்வகைப்பட்டதாகவே இருக்கின்றது. இத்தகைய இயல்புக்கு மாறான திருமணச்சடங்குகளையும்

அரிதாகக் காணலாம். அவை மந்திரச் சடங்கின் (magical rituval) தன்மைகள் கொண்டவை என்பதைக் கீழ்வரும் சான்றுகள் விளக்கும்.

சான்று : 1

சோதிடத் தொழில் செய்யும் வள்ளுவர்கள் திருமணத்தடை நீக்குவதற்காகச் செய்யும் சடங்கு இவ்வகைக்கு உரியது. இதன்படி திருமணதோஷத்துக்கு ஆளான ஆண் ஒருவர் வாழைக்கன்று ஒன்றை மணமகளாகப் பாவித்து அதற்குத் தாலிகட்டுவார். பின்பு அவ்வாழைக்கன்றை இரண்டாக வெட்டி ஆற்றில் வீசிவிடுவார். இதன்மூலம் அவரிடம் இருந்த திருமணதோஷம் 'போலி மனைவி'யான வாழைக்கன்றுக்கு மாற்றப்பட்டு நீக்கியதாகக் கருதப்படும். இது தொத்து மந்திரத்தின் அடிப்படையைக் கொண்டமைந்த சடங்காகும்.

சான்று : 2

ஊர்ப்புறங்களில் நீண்ட நாட்களாக மழை பெய்யாமல் வறட்சி ஏற்பட்டால் மனிதரல்லாத பிற உயிரினங்களுக்கு இடையே திருமணச்சடங்கு செய்யப்படுகிறது. இதன்படி ஒன்றுக்கொன்று இனத்தொடர்பில்லாத நாய், பூனை, நரி, கழுதை, தவளை போன்ற விலங்குகளைத் தம்பதிகளாகப் பாவித்து அமரவைப்பார்கள். பின்னர் அவற்றுக்கு மாலை மாற்றித் திருமணம் செய்வார்கள். இதன்மூலம் மழை பெய்து வளம்பெருகும் எனும் நம்பிக்கை நிலவுகின்றது.[4] ஆகவே இது மழைக்கஞ்சி காய்ச்சுதல், கொடும்பாவி கொளுத்துதல் போன்ற வளமைச் சடங்காக விளங்குகின்றது.

மேற்காணும் சடங்குகள் மானுடத் திருமணத்தையோ, தெய்வீகத் திருமணத்தையோ ஒத்தவையல்ல. ஒருவகையில் இவை பதிலித் திருமணங்களாகும். ஆனாலும் இவற்றுக்கென்று சில குறிப்பான நோக்கங்கள் உள்ளன. அதேபோன்று மந்திரச் சடங்கின் தன்மையைப் பெற்ற திருமணச்சடங்கின் வடிவங்களாக இவை இருக்கின்றன என்பதையும் நாம் கவனத்தில்கொள்ள வேண்டும். இதிலிருந்து பிடாரியின் திருமணச்சடங்கு இயல்பற்ற ஒன்றாக இருப்பினும் அதற்கு மந்திரச் சடங்கிற்குரிய தன்மைகள் இருக்கலாம் எனக் கருத இடமிருக்கிறது.

பொதுவாகத் திருமணம் எனும் சடங்கு, அதில் இடம்பெறும் தாலி என்பது ஆணாதிக்கத்தின் குறியீடு என்றும் தந்தைத் தலைமைப்பண்பை நிலைநிறுத்துவது என்றும் சமூகவியலாளர்கள்

விளக்கமளிப்பார்கள். தற்காலத்து சமூகநடைமுறைக்கு ஒப்ப இவ்விமர்சனம் சரியானதே. அதேசமயம் பண்பாட்டுத் தளத்திலுள்ள ஒரு குறிப்பிட்ட வழக்காற்று வடிவத்துக்கு ஒரேயொரு பொருண்மையும் நோக்கமும் மட்டுமே இருப்பதில்லை. மேலும் எந்தவொரு பண்பாட்டு வடிவமும் கால, இட பரிமாணத்திற்கு உட்பட்டே விளக்கப்பட வேண்டியது அவசியமாகும். அந்த வகையில் பிடாரிக்குக் கட்டப்படும் தாலியானது, தாந்திரீக மரபின் 'பெண்மை கோட்பாட்டை' குறியீடு செய்கின்றது எனக் கூறவியலும். இதை விளக்குவதற்கு முன்பாக தாந்திரீகத்தின் தொல்நிலை வடிவங்களைக் குறித்து அறிந்துகொள்வது பயன்தருவதாகும்.

தாந்திரீக மரபில் ஆண், பெண் இணைவதே எல்லா வளங்களின் பெருக்கத்திற்குக் காரணமாகும் எனும் நம்பிக்கையே மையமாக இருக்கின்றது. அதாவது, பெண்ணின் உடல் உயிர்களை உற்பத்தி செய்வதுபோன்று, நிலமும் வளங்களைச் செழிக்கச் செய்யும் என ஒப்பிட்டு நோக்கும் 'போலச்செய்தல்' மந்திரமாக இது உள்ளது. இதற்குரிய நோக்கம் மிகத் தெளிவானது.

> இயற்கை நமக்கு உதவ வேண்டுமாயின் தாமும் இயற்கையைப் போல (imitate) நடக்க வேண்டுமென்றும், தாம் செய்வதைப் பார்த்து இயற்கையும் அதேபோலச் செய்யும் என்றும் நம்பினர். இந்த நம்பிக்கை, வளம் - செழிப்பு பற்றிய நம்பிக்கை (fertility belief) எனப்படுகிறது. இந்த நம்பிக்கையின் காரணமாகச் செய்யப்படும் சடங்குகள் வளமைச் சடங்குகள் (fertility rituvals) ஆகும். அதன் வளர்ச்சியே வளவழிபாடாகும் (fertility cult). *(கிருட்டிணசாமி, க. 1981: 171)*

இவ்வரையறையின்படி இந்தியாவில் தோற்றம்கொண்ட தாந்திரீக சமயமும் வளவழிபாடே எனக் கூறலாம். மழை வளம், பயிர் வளம், கால்நடை வளம் போன்றவை பெருகுவதற்குச் செய்யப்பட்ட தொன்மைக்காலத்து மந்திரச்செயல்பாடுகளாக இந்த வளமைச் சடங்குகள் அமைந்தன. பல்வேறு வடிவில் தொழிற்படும் சடங்குகளில் ஒரு வடிவமே பாலுறவுச் சடங்காகும். வேளாண்மை பெருக்கம் கருதி மனிதர்கள் தங்கள் விவசாய நிலங்களில் நிகழ்த்தும் இவ்வாறான ஆண், பெண் புணர்ச்சிச் சடங்குகள் பற்றி தேவிபிரசாத் சட்டோபாத்யாயா தன்னுடைய *உலகாய்தம்* (2010) எனும் நூலில் விரிவாக விளக்கியுள்ளார். இந்தப் பாலுறவுச் சடங்குகள் மனிதர்களால் நேரடியாகவோ, பாவனையாகவோ

நிகழ்த்தப்படலாம். இதற்குச் சான்றாக கொங்கு வட்டாரத்தில் நடைபெறுகின்ற ஒரு பாவனை சடங்கு பற்றி இரா.பூங்குன்றன் தரும் விவரணை வருமாறு:

> தர்மபுரி மாவட்டம், ஜருகு என்ற ஊருக்கு அருகில் செழிப்பு விழா நடைபெறுகிறது. களிமண்ணால் செய்யப்பட்ட ஆண், பெண் உருவங்கள் இரண்டும் தரையில் கிடத்தப்படும். விழா இறுதிநாளன்று இரவு முக்கியமான சடங்கு நடைபெறும். ஒரு கிராமத்தார் ஆண்குறியைச் செய்து வருவர். மற்றொரு கிராமத்தார் பெண்குறியைச் செய்து வருவர். இறுதியாக நடைபெறும் சடங்கில் ஆண்குறியை பெண்குறியில் (yoni) நட்டுவைப்பர். கிடத்தப்பட்டிருக்கும் ஆண்-பெண் உருவங்களைப் புணரும்படி செய்வர். விழாவின் தொடக்க நாளன்று செய்யப்பட்ட இந்த ஆண்,பெண் உருவங்கள் மீது தானியங்களைத் தூவி வைப்பர். களிமண்ணில் ஈரப்பசை இருப்பதால் இறுதிநாளன்று தானியங்கள் முளைவிட்டிருக்கும். களிமண்ணோடு ஒரு பிடி பெயர்த்து எடுத்துக்கொண்டுபோய் தங்கள், தங்கள் விளைநிலங்களில் தூவுவர். அதனால் வயல் வளம்பெறும் என்ற நம்பிக்கை உள்ளது. (கிருட்டிணசாமி, க. 1981: 191)

இதுவரையிலான சான்றுகளிலிருந்து வளமை வழிபாட்டின் ஒரு பகுதியே ஆண், பெண் பாலுறவுச் சடங்கு என்பதை அறிந்தோம். மேலும் இப்பாலுறவுச் சடங்கை உண்மையான மனிதர்கள் இல்லாமல் வெறும் பாவனை வடிவிலும் நடத்தலாம் என்பது தெளிவாகின்றது. ஆகவே இது ஓர் 'இட்டுநிரப்பும் செயல்' (Complimentary action) என வரையறுக்கலாம். இவ்வகையான எளியநிலைச் சடங்குகளிலிருந்தே பல்வேறுபட்ட சிக்கலான சடங்கு வடிவங்கள் பிற்காலத்தில் தோன்றியிருக்கின்றன. பிடாரி மரபில் நாம் காணுவது உயர்நிலை வடிவிலான யோகசாதனைச் சடங்காகும். இதன்படி பிடாரிக்குரிய சடங்கில் தாலி கட்டுகின்ற ஆண் பூசாரி உண்மையான மனிதனாக இருக்கின்றார். அவர் வெறும் பூசாரியாக மட்டும் இல்லாமல் அத்தெய்வத்தின் மணமகனாகவும் கருதப்படுகின்றார்.[5] ஆனால் தாலி கட்டப்படுவது ஒரு சிலைக்கு (தெய்வீக மணப்பெண்) என்பதால் இது ஒரு 'அரைபாவனைச் சடங்கு' என்றே கொள்ளமுடிகின்றது.

பிடாரிக்கு தாலிகட்டும் சடங்கின் வடிவத்தையும் பொருண்மையையும் ஒப்பிட்டுக் காட்டுவதற்கு மேலதிகச்சான்று ஒன்றுள்ளது. விழுப்புரம் மாவட்டம் கூவாகத்தில் நடத்தப்பெறும்

கூத்தாண்டவர் திருவிழாவை இவ்விடத்தில் நினைவுகூர்வோம். இந்த விழாக்களில் உண்மையான மனிதர்களான திருநங்கைகள் (கிருஷ்ணன்) தங்களை மனைவியாகவும் தெய்வமான கூத்தாண்டவரை (அரவான்) கணவனாகவும் கருதி தாலிகட்டிக் கொள்கின்றனர். பின்னர் அன்றைய இரவு முழுவதும் ஆடிப்பாடிக் கொண்டாடி மகிழ்ந்து இருக்கின்றனர். மறுநாள் காலையில் கூத்தாண்டவர் பலியிடப்பட்டு விடுவதால் தாங்கள் கைம்பெண்களாக ஆகிவிட்டதாகக் கூறி தங்களின் தாலியை அறுத்து ஒப்பாரி வைத்து அழுகின்றனர். இந்தச் சடங்கில் திருநங்கை மனைவிகளுக்கு கூத்தாண்டவர் நேரடியாக தாலிகட்டுவதில்லை. அவரின் பூசாரியே கட்டுகிறார் என்பது கவனத்திற்குரியதாகும். இவற்றைவிட முக்கியமானது இந்தத் திருவிழாவிலும் இருவேறு சமூகங்களைச் சேர்ந்த ‘சாத்துக்காரர்கள்’ (பறையர் பூசாரி + வன்னியர் பூசாரி) தாலி கட்டிக் கொள்கின்றனர். இதற்கு ‘காப்புக்கட்டுதல்’ எனும் பெயருண்டு. அத்துடன் மாரியம்மனுக்கு கரகம் சுமந்து படையிலிடுவதும் ‘பாலிவிடுதல்’ எனும் சடங்கும் நடைபெறுகின்றன (அன்னையப்பன், சு.அ. 2019:பக்கம் இல்லை).

கூத்தாண்டவர் விழாவின் சடங்குகளுக்கு அடிப்படையாக அமையும் நாட்டார் தொன்மமும், மகாபாரத கதைவடிவமும், தாலி எனும் அணிகலனும் மேலோட்டமான கூறுகளாகவே உள்ளன. உண்மையில் இச்சடங்கு நிகழ்த்துதலின் நோக்கம் வளமைப் பெருக்கமே ஆகும். ஏனென்றால் வடமாவட்ட அரவான் விழாக்களில் மூன்று வகையான வளமைச் சடங்குகள் துலக்கமாக வெளிப்படுகின்றன. அவை : 1. சாமி ஊர்வலத்தின்பொழுது விளைபொருட்களைச் சூறைவிடுதல், 2. பாலிகையில் வளர்ந்திருக்கும் நவதானிய விதைமுளைகளையும் முளையடி மண்ணையும் எடுத்துச் சென்று நிலத்திலும் விதைப்பானையிலும் இட்டுவைப்பது, 3. பலியிடப்பட்ட ஆட்டின் குருதி கலந்த சோற்றைப் பயன்படுத்துதல். இவ்வாறு செய்வதன்மூலம் தங்களுடைய விவசாயம் செழிப்புறும்; வீடு வளம் பெறும் என்ற நம்பிக்கை அப்பகுதி மக்களிடம் நிலவுகின்றது (சீனிவாசன், இரா. & ஏழுமலை 2011: 157). இவற்றின் வழியாக நாட்டார் வழிபாடுகளில் தெய்வத்திற்கும் மானிடருக்கும் நடைபெறும் திருமணச்சடங்கு, அதில் தாலிகட்டப்படுவது என அனைத்தும் தாந்திரீகத்தின் குறியீட்டு வடிவங்களே என்பதை உணர்ந்து கொள்ளலாம்.

நாம் கண்டவகையில் பிடாரி வழிபாட்டுச் சடங்குகளின் வடிவங்கள் மாறினாலும், அவற்றில் உள்ள கணவன் (ஆண்) - மனைவி (பெண்) எனும் குறியீட்டுத்தன்மை மாறுவதில்லை. இதன்படி, ஆண் பூசாரியான பறையர் (கணவன்), பிடாரி எனும் பெண்ணுக்குத் (மனைவி) தாலி கட்டுகின்றார். இந்த நடைமுறை இல்லாத கோயில்களிலும் ஆண்பூசாரியான பறையருக்கு இணையராக மற்றொரு ஆண்பூசாரி (ஒடுக்கப்பட்ட அல்லது இடைநிலைச் சாதி நபர்) நிறுத்தப்படுகின்றார். அப்போது பிடாரிக்குக் கட்டப்படும் தாலிக்கு இணையான மங்கல அணியாக அங்கே காப்பு இடம்பெறுகின்றது. இவ்வாறு உருமாற்றம் அடைந்த அவ்வணியானது ஒருவருக்குக் கட்டப்படும்பொழுது ‘ஆண்காப்பு’ (கணவன்) என்றும் மற்றொருவருக்குக் கட்டப்படும்பொழுது ‘பெண்காப்பு’ (மனைவி) என்றும் அழைக்கப்படுகின்றது. இத்தகைய மாற்றமுற்ற சடங்கு வடிவத்தைத்தான் சின்னமனூர் பிடாரி கோயிலிலும் தொண்டமாநத்தம் பிடாரி மீனாட்சி அம்மன் கோயிலிலும் நம்மால் காணமுடிகின்றது. பிடாரி எனும் பெண்ணை விட்டுவிட்டு ஒரு ஆணை மனைவியாகக் காட்டுவது போலிமையானது; சாதிய உள்நோக்கம் உடையது என்பதைப் பிற்பகுதியில் விவாதிக்க இருக்கின்றோம். ஆனால் ஆண் பெண்ணாக மாறுவது என்பது தாந்திரீகமரபிற்கு வெகு இயைபானது என்பதால், பிற்காலத்தில் இம்மாற்றம் எளிதாக நிகழ்ந்துள்ளது எனக் கருதலாம்.

நாம் முன்பே ஒப்பிட்டுக் கண்ட அனைத்துச் சடங்குகளும் ‘திருமண விழா’ என்பதன் தன்மைகளைப் பெற்றுள்ளன என்பதை இங்கே நினைவுகொள்ள வேண்டும்.[6] அவற்றில்,

1. பெண்வீடு பார்த்தல்
2. மாப்பிள்ளை அழைப்பு
3. மாலையிடுதல்
4. தாலி கட்டுதல்
5. விருந்துண்ணல்
6. சீர்வரிசை அனுப்புதல்

போன்ற கூறுகள் இருப்பது இதை உறுதிசெய்கின்றன. தாலி என்னும் அணிகலன் கணவன், மனைவி எனும் இணையை உருவகித்துக் காட்டுவதற்காகவே பிடாரியம்மன், கன்னியம்மன், கோடாளி நாச்சியப்பன்-நாச்சியம்மன் போன்ற தெய்வங்களின் வழிபாட்டுச் சடங்குகளில் இடம்பெறுகிறது. அதேவேளையில் அதற்கு ஈடாக காப்பு, மாலை, கரகம் போன்றவையும் சடங்குகளில்

இடம்பெறுகின்றன. இப்பொருட்களும் ஆண், பெண் அடையாளம், கணவன்-மனைவி உறவு ஆகியவற்றைக் குறியீடு செய்கின்றன எனக் கூறலாம். இதைக் கீழ்க்காணும் வரைபடம் தெளிவுபடுத்தும்.

(அ) பறையர் (கணவன்) -தாலி - பிடாரி (மனைவி) ⟷

ஆண்காப்புக்கட்டுபவர் (கணவன்) -காப்பு- பெண்காப்புக்கட்டுபவர் (மனைவி)

(ஆ) பறையர் (கணவன்) -தாலி - வெள்ளாளர் (மனைவி) ⟷

ஆண்கரகம் சுமப்பவர் (கணவன்) -கரகம்- பெண்கரகம் சுமப்பவர் (மனைவி)

(இ) இருளர் (கணவன்) -மாலை + தாலி- கன்னியம்மன் (மனைவி)

பிடாரி வழிபாடு தாந்திரீக நெறிப்படி அமைந்தது என விளக்கியுள்ளோம். ஆனால், பெண்மைக் கோட்பாட்டை முதன்மைப்படுத்தும் தாந்திரீக மரபில் கணவன், மனைவி எனும் குடும்ப நிறுவனத்திற்குரிய உருவகம் ஏன் காட்டப்படுகின்றது என்னும் வினா எழுவதைத் தவிர்க்க முடியவில்லை. இதற்கு விடையாக, தாந்திரீகச் சடங்கோடு மதம் சார்ந்த கருத்துகளை இணைத்ததால் பிற்காலத்தில் இவ்வாறான தோற்றம் உருவாக்கப்பட்டது என்பதை தாஸ்குப்தா கீழ்க்காணுமாறு விளக்குகின்றார்.

> ...இந்த உடலுடன்தான் நிரந்தரமான ததாகதர் அல்லது பகவர் அவருடைய நிரந்தரமான சக்தியான தாரா அல்லது பகவதியைத் தழுவிக் கொள்கிறார். தெய்வீக இருப்பு பற்றிய பாலினம் சார்ந்த இக்கருத்திலிருந்து கிடைக்கும் முடிவு, துறவியானவர் பெண்ணுடன் சேரும் சடங்கைச் செய்ய வேண்டும் (யோகினிமுத்ர). பெண்தான் பகவதியின் வடிவம்; அவள்தான் பகவதி.
>
> ...பௌத்த தாந்திரீகத்தில் பிரஜ்னா, உபயா ஆகிய இரண்டும் ஒன்றுபடுவதன் மூலம் இது விளக்கப்படுகிறது. அதேபோல இந்து தந்திரங்களில் சிவனும் சக்தியும் ஒன்றுபடுவது அல்லது ஹரனும் கௌரியும் ஒன்றுபடுவது அல்லது கிருஷ்ணனும் இராதையும் ஒன்றுபடுதல் என்பதன்மூலம் இது விளக்கப்படுகிறது. (தேவிபிரசாத் சட்டோபாத்யாயா 2010: 425)

இவற்றிலிருந்து 'தாலிகட்டுதல்' என்பதன் உண்மையான பொருண்மை திருமணச் சடங்கல்ல என்பதை அறிந்துகொள்ளலாம். மேலும் தாந்திரீகத்தின் யோகசாதனையையே அச்சடங்கு பாவனையாக வெளிப்படுத்துகிறது என்ற மூலப்படிவ உண்மையை (archetypal fact) உணரலாம்.

நாம் முன்பே விவாதித்தபடி கன்னியம்மன், கோடாளி நாச்சியம்மன் ஆகியவற்றின் வழிபாட்டுச் சடங்குகளில் தாலி அல்லாத பிற பொருள்களும் ஆண், பெண் சேர்க்கையையே குறியீடு செய்கின்றன. கோடாளி நாச்சியப்பனின் ஆண்கரகமும், கோடாளி நாச்சியம்மனின் பெண்கரகமும் ஒன்றோடொன்று இணையும் 'தலைகூடுதல்' நிகழ்ச்சி பாலுறவுச் சடங்கைப் பாவனை செய்கின்றது. இருளரின் கன்னியம்மன் வழிபாட்டில் இரவில் தங்கும் கூடாரங்கள் வேட்டி, சேலை ஆகியவற்றால் அமைக்கப்படுவதும் இதை வலியுறுத்துகின்றது. ஆனாலும் இத்தகைய சடங்கியல் கூறுகளை இன்றைய நிலையில் தொல்லெச்ச வடிவங்களாக (primordial forms) மட்டுமே காணவேண்டியுள்ளது.

மேற்காணும் சடங்குகளில் தாய்வழி மரபே முதன்மைப்படுத்தப்படுகின்றன என்பதற்கு அகச்சான்றுகள் உள்ளன. இதற்குப் பிடாரி வழிபாட்டில் ஆண்பூசாரி தாலிகட்டுபவராக இருப்பினும் யோகசாதனை செய்தல், சிவப்புச்சேலை அணிதல் போன்றவற்றின் மூலம் தனது ஆண் அடையாளத்தை அழித்துவிட்டுப் பெண்ணாக மாற முயற்சிப்பதைச் சிறந்த உதாரணங்களாகக் காட்டலாம். மேலும், கன்னியம்மன் வழிபாட்டில் திருமணத்திற்கான அனுமதியை சகோதரியான பெண்ணே மாலை எடுத்துக் கொடுப்பதன்வழியாக வழங்குகின்றாள் என்பதையும் இங்கு இணைத்து நோக்கலாம். இத்தகைய தனித்தன்மைகளைக் கொண்டே பிடாரி வழிபாட்டு மரபானது 'பெண்மைக் கோட்பாட்டை' அடிப்படையாகப் பெற்றிருக்கிறது என்பதை உறுதிசெய்கிறோம்.

தாய்த்தெய்வ வழிபாட்டில் வளமைப்பண்புகள் உள்ளடங்கியிருப்பது இயல்பாகும். அவ்வகையில் இருளரின் கன்னியம்மன் வழிபாடு அவர்களின் வேட்டைத் தொழில்மூலம் வளம்பெறுவதை நோக்கமாகக் கொண்டுள்ளது. இந்த உண்மையை இருளர்களிடம் வழங்கும் வேறொரு கதை வடிவமும் தெளிவாக்குகின்றது.

> இருளர்கள் வேட்டைக்குச் செல்லும்போது கன்னியம்மன் எனும் மணமாகாத பெண்ணே அவர்களுக்கு வழிகாட்டிச் செல்வது வழக்கம். எந்த திசையில் சென்றால் என்ன வேட்டை கிடைக்கும் என்று கூறி கன்னியம்மன் வழிநடத்தி வந்தாள். ஒருநாள் கன்னியம்மா திடீரென்று இறந்துபோக, இருளர் இன ஆண்கள் எப்படி வேட்டைக்குச் செல்வது, எந்தப்பக்கம் சென்றால் என்ன

> பொருள் கிடைக்கும் என்பது தெரியாமல் தவித்தனர். அப்போது ஒருவர் 'கன்னியம்மா நேற்றுவரை நீதான் எங்களை வேட்டைக்கு வழிநடத்தினாய். இன்றைக்கு நீ இல்லை. அதனால் எங்களால் வேட்டையாட முடியவில்லை. நீதான் எங்களுக்கு நல்ல வேட்டை அமைத்துத்தர வேண்டும். அவ்வாறு அமைத்துக் கொடுத்தால் வேட்டைப் பொருளை உனக்குப் படைக்கிறோம்' என வேண்ட, நல்ல வேட்டை கிடைத்தது. அன்றுமுதல் இருளர்கள் கன்னியம்மனை வழிபட்டு வருகின்றனர். (ராமநாதன், ஆறு. & சக்திவேல், சு. *2014: 198-199)*

மேலேகாணும் கதையானது கன்னியம்மன் இருளருடைய வேட்டைத் தொழிலுக்கு வழிகாட்டியாகவும் வளம்தருபவளாகவும் இருப்பதைத் தெளிவாக்குகின்றது. அத்துடன் இந்த தெய்வத்திற்கு நடத்தப்பெறும் சடங்குகளில் ஏழு கன்னிமார் (சப்தமாதர்) இருப்பதைக் கொண்டு அதன் வளமை வழிபாட்டு மரபினை உறுதிசெய்யலாம். கோடாளி நாச்சியப்பன் - நாச்சியம்மன் கதையில் தங்களைக் கரகங்களாகப் பாவித்து வழிபட்டால் மட்டுமே உங்கள் ஊரில் 'மழை பெய்யும்; பயிர்விளையும்' என அத்தெய்வங்கள் ஊராரிடம் எச்சரிக்கை செய்வதைக் காண்கிறோம். ஏன் இதில் கரகம் எனும் பொருள் அதிகம் வலியுறுத்தப்படுகிறது என்றால், கரகமானது பூரணகும்பத்தின் மாற்றுவடிவம். இந்த பூரணகும்பம் என்பது பெண்ணுடைய கருப்பையின் குறியீடு ஆகும் (தேவிபிரசாத் சட்டோபாத்யாய *2010: 385*). ஆகவே, இது வளமையோடு தொடர்புடையது எனலாம். உண்மையில் இங்கே கரகம் மட்டுமல்ல, பறையர் சாதியினரின் பங்கும் முக்கியத்துவம் வாய்ந்ததாகும். காரணம், வளமைக்கான மழைச் சடங்கிற்கும், பறையருக்குமான உறவு வலுவானது. இத்தொடர்பை அபிதான சிந்தாமணி (*2002: 1062*) சிறப்பாக விளக்கியுள்ளது. ஒட்டுமொத்தமாகப் பார்க்கும்போது இந்தப் பிடாரி வழிபாட்டு மரபு தாந்திரீக நெறி எனும் வளமை வழிபாடாக இருப்பதை உணர்ந்து கொள்கிறோம்.

6.4. தொன்மங்களின் உட்பொருள்

இதுவரைப் பிடாரி தொடர்பான சடங்குகளின் பொருண்மையை ஓரளவு விளக்கியாகிவிட்டது. எனவே, இனி தொன்மங்களின் உட்பொருளைக் காணலாம். நாம் ஒப்பிட்டுக் காட்டியுள்ள சடங்குகளில் சிற்சில வேறுபாடுகள் காணப்பட்டாலும், அவை அனைத்திலும் 'தாலிகட்டுதல்' எனும் கூறுமட்டும் மாறாமல் இருப்பதைக் கண்டோம். ஆனால், தொன்மங்களானவை

ஒவ்வொரு இடத்திலும் வெவ்வேறு விதமாகச் சொல்லப்படுகின்றன. இதற்குரிய காரணம், பிடாரியின் தாலிகட்டுதல் பற்றிய கதைகள் அனைத்தும் 'சடங்கிலிருந்து பிறந்த தொன்மங்களாக' இருப்பதே ஆகும். எனவே சடங்குகளின் அடிப்படைப் பண்பு ஒன்றாக இருப்பினும் வட்டாரம், சாதி, மொழி ஆகியவற்றுக்கு ஏற்ப மக்கள் தருகின்ற காரணங்களும் கதைவடிவங்களும் மாறுபட்டு அமைகின்றன.

பிடாரி தொடர்பான தொன்மக் கதைகள் சிலவற்றை முன்பே எடுத்துக் காட்டியுள்ளோம். இக்கதை வடிவங்களின் வேறுபாட்டைச் சற்று ஒதுக்கி வைத்துவிட்டு, இவை கூறவருவதென்ன என்பதை ஆராய்தல் அவசியமாகும். இதன்பொருட்டு இதுவரைப் பார்க்காத கதைவடிவம் ஒன்றை இங்கு ஒப்பிட்டுக் காணலாம். இக்கதை அ.மீனாகுமாரி சேகரித்த திருவையாறு அருகிலுள்ள அரசூர் பிடாரி கோயில் பற்றியதாகும்.

> முன்னொரு காலத்தில் இராஜா ஒருவரது வீட்டில் வெட்டியான் ஒருவன் சிறுவயதிலிருந்தே வேலைசெய்து வந்தான். இராஜாவின் மகளுக்கும் வெட்டியான் மகனுக்கும் காதல் மலர்ந்தது. வெட்டியான் இனத்தவர் இராஜாவிடம் பெண் கேட்டனர். வெட்டியானுக்கு எப்படி பெண் கொடுப்பது என நினைத்த இராஜா அதை வெளிக்காட்டிக்கொள்ளாமல் திருமணத்திற்குச் சம்மதித்தார். திருமண ஏற்பாடுகள் நடைபெற்றன. இராஜா தனது உறவினருக்கு நல்ல பந்தலையும், வெட்டியான் இனத்தவருக்குப் பொய்ப் பந்தலையும் அமைக்கச் செய்தார். திருமணநாள் வந்தது. மணமகன் வெட்டியானுக்குக் கங்கணம் கட்டி, புதுத்துணி உடுத்தி, மாலை அணிந்து வருமாறு கூறி பொய்ப்பந்தலுக்கு அனுப்பினார் இராஜா. பொய்ப்பந்தலில் வெட்டியான் உறவினர்கள் அமர்ந்திருந்தனர். வெட்டியான் பந்தலில் நுழைந்ததும் பந்தலைத் தட்டிவிட்டு கொளுத்திவிட்டனர். அனைவரும் எரிந்துபோக வெட்டியானின கர்ப்பிணிப் பெண் ஒருத்தி மட்டும் அங்கிருந்து தப்பியோடி வண்ணான் ஒருவனிடம் அடைக்கலம் புகுந்தாள். இராஜாவின் ஆட்கள் துரத்திவருவதைக் கண்ட வண்ணான் அப்பெண்ணை ஒரு துணியைக் கொண்டு மூடினான். இராஜாவின் ஆட்கள் வண்ணானிடம் அப்பெண்ணைப் பற்றி விசாரித்தனர். வண்ணான் அப்படி யாரும் வரவில்லை எனக் கூறினான். பிறகு வெட்டியான் இன கர்ப்பிணிப் பெண்ணின் வம்சம் தழைத்தது. வெட்டியான் தீயில் இறந்ததால் இராஜாவின் மகளுக்கு

வேறுமாப்பிள்ளையை ஏற்பாடு செய்தபோது இராஜாவின் மகள் என்னை யாருக்காக அழைத்து வந்து காப்புக்கட்டினீர்களோ அவரே என் கணவன், வேறுயாரையும் நான் மணந்துகொள்ள மாட்டேன் எனக் கூறி உரல், உலக்கை சத்தம் கேட்காத ஓரிடத்தில் அமர்ந்து தெய்வமானாள். மக்கள் அவ்விடத்தில் கோயில்கட்டி வழிபட்டு வருகின்றனர். *(இராமநாதன், ஆறு. & சக்திவேல், சு. 2014: 471-472)*

இங்கேகாணும் கதைவடிவம் நாம் முன்புகண்ட சின்னமனூர் பிடாரியம்மன், மைசூர் கேல்மாரி, கோடாளி நாச்சியப்பன் - கோடாளி நாச்சியம்மன், இருளரின் கன்னியம்மன் போன்றவற்றின் கதைகளிலிருந்து முற்றிலும் வேறுபட்டதாகும். ஆனால், இந்த ஒட்டுமொத்தக்கதைகளும் இரண்டுவிதமான வகைக்குள் அடங்குகின்றன.

1. சப்தகன்னியரில் ஒரு தெய்வம் பறையரைத் தண்டனையினால் மணப்பது (கட்டாயம் எனும் பொருண்மை).

2. பறையர் சாதி ஆணும் உயர்சாதிப் பெண்ணும் காதலித்ததால் அவர்களும் உறவினர்களும் கொல்லப்படுவது. தெய்வமான பின்பு உயர்சாதிப் பெண் பறையரே தனது கணவனாகும்படி வலியுறுத்துவது (விருப்பம் எனும் பொருண்மை).

இப்போது முதலாவதாக உள்ள கதைவடிவை விளக்கலாம். சின்னமனூர் பிடாரி, மைசூர் மாரி, இருளரின் கன்னியம்மன் போன்றவை தொடர்பான கதைகளில் பெண்தெய்வங்கள் ஏழுபேர் வருகின்றனர். இவர்களில் இளைய தெய்வமான ஒருத்தி தாழ்த்தப்பட்டவருக்கு உரியவளாகும்படி தண்டனை அல்லது சாபம் பெறுகின்றாள். அடுத்ததாக இரண்டாவது கதைவடிவில் சாதிமறுப்புத் திருமணம் செய்ததால் பாதிக்கப்பட்டுத் (காதலனுடன் சேர்த்து கொல்லப்படுதல் அல்லது காதலனை இழத்தல்) தெய்வமானப் பெண் தனக்கு பறையரே கணவராக வேண்டும் என்று ஆணையிடுவதைக் காண்கிறோம். இக்கதை வடிவங்களைக் கோடாளி நாச்சியப்பன் - கோடாளி நாச்சியம்மன், அரசூர் பிடாரி ஆகிய தொன்மங்களுள் நோக்க முடிகின்றது. இவ்வாறாக பிடாரி உள்ளிட்ட பெண்தெய்வங்கள் தங்களைப் பறையரான தாழ்த்தப்பட்டவருக்கு உரியவளாகும்படி தண்டனை பெறுவதும், ஆணையிடுவதுமான இருவேறுபட்ட கூறுகளை ஒட்டுமொத்தத் தொன்மங்களும் வெளிப்படுத்துகின்றன.

இவை இரண்டும் முற்றிலும் வேறுபட்டவைபோல் வெளிப்பார்வைக்குத் தோற்றமளித்தாலும் உள்ளார்ந்த வகையில் ஒரே அடிக்கருத்தையே கொண்டிருக்கின்றன. காரணம், இவ்விரண்டு கூறுகளுமே பறையரின் பிடாரி வழிபாட்டு உரிமைக்குக் கட்டியம் கூறுவதாக உள்ளன. நெடுங்காலத்திற்கு முன்பிருந்தே பிடாரி வழிபாட்டிற்கும் பறையருக்கும் இடையே இருந்துவரும் தொடர்பு அறுந்துவிடாமல் இருக்கும்பொருட்டு இக்கதைகள் உருவாக்கப்பட்டிருக்கலாம். இவையே காலகதியில் உறைந்த குறியீடுகளாக (condensed symbols) இறுகிப்போய்விட்டன. இவற்றின் உட்பொருள் மறைமுகமான முறையில் கூறப்பட்டாலும் இக்கதைகளைப் 'பறையரின் எழுதப்படாத உரிமை சாசனங்கள்' என்பதாகவே கொள்ளவேண்டும். ஏனென்றால் பல்வேறு பிடாரி கோயில்களில் பறையருக்குரிய சடங்கியல் உரிமைகள் பிறசாதியினரால் சிறிதுசிறிதாக பறிக்கப்பட்டு வருவதைக் கண்கூடாகப் பார்க்கிறோம். இத்தகைய நிச்சயமற்ற சூழலையும் அடையாள இழப்பையும் எதிர்கொள்ளும் பாதுகாப்புக் கவசமாகவே இந்த தொன்மங்கள் விளங்குகின்றன என்பதில் ஐயமில்லை. மேலும், இவர்கள் வரலாறுதோறும் சந்தித்த போராட்டங்களின் குறியீடுகளாகவும் பெற்றிருந்த தனிஉரிமைகளின் சின்னங்களாகவும் இவை விளங்குகின்றன. இத்தகைய அடையாளப் போராட்டம் இன்றும் முற்றுப்பெறவில்லை என்பதைச் சமகால நடைமுறைகளும் எடுத்துக்காட்டுகின்றன. இதுபற்றி அடுத்துவரும் பகுதிகள் மூலம் விளக்க இருக்கிறோம். அதற்குமுன்பாக பிடாரி வழிபாட்டுடைய கடந்தகாலத்தைப் பற்றி விவாதிப்பது நம்முடைய புரிதலுக்கு உதவும்.

7

பிடாரி மரபு:
வரலாற்றை மீளவாசித்தல்

பிடாரி வழிபாடு குறித்து நாம் முந்தைய பகுதிகளில் எழுப்பிய கேள்விகளுக்கான விடையைத் தமிழகத்தின் அரசியல், சமய வரலாற்றில் நிகழ்ந்த மாற்றங்களின் ஊடாகத்தான் தேடமுடியும். அந்தவகையில் நீண்ட நெடுங்காலமாகவே தமிழகத்திலிருந்த பல்வேறு சமயங்களுக்கும் தத்துவங்களுக்கும் இடையில் பண்பாட்டுச்சமர் நிகழ்ந்து வந்துள்ளதை வரலாற்றறிஞர்கள் பலர் விளக்கியுள்ளனர். இவற்றுள் முக்கியமானது, சமணத்துக்கும் சைவத்துக்கும் இடையேயான சமயப் பகைமையாகும். இவ்விரு சமயங்களின் நிலைமாற்றங்களுக்கு 1. பக்தி இயக்கத்தின் எழுச்சி, 2. நிலவுடைமை அமைப்பின் உச்சமான பேரரசு உருவாக்கம் போன்றவை தூண்டுதலாக இருந்தன. இவை முறையே பல்லவர்கள், பிற்காலச் சோழர்கள் ஆகியோரின் ஆட்சிக்காலங்களில்தான் தோற்றம்பெற்று வளர்ச்சியடைந்தன. இந்த நிலைபற்றி இனி சற்று விரிவாகக் காணலாம்.

பல்லவர் ஆட்சிக்காலத்தில் பக்தி இயக்க அலையும் கோயில் பண்பாட்டுக்கான தொடக்கமும் ஒருசேர நிகழ்ந்தன. அப்போது சைவம் புத்தெழுச்சி பெற்றது. அதேநேரம் பல்லவ அரசர்களில் மகேந்திரவர்ம பல்லவன் சமணத்திலிருந்து சைவம் திரும்பியவராக இருந்தார். இவர் காலத்தவரான திருநாவுக்கரசரும், தருமசேனர் எனும் சமணராக இருந்து பின்னர் சைவ அடியாராக மாறியதைப் பெரியபுராணம் எடுத்துக்காட்டுகிறது. இதிலிருந்து சமணமும் சைவமும் வெவ்வேறான காலகட்டங்களில் அரசு ஆதரவுபெற்ற மதங்களாக இருந்தன என்பதை அறியமுடிகின்றது. இப்படியானதொரு காலப்பகுதியில்தான் சமணசமய அடையாளங்கள் மாற்றம் பெற்றிருக்கமுடியும். இவ்வாறு யூகிப்பதற்கு சில சான்றுகளும் இருக்கின்றன.

மகேந்திரவர்மன் சைவனாக மாறிய பின்பு சமண சமயத்திற்கு ஏற்பட்ட அழிவைப் பற்றிய ஒரு முக்கியமான குறிப்பை மா. இராசமாணிக்கனார் எடுத்துக்காட்டியுள்ளார்.

> (சமணரின்) பாதிரிப்புலியூர் மடத்தை அடியோடு அழித்து, அப்பொருட்களைக் கொண்டு திருவதிகையில் கோவில் கட்டி, அதற்கு 'குணதர ஈசுவரம்' என்று தன் பெயரிட்டான் என்பதைப் பெரியபுராணத்தால் அறிகிறோம். இந்நிகழ்ச்சியால், அறிவுக்களஞ்சியமாக இருந்த சமண மடம் அழிந்தது; சமணர், பேரரசன் ஆதரவை இழந்தனர். அதன்பிறகு பாடலிபுரத்துச் சமணர் பெருமை பிற்கால வரலாற்றில் கேட்கப்படவே இல்லை. (2000: 260)

மேற்காண்பது போன்று அவைதீக சமயத்துக்கு உரியவையாக இருந்த பல்வேறு பௌத்த விகாரைகளும் சமணர் கோயில்களும் பிற்பாடு ஆகமக் கோயில்களாக மாற்றப்பட்டன என்பது வரலாற்றில் கண்கூடாகத் தெரிகின்றது. மற்றொருபுறம் சமணத்திற்கும் சைவத்திற்கும் இடையே நிகழ்ந்த பகையால் 'கற்பனையான மோதல்களும்' இலக்கியங்களில் பதிவாகத் தொடங்கியதைப் பார்க்கலாம். அவற்றுள் சமணரின் நூல்கள் அனல்வாதம், புனல்வாதத்தால் அழிக்கப்பட்டது, எண்ணாயிரம் சமணர்கள் கழுவேற்றப்பட்டது போன்ற கதைகள் குறிப்பிடத்தக்கவை. இவற்றுக்கு நேரடியான வரலாற்றுச் சான்றுகள் கிடையாது என்றாலும், இவைமூலம் 'எதிரியை முற்றாக அழித்தொழித்தல்' எனும் சைவசமயிகளின் உள்ளக்கிடக்கை வெளிப்படுகிறது.[1] ஆனால் இதைவிட வலிமையான உத்திதான் 'எதிரியின் அடையாளத்தைத் தன்வயமாக்கல்' என்பதாகும். இவ்வகைப்பட்ட ஒரு நிகழ்வைத்தான் மேலே கண்டோம். இதே போன்றதொரு மற்றொரு சான்றையும் இங்கு சுட்டலாம்.

கல்வெட்டுக் கலைச்சொல் அகரமுதலியில் கீழ்க்காணும் செய்தி காணப்படுகிறது.

> உடையார் ஸ்ரீராஜராஜீச்வரம் உடையார்க்கு
> திருப்பதியம் விண்ணப்பம் செய்ய உடையார்
> ஸ்ரீராஜராஜதேவர் குடுத்த பிடாரர்கள் நாற்பத்தெண்மர்
> (தெ.கல்.தொ. 2:3, கல்.65)

இதில் காட்டப்படும் பிடாரர்கள் எனும் சொல் உற்றுநோக்குதற்குரியது. ஏனெனில் சமண சமயத்து ஆண்துறவிகளுக்கு வழங்கப்பட்ட 'பிடாரர்' எனும் பெயர், ராஜராஜசோழன் காலத்தில் தேவாரம் பாடுகின்றவர்களுக்கு உரியதாக மாற்றப்பட்டிருப்பதை மேற்காணும் கல்வெட்டு

உணர்த்துகின்றது. இவற்றிலிருந்து சமணசமயத்தின் மடம், துறவிகள் ஆகியோரின் அடையாளங்கள் திரிபுபடுத்தப்பட்டுள்ளன என்பதை அறிந்துகொள்ளலாம்.

இப்படியானநிலையில் சமணத்திற்குரிய சில தெய்வங்களும் சைவமயப் படுத்தப்பட்டிருப்பதற்கான தடயங்களும் தென்படுகின்றன. இதற்கு அப்பரின் திருப்பயற்றனூர் பதிகப் பாடலொன்றில் வரும் 'சாத்தனை மகனாய் வைத்தார்' *(317: 2)* எனும் அடி கட்டியம் கூறுகிறது. அதாவது சங்ககாலத்திலிருந்து தனிநிலையில் வழிபடப்பட்டுவந்த சாஸ்தா எனும் ஐயனார் சைவ இலக்கியங்களில் சிவனுடைய மகன்களில் ஒருவராகக் காட்டப்படுகின்றார். அந்தவிதத்தில் சைவசமயப் பெருங் கதையாடலுக்குள் செய்யப்பட்ட ஒரு புதிய இணைவாக இந்த மாற்றம் வெளிப்படுகிறது. இதையொத்த ஒரு பண்பாட்டு அசைவைத்தான் பிடாரி வழிபாட்டிலும் காண்கிறோம். இவ்விடயத்தை தெளிவாக அறிவதற்கு தாய்த்தெய்வ மரபைக் கூர்ந்துநோக்குதல் அவசியம்.

சங்க இலக்கியங்களில் காணப்படும் தனிப்பெரும் தாய்த்தெய்வம் கொற்றவை. ஆனால் சங்கமருவிய காலம் தொடங்கித் தற்காலம் வரை இவளது இடத்தை துர்க்கை, காளி ஆகிய இருவரும் நிரப்பிவிட்டனர் என்பதை முன்னரே விளக்கியிருக்கிறோம். பல்லவர், பிற்காலச் சோழர் முன்னெடுத்த வழிபாட்டிலும் கலை வடிவங்களிலும் இவ்விரு பெண்தெய்வங்களுக்கே பேரிடம் அளிக்கப்பட்டிருக்கிறது. என்றாலும் இந்த இரண்டு பேருள்ளே காளிதான் அதிகமும் செல்வாக்குப் பெற்ற தெய்வமாக விளங்குகிறாள் என்பதும் முந்தைய பகுதிகளில் எடுத்துக்காட்டப்பட்டுள்ளது. இதற்கேற்ப காளியின் மீதான சைவசமயத்து அடையாளம் ஏற்றுதலை சில இலக்கியச் சான்றுகள் துலக்கமாக்குகின்றன. சிலப்பதிகாரம் 'இறைவனை ஆடல் கண்டருளிய அணங்கு' *(37-38)* எனத் தீட்டிக்காட்டும் சித்திரத்தை திருப்பற்றனூர் பதிகம் 'சாமுண்டி சாமவேதம் கூத்தொடும் பாட வைத்தார்' *(317: 2-3)* என்றுரைத்து முழுமைசெய்கிறது. இதன் அடுத்தகட்ட வளர்ச்சிநிலையை கந்தபுராணம், பரணி இலக்கியம் போன்றவற்றில் காண்கிறோம்.

மேலே கண்டவாறு இலக்கியப் பதிவுகளில் மட்டுமின்றி பெருங்கோயில் பண்பாட்டிலும் காளி சிறப்பிடத்தைப் பெற்றுள்ளாள். அதாவது சைவ ஆலயங்களில் முதன்மையான

பரிவார தேவதையாக அவள் மாற்றப்பட்டிருக்கிறாள் என்பதே இதன் உட்பொருளாகும். இவ்வாறான பரிவார தெய்வங்களின் பங்கேற்பென்பது ஆகம வழிபாட்டு நிலைகளினூடே ஏற்பட்ட பிந்தையகால மாற்றம் என்பதைக் கீழ்க்காணும் கருத்து தெளிவுபடுத்துகிறது.

> இன்று காணப்படும் சிவாலயங்களில் ஸைகதம், ஸகலம் போன்ற வேறுபல திருமேனிகளும் காணப்படுகின்றன. சைவாகமங்கள் லௌகீக தேவதைகளான கணபதி, சுப்பிரமணியர், சாஸ்தா, காளி, மாரி, மாடன், மயிலாரி, தர்மபுத்ரர் அல்லது பஞ்ச பாண்டவர்கள் என்ற தேவதைகளை ப்ரதிஷ்டிப்பது முதலான விதிகளையும் கூறுகின்றன. இவை பிற்காலத்து வளர்ச்சி. புராணங்களோடு ஒப்பு நோக்கினால் இது விளங்கும். (ஸுப்ரமணியன், ஆர். 1988: 75)

தனித்துவத்துடன் வழிபடப்பட்டுவந்த பல பெண்தெய்வங்கள் இப்படியான பெருங்கோயில் அமைப்பின் சிற்றங்கங்களாக மாற்றப்பட்டதற்கு பின்புலமாக அரசியல் காரணிகள் இருக்கின்றன. அதாவது நிலவுடமை அமைப்பு வளர்ச்சிபெற்று பேரரசாக மாறியிருந்த தமிழகத்தின் பிற்கால அரசமரபினருக்கு சிவன் எனும் பெருந்தெய்வமும், சைவ சித்தாந்தம் எனும் பெருந்தத்துவமுமே தேவையாக இருந்தன (கைலாசபதி, க. 1999). மற்றொருபக்கம் இந்த தரணியாளும் அரசர்களுடைய போர்க்களச் செயல்பாடுகளின் ஊக்கத்திற்கு உக்கிரமான பெண்தெய்வங்கள் மிகுந்த அவசியமானவர்களாக இருந்தனர் என்பதும் மறுக்கஇயலாத உண்மையாகும் (பெருமாள், அ.கா. 2005: 57). ஆகவே, பிற்காலச் சோழர்கள் போர்கள்மூலம் நிறைய வெற்றிகளைப் பெறவேண்டியிருந்ததால் முன்பு தமிழரிடம் செல்வாக்குப் பெற்றிருந்த கொற்றவைக்கு இணையான காளி வழிபாட்டையும் அவர்கள் பேணவேண்டி இருந்தது. இந்த வரலாற்றுத்தேவையின் பிரதிபலிப்பையே சிற்றிலக்கியங்களில் ஒன்றான பரணி நூல்களில் காண்கின்றோம். அவற்றில் வெளிப்படும் போருக்கான வேட்கையும் இதற்குத் துணைநிற்கும் காளியின் செயல்கள் பற்றிய வருணனைகளும் இவ்வாதத்தை உறுதிசெய்கின்றன.

இதுவரை கண்ட காளியானவள் பழங்குடிகளின் தெய்வமாக இருந்து பின்னர் சண்மதம் எனும் சட்டகத்திற்குள் அடக்கப்பட்ட தாய்த்தெய்வம் என்பதை மறந்துவிடக்கூடாது. இந்தக் காளியின்

இடத்தைத்தான் சமண இயக்கியான காளி (அல்லது) பிடாரி நிரவியிருக்கின்றாள் என வரலாற்று சான்றுகள் எடுத்துரைக்கின்றன. இவற்றுக்குரிய காலப்பகுதியானது முன்பு விவாதித்த (பல்லவர் ஆட்சி தொடங்கி பிற்காலச் சோழர் ஆட்சி வரை) காலப்பகுதியோடு ஒத்திசைந்து செல்வது உற்றுநோக்கத்தக்கது.

நந்திவர்ம பல்லவர் காலத்திய கல்வெட்டுகளில் (கி.பி.796) பிடாரி எனும் சொல் பயன்படுத்தப்பட்டுள்ளதை முன்பே சுட்டிக்காட்டியுள்ளோம். ஆகவே பல்லவர் ஆட்சியில் பிடாரி வழிபாட்டின் சுவடுகள் தெரியத்தொடங்குகின்றன. இந்த பல்லவ அரசர்களின்கீழ் குறுநில மன்னர்களாக இருந்த முத்தரையரின் ஆட்சிப்பரப்பில்தான் பிடாரி வழிபாடு சிறப்புற்று விளங்கியது என்பதும் இந்தத் தொடர்பு தற்காலம்வரை நீடித்துவருகின்றது என்பதும் கவனத்திற்குரிய செய்திகளாகும்.

> முத்தரையர்களுக்கும் பிடாரி வழிபாட்டிற்கும் நெருங்கிய தொடர்பு இருந்துள்ளது. ...இன்றும் தஞ்சாவூர் மாவட்டத்தில் ஆங்காங்கே வாழுகின்ற முத்தரையர் சமூகத்தவர் பிடாரியையே குலதெய்வமாகக் கொண்டுள்ளனர். அவர்கள் வாழும் இடங்களில் பிடாரி கோயில்களும் காணப்படுகின்றன. (வல்லிபுரம் மகேசுவரன் 2008: 80)

இங்கே சுட்டிக்காட்டப்படுவது போன்று தஞ்சாவூர் மாவட்டம் மட்டுமல்லாது, திருச்சி, புதுக்கோட்டை, பெரம்பலூர், கரூர் போன்ற மாவட்டங்களிலும் முத்தரையர் சமூகத்தினர் பிடாரி வழிபாட்டுடன் வலுவாகப் பிணைக்கப்பட்டிருப்பதை ஆய்வாளரால் களத்தில் காணமுடிந்தது. பிடாரி வழிபாட்டிற்கும் முத்தரையர்களுக்கும் இடையிலான சமகாலப் பிணைப்பிற்கு சில வரலாற்றுக் காரணிகள் இருப்பதை நாம் நினைவில் கொள்ளவேண்டும். ஏனென்றால் இந்த முத்தரையர் மன்னர்களின் ஆட்சியில்தான் ஏராளமான பிடாரி கோயில்கள் அமைக்கப்பட்டிருக்கின்றன. இதற்கு வல்லத்து ஏகவீரி பிடாரி, நியம மாகாளத்துப் பிடாரி போன்ற கோயில்கள் சிறந்த சான்றுகளாகும். இந்த அரசமரபினர் சைவ, வைணவ சமயங்களைவிட சமணத்திற்கே பேராதரவு அளித்திருக்கின்றனர் (பிள்ளை, கே.கே. 2009: 215). ஆகவே சமண சமயப் பின்புலத்திலிருந்து எழுந்த பிடாரி வழிபாடு அவர்களின் காலத்தில் சிறப்புபெற்றது இயல்பே எனலாம்.

இவ்வாறு செல்வாக்குப் பெறத்தொடங்கிய இந்தக் காளி யட்சியான பிடாரி வழிபாட்டை எல்லா மன்னர்களும் ஏற்று பின்பற்றலாயினர் எனும் செய்தியை கீழ்வரும் சான்றால் அறியலாம்.

> தஞ்சை நகரின் புகழுரைக்கும் செந்தலைத் தூண்கள் சுவரன்மாறன் பெரும்பிடுகு முத்தரையன் எடுப்பித்த நியமத்து மாகாளத்துப் பிடாரி கோயிலின் தூண்களே என்பது குறிப்பிட்டதக்கதாகும். அந்த நியமத்து மாகாளத்துப் பிடாரி தேவியைப் பாண்டியன் மாறஞ்சடையன், தெள்ளாறு எறிந்த மூன்றாம் நந்திவர்ம பல்லவன், சோழமன்னன் ராஜகேசரிவர்மனான ஆதித்தன் போன்ற பெருமன்னர்கள் போற்றி வழிபட்டனர் என்பதை அதே தூண்களில் உள்ள கல்வெட்டுகள் எடுத்துரைக்கின்றன. இதனால் தமிழகத்தின் அனைத்து மன்னர் மரபினர்களும் காளிதேவிக்கு எத்துணை ஏற்றம்தந்து வழிபட்டனர் என்பதை அறிகிறோம். இதே நெறியில்தான் விஜயாலயனும் தஞ்சையில் நிதம்பசூதனியை பிரதிட்டை செய்தான். (குடவாயில் பாலசுப்ரமணியன் 1997: 22)

இப்படியாக பல்வேறு அரசமரபினர்கள் பிடாரியை வழிபட்டிருந்தாலும், முத்தரையருக்கு அடுத்தநிலையில் சோழர்களே இதற்கு முக்கியத்துவம் அளித்துள்ளனர். இவர்களின் இந்தப் பண்பாட்டு நடவடிக்கைக்கு அடிப்படையான வரலாற்றுப் பின்புலம் ஒன்றுள்ளது. அது என்னவென்றால், முத்தரையர் ஆதிக்கத்தின்கீழ் இருந்த தஞ்சையை விஜயாலயன் வெற்றி கொண்டு பிற்காலச் சோழர்களின் பேரரசிற்கு அடித்தளம் அமைத்தான் எனும் செய்தியாகும் (சதாசிவப்பண்டாரத்தார், தி. வை. 1949: 15). இதன்மூலம் தாங்கள் கைப்பற்றிய நிலப்பரப்பை மட்டுமில்லாமல் அங்கிருந்த பிடாரி வழிபாட்டையும் சோழர்குலம் செழுமையாக்க விரும்பியிருக்கலாம் என எண்ணத்தோன்றுகிறது. இத்தகைய வளர்ச்சியின் அடுத்தகட்டமே, பிடாரி தெய்வம் ஆகமக் கோயிலின் பரிவார வரிசைக்கு நகர்த்தப்பட்டது எனலாம்.

> சோழர் கல்வெட்டுக்களிலும் செப்பேடுகளிலும் ‘பிடாரி’ என்ற பெண்தெய்வத்தினது கோயில்கள் பற்றிய செய்திகளே அதிகமாகக் காணப்படுகின்றன. ...இத்தெய்வத்திற்கான வெகுஜன செல்வாக்கு அதனைப் பரிவார தெய்வநிலைக்கு உயர்த்தியிருக்க வேண்டும். கல்வெட்டுத் தகவல்கள்

இல்லாமலே சோழர் ஆலயங்கள் பலவற்றில் பிடாரித் தெய்வம் பரிவார தேவதையாக இடம்பெற்றுள்ளது. *(வல்லிபுரம் மகேசுவரன் 2008: 75,80)*

மேலேகாணும் விவாதங்களிலிருந்து சோழர்களால் அமைக்கப்பட்ட ஆகமப் பெருங்கோயில்களில் அரசியலுக்கான உள்ளார்ந்த தேவை கருதியும் சமண அடையாளங்களைத் தன்வயமாக்கும் பண்பாட்டு மேலாண்மையினாலுமே சமண இயக்கியான பிடாரி பரிவார தேவதையாக்கப்பட்டாள் என்பதை அறிந்துகொள்ளலாம். இப்படி ஆகமமரபோடு இணைக்கப்பட்டுவிட்ட பிடாரி கோயில்கள் நிர்வகிக்கப்பட்ட விதத்தைக் கல்வெட்டுகள் தெளிவாகக் காட்டுகின்றன. இதற்கான சான்றுகளை *கல்வெட்டுக் கலைச்சொல் அகரமுதலி, தமிழ்க் கல்வெட்டுச் சொல்லகராதி* போன்றவற்றிலிருந்து இங்கு எடுத்தாள இருக்கின்றோம்.

- கிராம தேவதையான பிடாரியின் கோயிலுக்கு நாள் வழிபாடு, திருவிழா ஆகிய செலவினங்களுக்குரிய வருவாயாக ஊர்ச்சபையாரின் நிர்வாகத்தின் கீழ் இறையிலி நிலங்கள் விடப்பெற்றன. இவற்றுக்கு 'பிடாரி பாத்தி' அல்லது 'பிடாரி பட்டி' என்று பெயர்.

  சான்று : *இவூரில் முன்பு உண்டான தேவதானம்*
  திருவிடையாட்டம் அய்யன்போகம் பிடாரி பாத்தி
  நீங்கலாக (தெ.கல்.தொ.8, கல்.210)
  கீழ்பாற்கெல்லை பிடாரிபட்டிக்கும் பிடாரியார்
  கோயிலுக்கு மேற்கும் (SII, Vii 853)

- பிடாரி கோயிலுக்கு நிலங்கள் மானியமாக அளிக்கப்பட்டது போல் நிர்வாகத்திற்குத் தனியாக வரியும் வசூலிக்கப்பட்டது. அதற்குப் 'பிடாரி வரி' என்று பெயராகும்.

  சான்று : *அரசு பேறு அவதரத்தினை பரித்திவரி*
  பிடாரிவரி ஆளமஞ்சி மற்றுண்டானது (SII,vi, 71)

அவைதிக மரபில் எழுந்த பிடாரி வழிபாடானது அரசு நிர்வாக முறையின்கீழ் கொண்டுவரப்பட்டதும் வைதிகமரபிற்குள் நுழைக்கப்பட்டுவிட்டதும் சான்றுகள்வழித் தெளிவாகின்றது. ஆனால் இந்த இணைப்பானது ஏற்கெனவே நிலவிவந்த காளி வழிபாட்டோடு ஒன்றுகலப்பதாக அமைந்துவிட்டது. சப்தமாதர் வழிபாட்டிலும் இதன் பிரதிபலிப்பைத்தான் பார்க்கிறோம். ஆகவே இவை இரண்டுக்குமிடையில் அடையாளத்திரிபு, இட்டுநிரப்புதல்

போன்ற கூறுகள் வெளிப்படுகின்றன.[2] இந்தப் பண்பாட்டுத் தளமாற்றத்தைத்தான் ‘ஓண்டவந்த பிடாரி ஊர்ப்பிடாரியைத் துரத்தினது மாதிரி’ எனும் பழமொழி குறிப்பதாகத் கொள்ளலாம். அதாவது கிராமங்கள்தோறும் ‘வடக்குவாயில் செல்வி’யாக காவலிருந்த காளியை (ஊர்த்தெய்வம்) புதியவரவாகிய சமண இயக்கியான காளி (பிடாரி) விரட்டிவிட்டது என்பது இதனுள் பொதிந்திருக்கும் பொருண்மையாகும். அவ்விதத்தில் மேற்காணும் பழமொழி இந்த அசைவியக்கத்தை கலாச்சார ஆக்கிரமிப்பாக (cultural accupation) அடையாளப்படுத்துகிறது. ஆனால் இதற்கு மாறுபட்டநிலையில் ‘ஊருக்கொரு பிடாரி; ஏரிக்கொரு ஐயனாரு’ எனும் பழமொழி இந்த இருபால் சமண தெய்வங்களே தமிழகத்தில் செல்வாக்குடையவை என அறுதியிட்டு உரைக்கிறது.

இதுவரைக் கண்டவகையில் காளி, பிடாரி ஆகியவற்றின் பண்பாட்டு அடையாளங்கள் காலப்போக்கில் ஒருமை பெற்றுவிட்டன என்பது தெரிகிறது. ஆனாலும் இவற்றுக்கிடையிலான நுட்பமான வேறுபாட்டைத் தற்காலத்து சடங்குமுறைவழி அறிந்துகொள்ளலாம். அதாவது பிடாரி எனும் தனிப்பெயர் அல்லது முன்னொட்டுடைய தாய்த்தெய்வங்களுக்கே பெரும்பான்மையாக தாலிகட்டும் சடங்கு நடத்தப்படுகிறது. மாறாக காளியம்மன் என்ற பெயர்கொண்ட நாட்டார் தெய்வங்களுக்கு இச்சடங்கு செய்யப்படுவதில்லை என்பது உய்த்துணரத்தக்கது. இதற்கடுத்ததாக பிடாரியோடு தனித்துவமான உறவு கொண்டிருக்கும் சில சமூகங்களின் வரலாறு பற்றி ஆராயவேண்டியது கட்டாயமாகும். ஏனெனில் பிடாரி வழிபாட்டின் ஊடாகத்தெரியும் வரலாற்று மாற்றங்கள் அதனோடு தொடர்புடைய சமூகங்களின் வரலாற்றுச் சித்திரங்கள் வழியாகவும் வெளித்தெரிய வாய்ப்புள்ளது. எனவே இவற்றை விவாதிப்பதாக அடுத்துவரும் பகுதி அமைகின்றது.

8
பிடாரியின் பூசகர்கள்: சமூகங்களின் வரலாற்றைத்தேடி

நாட்டார் தெய்வங்களின் தோற்றக்கதைகளிலும் சடங்குகளிலும் 'சாதி' எனும் படிநிலை அடையாளமானது எவ்வகையிலேனும் உள்ளுறைந்தே இருக்கின்றது என்பது சமூகவியலாளர்களின் துணிபு. இதன்படி பெரும்பான்மையான நாட்டார் தெய்வங்களின் வரலாறு என்பது, சாதியின் வரலாறும் சாதிய முரண்களின் வரலாறும் ஆகும். ஆகவே இந்தியாவில் சாதியத்தைத் தவிர்த்துவிட்டு நாட்டார் சமய ஆய்வை நிகழ்த்தமுடியாது என்பது நிதர்சனம். பிடாரி வழிபாடு பற்றிய ஆய்விலும் இந்தக் கோணத்தில் நாம் சிந்திக்க இருக்கிறோம்.

தமிழ்ப் பெருநிலத்தில் தாய்த்தெய்வ வழிபாடே பரவலானது எனக் கண்டோம். இம்மரபை ஒருசில மேட்டிமைச் சாதியினர் தவிர்த்துப் பெரும்பான்மையினர் தங்களது பண்பாட்டின் ஓர் அங்கமாக ஏற்றுக்கொண்டுள்ளனர். இவர்களுள் தாய்த்தெய்வங்களுக்கான பூசாரிகளாக இருக்கும் சிறப்புரிமையைச் சில குறிப்பட்ட சாதியினர் பெற்றுள்ளதைப் பார்க்கிறோம். அவர்களில் குறிக்கத்தக்கவர்கள் பண்டாரம், வேளார், கம்பர் போன்ற சாதியினர் என்பதை தொ.பரமசிவன் (2012: 12) எடுத்துக்காட்டியுள்ளார். இவற்றையொத்த சிறப்புரிமைதான் பிடாரி வழிபாட்டிலும் பின்பற்றப்படுகிறதா என்பதை ஆராயவேண்டும்.

தமிழ்நாட்டில் இருக்கின்ற நூற்றுக்கணக்கான பிடாரி கோயில்களிலும் பிடாரியாகக் கருதப்படும் வேறுபெயர்களுடைய அம்மன் கோயில்களிலும் அந்தந்த வட்டாரத்திற்குரிய பல்வேறு சாதியினர் நிர்வாகக் குழுவினராகவும் பூசாரிகளாகவும் இருந்து வருகின்றனர். இது ஒருபுறம் இருப்பினும் வேறெந்த நாட்டார் தெய்வ வழிபாட்டிலும் ஒப்புமை காணமுடியாததும் தனித்துவம் வாய்ந்ததுமான பூசகர் மரபை பிடாரி வழிபாடு கொண்டிருக்கிறது. அவ்வகையில் 'பறையர்', 'உவச்சர்' என்ற இருவேறு சாதியினரே பிடாரியின் சிறப்புரிமை பெற்ற பூசாரிகளாக இருக்கின்றனர். இந்தச் சிறப்புரிமையை அவர்கள் எவ்வாறு பெற்றனர் என்பதற்கான

விடையை நாம் தேடப்புகும்போது, நீண்டநெடிய தமிழ்ச் சமூக வரலாற்றின் ஆர்வமூட்டும் பரப்புகள் தென்படத் தொடங்குகின்றன. இவற்றின்வழியாகவே இன்று இந்துமதக் கட்டமைப்பிற்குள் சாதியடையாளத்துடன் இருக்கும் மேற்குறிப்பிட்ட இருவேறு பிரிவினரின் கடந்தகாலம் சமணப் பின்புலம் உடையது என்பதை நிறுவ இருக்கின்றோம்.

8.1. உவச்சர் : பாரசைவர்

பிடாரி அம்மனின் பூசாரிகளாக இருவேறுபட்ட சாதிப்பிரிவினர் இருக்கின்றனர் என்பது பலரும் அறியாத செய்தியாகும். எனவே பிடாரிக்குக் தாலிகட்டும் பறையர் பற்றிய நமது ஆய்வில் உவச்சர் எனும் சாதி ஏன் திடீரென்று இடையீடு செய்கிறது எனும் வினா எழுவது இயற்கை. ஆனால் பிடாரி வழிபாட்டுக்கு முந்தைய வரலாற்றையும் சமகாலத் தொடர்ச்சியையும் கொண்டிருக்கின்ற உவச்சர் பற்றி நோக்காமல் நம்முடைய பரிசீலனை முழுமைபெறாது. இதற்கு முதல்படியாக உவச்சர் பற்றிய குழப்பமான கருத்துகளை நாம் மீளாய்வு செய்ய வேண்டியுள்ளது. ஆகவே இவர்கள் குறித்த ஒரு பொது அறிமுகத்தைக் கீழே காணலாம்.

உவச்சர் எனும் சாதி, பண்டாரம் போன்ற பூசாரி குலமாகும். பெரும்பான்மையும் இவர்கள் பெண்தெய்வக் கோயில்களில் பூசகர்களாக பணியாற்றுவதே மரபாக உள்ளது. இவர்கள் திருச்சி, தஞ்சாவூர், புதுக்கோட்டை, சிவகங்கை, இராமநாதபுரம், தூத்துக்குடி, திருநெல்வேலி, கன்னியாகுமரி போன்ற மாவட்டங்களில் வாழ்கின்றனர். இவர்களின் மக்கள் தொகையும் பரவலும் குறைவாகவே இருக்கின்றன. ஓச்சர், கம்பர் போன்ற வேறுபெயர்களாலும் இப்பிரிவினர் அழைக்கப்படுகின்றனர். இவர்கள் பிற்படுத்தப்பட்டோர் வகுப்பினராக உள்ளது கவனிக்கத்தக்கது.

இலக்கியகர்த்தாவான கம்பர், உவச்சர் குலத்தில் பிறந்தவர் எனப் புலவர் வரலாற்றுக் கதைகள் கூறுகின்றன. சான்றாக ந.சி. கந்தையாபிள்ளை இயற்றியுள்ள *தமிழ்ப்புலவர் அகராதி* எனும் நூல் தருகின்ற விளக்கம் வருமாறு:

> இவர் சோழநாட்டில் திருவழுந்தூரில் உவச்சர் குலத்தில் பிறந்தவர். கம்பர் என்னுஞ்சொல் ஏகம்பர் என்பதன் முதற்குறை எனவும் கருதப்படும். இவர் குலத்தினர் காளிகோயிற் பூசனைக்குரியவர் (1960: 98).

அதேசமயம் அ.சதாசிவம்பிள்ளையின் *பாவலர் சரித்திர தீபகம்* எனும் நூல் இதிலிருந்து சற்று மாறுபட்டு கம்பர் ஓர் அரசனின் புதல்வரென்றும் அவரின் பெற்றோர் இறந்ததனால் ஒச்சன் வீட்டில் வளர்ந்தாரென்றும் கூறுகிறது (*1984: 78*). எவ்வாறாயினும் இவர்களின் பணியானது காளி கோயில் அல்லது பிடாரி கோயில் பூசாரியாகத் தொண்டு செய்வது என்றே இவை எடுத்துக் காட்டுகின்றன. கம்பநாடருடைய தோற்றக்கதையின் அடிப்படையில் உவச்சர் சாதிக்குள்ளேயே கம்பர் எனும் தனிப்பிரிவு பிற்காலத்தில் தோன்றியிருக்கலாம். இன்றைய நிலையில் கம்பரே இவர்களின் சாதிக்குரிய பண்பாட்டு அடையாளமாக இருக்கின்றார். இவரின் உடல் அடக்கமானதாகக் நம்பப்படும் நாட்டரசன்கோட்டையில் ஆண்டுதோறும் அவருக்குக் குருபூஜை விழா கொண்டாடுகின்றனர். இவ்விழா உவச்சர், கம்பர் சாதிப்பிரிவினரை ஒருங்கிணைக்கும் விழாவாக உருமாறியுள்ளது.

உவச்சர் சாதியினர் வெவ்வேறு பெயர்களுடைய பெண்தெய்வக் கோயில்களில் பூசாரிகளாகப் பணியாற்றினாலும், அக்கோயில்களின் அம்மன்களைப் பிடாரி எனப் பொதுப்பெயரிட்டு அழைக்கும் வழக்கம் மக்களிடம் இருக்கின்றது. சான்றாக, புதுக்கோட்டை அருகிலுள்ள புல்வயல், வேப்பங்குடி போன்ற ஊர்களில் உள்ள அம்மன்களைப் பிடாரி என அழைத்ததை ஆய்வாளர் நேரில் கண்டார். இதுமட்டுமின்றி உவச்சர் குலம் பிடாரி வழிபாட்டோடு நெருக்கமான உறவுக்கு உரியவர்கள் என்பதைச் சில வழக்காறுகளும் தெளிவுபடுத்துகின்றன. ‘கடவுள் வரம் கொடுத்தாலும் பூசாரி வரங்கொடுக்காதது போல’ எனும் கவனம்பெற்ற பழமொழிக்கு இணையான மற்றொரு வடிவம் உள்ளது. அது, ‘பிடாரி வரம் கொடுத்தாலும் ஒச்சன் வரம்கொடுக்கிறது அரிது’ என்பதாகும். இதன்வழியாக, பிடாரி எனும் தெய்வத்திற்குப் பூசாரியாக உவச்சர் சாதியினர் இருக்கின்றனர் என்பதை அறிந்துகொள்ளலாம். இரத்தப்பலி அளிக்கும் பூசாரிகளாக இவர்கள் உள்ளனர் என்பதை, ‘ஆட்டுத்தலைக்கு ஒச்சன் பறக்கிறது போல’ எனும் பழமொழி அறியத் தருகின்றது. ‘ஒரு உவச்சன் உண்டு; ஒன்பது கோயிலும் உண்டு’ என்ற பழமொழி இவர்களின் பூசகத்தொழிலின் செல்வாக்கை எடுத்துக்காட்டுகிறது.

வாய்மொழி வழக்காறுகள் மட்டுமின்றி எழுத்துமரபு உவச்சரை எவ்வாறு காட்டுகிறது என்பதையும் பார்க்க வேண்டும். *நன்னூல்* பதவியலின் 144வது நூற்பாவிற்கு உரைகூறும் மயிலைநாதர் ‘உவச்சத்தொழிலால் முயன்றுண்பான் உவச்சன்’ என்று

குறிப்பிட்டுள்ளார். ஆனால் உவச்சனின் தொழில் என்ன என்பதை இதிலிருந்து அறியமுடியவில்லை. நிகண்டுகள் இதைச் சற்று தெளிவுபடுத்தியுள்ளன. *பிங்கல நிகண்டு* (5: 58) ஓசன் என்பவன் ஆசாரியன் என்றும், *சூடாமணி நிகண்டு* ஓசன் என்பவன் உபாத்தியாயன் என்றும் (2: 7) குறிப்பிடுகின்றன. இவற்றிலிருந்து ஓசன் அல்லது உவச்சர் என்பவர் ஆசிரியராக இருப்பவர் என்பது புலப்படுகிறது. அதேவேளையில் அகராதிகள் ஒவ்வொன்றும் ஒன்றுக்கொன்று தொடர்பில்லாத பொருளையே இச்சொல்லுக்குரிய விளக்கங்களாகக் காட்டுகின்றன.

சதுரகராதி	- சோனகர்
கழகத்தமிழ் அகராதி	- பூசாரி, சோனகன்
மதுரைத்தமிழ்ப்பேரகராதி	- ஒச்சர், பூசாரி சாதியான், சோனகர்
தமிழ்ப்பேரகராதி	- கணக்காயன்
தமிழ்க்கல்வெட்டுச்சொல்லகராதி	- இசைக்கலைஞர் (ஒரு தொழில் சாதி)
வரலாற்றுமுறைத் தமிழ்இலக்கியப்பேரகராதி	- சோனகர் (யவனர்)

மேற்காணும் அகராதிகளில் இருந்து சற்று மாறுபட்டு அமைகின்றது, *செந்தமிழ் சொற்பிறப்பியல் அகரமுதலி*. இது உவச்சனுக்கு வேறுபட்ட விளக்கங்களைத் தருவதோடு அச்சொல்லை முழுமையும் தமிழ்ச்சொல்லாகக் காட்டுகின்றது. அவ்விளக்கங்கள் கீழ்க்காணும் வகையில் அமைகின்றன.

உவச்சர் -
1. பூசகக்குடியினன்
2. ஆசிரியன்
3. மத்தளம் கொட்டியவாறு ஆடிக்கொண்டே பாடும் பாணன் இனத்தினன். வயிரியர் என்னும் கூத்தர் குலத்தினன்.

உவச்சு -
1. உவச்சன், மத்தளம்
2. உவ - உவச்சு - மகிழ்ச்சியை மிகுவிக்கும் பறை

இங்கே அகரமுதலி தந்துள்ள சில விளக்கங்கள் சரியானவை ஆகும். ஆனால், உவச்சரை தமிழகத்தின் பாணர் சமூகமாகக் காண்பதையும் அச்சொல்லின் வேர்மூலத்தைத் (உவ=உவகை) தமிழாகக் காண்பதையும் நம்மால் ஏற்க இயலவில்லை. ஏனெனில், இச்சொல்லானது தமிழகத்துக்குப் புறச்சமயமாக வந்த சமணத்தோடு தொடர்புடையதாகும். இதைத் தமிழ்ப்பிராமி கல்வெட்டுகள்

கொண்டு உறுதிசெய்யலாம். இவற்றில்தான் உவச்சன் எனும் சொல்லுக்குரிய மூலவடிவங்கள் முதன்முதலாகக் காணக்கிடைக்கின்றன என்பது கவனத்திற்குரியது. அக்கல்வெட்டுத் தொடர்கள் வருமாறு:

திருவாதவூர் - 'உபசன் பர்அசு உறை கொட்டுபிதோன்'
கீழவளவு - 'உப(ச)அன் தொண்டி(ல) வோன் கொடு பளிஇ'
கொங்கற் புளியங்குளம் - 'குற கொடு பிதவன் உபச அன் உபறுவ(ன்)' (சாந்தலிங்கம், சொ. 2014: 33,34,41)

இக்கல்வெட்டுகள் பற்றிய அடிப்படையான விளக்கங்களைப் பெற ஐராவதம் மகாதேவனின் கருத்து நமக்கு உதவுகின்றது.

> சமஸ்கிருத மொழியில் உபாத்தியாய (ஆசிரியர்) என்ற சொல் பாலிமொழியில் உபஜ்ஜாய, உபஜ்ஜ என்றும் அர்த்தமாகதி மொழியில் உவஜ்ஜாய, ஒஜ்ஜாய என்றும் உருமாறி வழங்கியது. இச்சொல் திருவாதவூர் குகைக் கல்வெட்டில் உப(ச்)சன் என்றும், கீழவளவு, கொங்கற்புளியங்குளம் குகைக் கல்வெட்டுகளில் உப(ச்)ச-அன் என்றும் எழுதப்பட்டுள்ளது. இக்கல்வெட்டுகளின் காலம் ஏறத்தாழ கி.மு. 2-1ஆம் நூற்றாண்டுகளாகும்.
>
> சமண சமயத்தில் பஞ்சபரமேஷ்டிகள் என்று துதிக்கப்படும் ஐவரில் உவஜ்ஜாய என்ற உபாத்தியாயரும் ஒருவர் ஆவார். தமிழகத்துச் சமண வரலாற்றில் சமண சமயச் சாத்திரங்களைக் கற்றறிந்து பிறருக்குப் போதிக்கும் திறன் படைத்த குரு உபாத்தியாயர் என்று அழைக்கப்படுகிறார். இவர்கள் இல்லற வாழ்வை மேற்கொண்டு சமணக் கோயில்களில் பூசை செய்வது, சமணர் இல்லங்களில் சடங்குகள் நடத்துவது போன்ற சமயப்பணிகளைச் செய்துவருகின்றனர்.
>
> ...பிற்காலக் கல்வெட்டுகளில் உபச்சன் என்ற சொல் உவச்சன் என்று திரிந்ததுமல்லாமல், அதன் பொருளும் பிடாரி கோயில் பூசாரி, கோயில்களில் சங்கு, முழவு போன்ற வாத்தியங்களை இசைப்பவன் என்றும் மாறிவிட்டது. (2007: பக்கம் இல்லை)

ஐராவதம் மகாதேவன் தந்துள்ள மேற்காணும் விளக்கங்கள் சமண மரபு பற்றிய புத்தொளியை நமக்குப் பாய்ச்சுகின்றன.[1] இதன்மூலம் உவச்சன் என்பதன் வேர்ச்சொல் உபஜ்ஜாய என்பதையும் அது முழுக்கவும் சமணசமயப் பின்புலம் கொண்டது

என்பதையும் தெளிவாக அறியலாம். அதேவேளையில் மகாதேவனின் இக்கருத்துகளை இருபகுதிகளாகப் பிரித்து விரிவாக விவாதிப்பது அவசியமாகும்.

1. உபசன் - சமண மத ஆசாரியன், சமயச் சடங்குகள் செய்பவன்
2. உவச்சன் - பிடாரி கோயில் பூசாரி, கோயிலில் இசைக்கருவிகள் வாசிப்பவன்

இவற்றையே பெரும்பான்மையான நிகண்டுகளும் அகராதிகளும் சொற்பொருள் விளக்கங்களாக வழங்குகின்றன என்று கண்டோம். ஆயினும், இப்பொருண்மைகளின் பிரிவுகள் இருவேறு காலகட்டங்களின் வரலாற்று நடைமுறைகளைக் காட்டுகின்றன என்பதையும் ஒன்றன் தொடர்ச்சியே மற்றொன்று என்பதையும் நாம் கவனத்தில் கொள்ளவேண்டும்.

மேற்காண்பதில் முதல்பகுதி பற்றிக் கா.சிவத்தம்பி சமூகவியல் அடிப்படையில் இன்றியமையாத கருத்தொன்றை முன்வைத்துள்ளார்.

> (இந்த பிராமி) கல்வெட்டுக்களில் பயன்படுத்தப்பட்டுள்ள கடன் சொற்களில் எல்லாமே பெயர்ச்சொற்களாகும் எனும் கூற்று முக்கியமானதாகும். இப்பெயர் சொற்களுள்ளும் பெரும்பாலானவை மதச்சடங்கு சார்பானவையாகவும், ஆட்பெயர்களாகவும் உள்ளன என்ற உண்மை கூர்ந்துநோக்கப்பட வேண்டியது. ஒரு மக்கள் குழுமத்தினுள் ஒரு புதிய மதப்பண்பாடு வரும்பொழுது அவை அவ்வச்சமயங்களின் கோட்பாடுகள் பற்றியனவாகவும் சடங்குகள், நம்பிக்கைகள் பற்றியனவாகவும் அமையும் என்பது சமூக மானிடவியல் வழிவரும் உண்மையாகும். *(2005: XIV)*

மேலுள்ள விளக்கத்தின்வழியே புதிய பண்பாட்டின் அங்கமாக இருக்கும் உவச்சர் எனும் அடையாளத்தை அறிந்துகொள்கிறோம். இந்த உவச்சர் மரபு அதன் தொன்மைவடிவில் அவைதீக சமயத்தின் ஆச்சாரிய குழுவாக இருந்து பிற்காலத்தில் சைவ ஆகமக் கோயில் பண்பாட்டின் ஒரு கூறாகவும் நாட்டார் பெண்தெய்வக் கோயில்களின் பூசாரி குலமாகவும் மாற்றமடைந்திருக்கிறது என்பது உய்த்துணரத்தக்கது. இவ்வாறு மாற்றமுற்ற இது தனித்தனியாக மட்டுமின்றி ஒன்றிணைந்த அடையாளமாகவும் செயல்பட்டுள்ளது. இதனைப் பாரசைவர் மரபு என்பதாக ஆய்வாளர்கள் கூறுகின்றனர்.

> பாரசைவர்கள், கிராமதேவதையாகப் போற்றப்பெறும் பிடாரி கோயில்களில் பூஜை புரிவதோடு, அத்திருக்கோயில்களில் யாமள நெறிப்படி, சப்தமாதர்களான பிராமி, வைஷ்ணவி, கௌமாரி, சாமுண்டி. வராகி, இந்திராணி, மகேஸ்வரி ஆகியோர்களுக்கான வேள்விகள் புரிதல், சாக்தநெறியில் பூசைகள் புரிதல், திருவிழாக்களில் திக்மந்திரப் பிரயோகங்கள், திக்பலி கொடுத்தல் போன்றவற்றைப் புரிவர். இவர்களின் முக்கியத் தொழிலாக விளங்குவது சிவாலயங்களில் குடமுழவம் இசைத்தலேயாகும். குடமுழவத்தோடு சுத்தமத்தளம் இசைத்தலும் இவர்களது முட்டுக்காரப் பணியாகும். எனவே, தேவி பூஜையும், நந்திமரபும் இவர்களுடைய இரண்டு கண்களாகும். *(குடவாயில் பாலசுப்ரமணியன் 1997: 164)*

மேற்கண்ட கருத்தானது உவச்சருக்குப் 'பாரசைவர்', 'முட்டுக்காரர்' போன்ற வேறுபெயர்கள் இருப்பதை அறியத்தருகின்றது. இதிலுள்ளபடி உவச்சரைப் பாரசைவரோடு ஒப்புமைப்படுத்துவதற்குரிய அடிப்படைகள் இரண்டாக உள்ளன. அவை, 1. இருவரும் ஆகமக்கோயில்களில் இசைக்கருவிகள் வாசிப்பவர்கள், 2. இருவரும் பிடாரி கோயில் பூசாரிகள் என்பனவாகும்.

உவச்சர் பிடாரியை வழிபடுவது, யாமள தந்திரம் எனும் முறையிலமைந்தது என்று கண்டோம். இது சாக்த சமயத்திலிருக்கும் தாந்திரீக நெறி என்பதைக் கீழ்க்காணும் கருத்து தெளிவுபடுத்துகின்றது.[2]

> யாமள தந்திரம் என்பது சக்தியை வணங்கும் முறையாகப் பதிமூன்றாம் நூற்றாண்டிற்கு முன்னரே வடநாட்டில் தோன்றியது. யாமளங்கள் பல இருந்தன. பிரம்ம யாமளம், ருத்ர யாமளம், ஜயதார்த்த யாமளம் என்று சில யாமளங்கள் தெரியவருகின்றன. தமிழில் இந்திரகாளீயம் என்ற இசைநூல் இருந்ததைப் பற்றி அடியார்க்குநல்லார் எழுதியுள்ளார். இது துர்க்கை வழிபாடு செய்கிறவரைக் குறிக்கும். பாரச முனிவரான யாமளேந்திரர் எழுதியதாகச் சொல்லப்பட்டுள்ள இந்த நூல் 12 ஆம் நூற்றாண்டில் தோன்றியிருக்கலாம் என்று தெரிகிறது. வடநாட்டு யாமளங்களில் தொழப்படும் காளிகளில் இந்திவரகாளிகா என்ற பெயர் காணப்படுகிறது. இந்தக் காளியைத் தொழுதவரான யாமளேந்திரர் தமிழ்நாட்டில் இந்திரகாளீயத்தைப் பாடினார் என்று கொள்ளலாம். *(சாமி, பி.எல். 2011: 85-86)*

இந்த விளக்கத்தின்மூலம் உவச்சர் எனும் பாரசைவரின் வழிபாடானது, சாக்தமுறையில் அமைந்துள்ளதையும் அவற்றுள் பாரசைவர்-காளி, உவச்சர்-பிடாரி எனும் இணைகள் பொருந்தி நிற்பதையும் அறிகிறோம். அவ்வாறென்றால், சமணரான உவச்சரும் சமண இயக்கி வழிபாடான பிடாரி மரபும் எவ்வாறு சைவத்திற்குள்ளும் சாதி படிநிலைக்குள்ளும் திணிக்கப்பட்டன எனும் வினாவிற்கு நாம் விடை கண்டாகவேண்டும். இதற்குமுன்பாக உவச்சரின் சமூகநிலை எவ்வாறு இருந்தது என்பதைக் காண்பது அவசியம். இதற்கான விளக்கங்களுக்கு கல்வெட்டு அகராதிகளே பெருந்துணை செய்கின்றன.

- தமிழ் பிராமிக் கல்வெட்டில் இருந்த உபச்சன் எனும் சொல் வட்டெழுத்துக் கல்வெட்டுகளின் காலத்தில் உவச்சன், உகைச்சர், உகச்சகள், உவச்சிகள் எனப் பலவாறாக மாற்றமடைந்துவிட்டது.

சான்று: நியதம் ஆறாளிட்டு உவச்சப்பணி செய் *(SII, xiv, 84)*
கிழக்கும் உவச்சிகள் சேகண்டிகை செய்க்கு *(SII,viii,639)*

- உவச்சர்களின் தலையாயப் பணி, கோயில் ஊழியமும் பலவகை இசைக்கருவிகள் வாசித்தலுமாகும்.

சான்று: உகச்சுத் தலைப்பறை யொன்று மத்தள மூன்றும்
கறடிகை ஒன்றும் சங்கிரண்டும் *(SII, xiii, 170)*
திருவிறையான்குடி பரமேச்வரர்க்கு உவச்சுகொட்ட
கடவராக *(IPS, 89)*

- உவச்சர்களின் பணிக்காக மானியங்கள் வழங்கப்பட்டன. இதற்கு உவச்சப்புறம், உவச்சவிருத்தி என்ற பெயர்களுண்டு.

சான்று: உவச்சப்புறம் பாண்டியேரி நீர்ப்பழனிவயலில் *(IPS,30)*
உவச்சன் தன் உவச்ச விருத்தியால் ஒரு
கூறிறுப்பதாகவும் *(SII, xiv, 85)*

- உவச்சர்கள் கோயிலைச் சூழ்ந்த பகுதியான மடைவளாகத்தில் பல்வேறு கோயில் பணியாளர்களோடு குடியமர்த்தப்பட்டிருந்தனர்.

சான்று: ...வீரசோழன் திருமடை வளாகத்தில் குடியிருந்த
தவசியார்க்கும் சிவப்பிராமணர்க்கும் தேவரடியார்க்கும்
உவச்சற்கும் பல பணி நிமந்த காறர்க்கும் (தெ.கல்.
தொ. *3:1*, கல். *26)*

- உவச்சர்களின் மீது வரியும் விதிக்கப்பட்டது.

சான்று: ஏரிமீன் விற்பணம் உவச்சவரி வண்ணார்வரி உட்பட *(SII, I, 55)*

மேற்காணும் கல்வெட்டுச் சான்றுகளிலிருந்து உவச்சர்மரபு அரசர்களின் ஆதரவோடு ஆகமக்கோயில் பண்பாட்டுடன் வலுவாக இணைக்கப்பட்டுவிட்டதை உணரலாம். இதனால் இவர்கள்மீது சைவசமய அடையாளமும், சமற்கிருதமய அடையாளமும் பிற்காலத்தில் ஏற்றப்பட்டுவிட்டன. இதைக் கீழ்க்காணும் ஆதாரங்கள் உறுதிப்படுத்துகின்றன.

1. பாரசிவன் குலாவும் (தெ.கல்.தொ. 5, கல். 473)

2. இவர்களில் ஒருவனே, முதல் இராசராசன் ஆட்சியில் ஆருரிலிருந்து தஞ்சைக்கு அழைத்துவரப்பெற்று, தஞ்சைப் பெரியகோயிலில் அமைக்கப்பட்ட ஓதுவார்கள் நாற்பத்தொண்மர் தேவாரம் பாடும்போது கொட்டிமத்தளம் வாசித்த குணப்புகழ் மருதனான சிசாசிவன் என்பவனாவன் (தெ.கல்.தொ. 5, கல். 65)

இந்த உவச்சர்கள் சைவ ஆகமக்கோயில்களில் பணியாளர்களாக இருப்பதைக் கொண்டும் பாரசைவர், பாரசிவன் முதலான பெயர்கள் பெற்றிருப்பதைக் கொண்டும் 'பாரசைவம்' என்பதைச் சைவத்தின் ஒரு பிரிவாகக் கருதிவிடக்கூடாது.

> *அனாதிசைவம், ஆதிசைவம், மகாசைவம், அனுசைவம், அவாந்திரசைவம் என்று சைவநெறிகளைக் குறிப்பர். மேலும், வீரசைவம் என்ற வகைக் கோட்பாடும் உண்டு. ஆனால் இங்குக் குறிப்பிடப்பெறும் பாரசைவம் என்பது யாமல ஆகமம் போற்றும் ஒருவகை நெறியாகும்.*
>
> *ஆலயத் திருவிழாக்களுக்கான கொடியேற்றம் செய்யப்படும்போது 'மட்டுகம்' எனும் இசைக்கருவிக்கே முதலில் வழிபாடு நடத்தப்பெறும் என்பதையும், அதைக் கையாளுவோர் 'பாரசைவர்' எனும் வகுப்பினர் என்பதையும் அகோரசிவாச்சாரியாரின் 'த்வஜாரோஹணவிதி' மற்றும் 'ஸ்ரீப்ரஸ்ன ஸம்ஹிதா' போன்ற ஆகம நூல்கள் விரித்துரைக்கின்றன. ஆனால் 'பாரசைவர்' என்போர் யாவர் என்று குறிப்பிடவில்லை. (குடவாயில் பாலசுப்ரமணியன் 1997: 163)*

மேலேயுள்ள விளக்கத்தின்படி பாரசைவர் எனும் அடையாளம் குழப்பம் மிகுந்ததாக இருப்பது மீண்டும் உறுதிப்படுகிறது.

இருப்பினும் தமிழ் பிராமிக் கல்வெட்டுக்களில் தொழில்வழிப் பிரிவாக இருந்த இவர்கள் இடைக்காலத்தில் பிறப்பின் அடிப்படையிலான சாதிப்பிரிவாக மாற்றப்பட்டுவிட்டனர் எனக் கூறுவதற்கு சான்றுகள் உள்ளன.

மனுஸ்மிருதி குறிப்பிடும் பல்வேறு கலப்பின சாதிக்குரிய பெயர்களில் ஒன்றாக ‘பாரசவன்’ எனும் பெயர் இருப்பது கவனத்திற்கொள்ளத்தக்கது.

> பிராமணனுக்கு விவாகஞ் செய்துகொண்ட வைசிய மனைவியிடத்துப் பிறந்தவன் அம்பஷ்டன் என்றும் அவ்வித சூத்திர மனைவியிடத்துப் பிறந்தவன் நிஷாதனென்றும் சொல்லப்படுகிறான். இவனுக்குப் பாரசவனென்னும் பெயருண்டு. *(10:8)*

இப்பகுதி உவச்சருக்கு ஏன் பாரசவன் (அல்லது) பாரசைவர் எனும் பெயர் உண்டானது என்பதை அறியத்தருகிறது. அதாவது சமண குருமார்களான உவச்சர்களை கலப்பினசாதி என்ற முத்திரையிட்டு இந்துசமயத்தின் சாதி அடுக்குக்குள் தள்ளியிருக்கின்றனர் எனும் சித்திரம் வெளிப்படுகின்றது. இதை உறுதிசெய்வதுபோல் திருவொத்தூர் கல்வெட்டு காட்டும் சாதிப்பட்டியலில் சிவப்பிரமாணர், மன்றாடி ஆகியோர்க்குக் கீழாகவும் பறையர், பாணர், வேடர் ஆகியோருக்கு மேலாகவும் இடம்பிடித்துள்ள சாதியாக ‘உவச்சர்’ இருப்பதை நொபுரு கராஷிமாவும் எ. சுப்பராயலுவும் (2017: 4) எடுத்துக்காட்டியுள்ளனர். இதன்வழியாக உவச்சர்கள் பிற்காலச் சோழர்களின் காலத்தில்தான் பாரசைவர் எனும் பெயரில் சாதிப்படிநிலைக்குள் நுழைக்கப்பட்டிருக்கின்றனர் என்பது உறுதியாகின்றது. அதேவேளையில் மடைவளாகத்திற்குள் குடியிருக்கும் உரிமைபெற்ற பிரிவுகளுள் ஒன்றாக உவச்சர்கள் இருந்துள்ளதை நோக்கும்போது, அவர்கள் எக்காலத்திலும் தீண்டப்படாத சாதியாக இருந்ததில்லை என்பதை அறிந்துகொள்ளலாம். தற்போதும் உவச்சர் சமூகம் தமிழக அரசின் பட்டியலில் பிற்படுத்தப்பட்டோர் சாதியாகவே இருக்கின்றது.

உவச்சர் மரபு சமற்கிருத அடையாளப்படுத்தப்பட்டுவிட்டது என்பதை மேலே கண்டோம். இதனுடைய தாக்கத்தை வேறோரு வடிவில் இன்றும் காணமுடிகின்றது. இதற்குச் சான்றாக ஆய்வாளர் களத்தில் கண்ட அனுபவத்தைக் கூறலாம். புதுக்கோட்டை அருகிலுள்ள புல்வயல் எனும் கிராமத்திலிருக்கும் உலகநாயகியம்மன்

கோயிலுக்கு ஆய்வாளர் சென்ற பொழுது அங்கிருந்த உவச்சர் சாதியைச் சார்ந்த இளம்வயது பூசாரி மார்பில் பூணூல் அணிந்திருப்பதைக் கண்டார். இதுமட்டுமன்றி அப்பூசாரி வழிபாடு நடத்துகையில் சில சமற்கிருத மந்திரங்களையும் உச்சரித்தார். இவைபற்றி அவரிடம் வினவியபோது தாங்கள் பிராமணர்களுக்கு இணையானவர்கள் என்றும் அதனால் தாங்கள் 'உவச்சபட்டர்' என்று அழைக்கப்படுவதாகவும் தெரிவித்தார். மேலும், அவர்களுக்குரிய அரசு சான்றிதழ்களில் வெறும் 'உவச்சர்' என்று மட்டுமே பெயருள்ளதாகவும், ஆனால் குடும்ப ஆவணங்களில் சேது பட்டர், சோமையா பட்டர், தம்புரான் பட்டர் போன்ற பெயர்கள் இருப்பதாகவும் கூறினார்.[3] அப்பகுதி மக்களிடம் இதுபற்றி பேசியபொழுது இவர்களை 'உவச்சபட்டர்' என்று அழைப்பதை உறுதிசெய்தனர்.

பொதுவாக 'பட்டர்' எனும் பெயர் ஆகமக் கோயில்களில் பணிபுரியும் பிராமணப் பூசகருக்கு உரியது என்பதை நாம் அறிவோம். அதேபொழுது தமிழகத்திலுள்ள அனைத்து உவச்சர்களும் இவ்வாறான பட்டத்தைப் பயன்படுத்துவதாக அறியமுடியவில்லை. எனவே, இந்தப் பெயரிடும் மரபு இக்குறிப்பிட்ட வட்டாரத்துக்கே உரியதாகலாம். அதேபோல் இந்தக் கோயிலிலுள்ள பிடாரியான உலகம்மனுக்குக் குருதிப்பலி தருவதிலும் சற்று மாறுபட்டமுறை இருப்பதைக் காணமுடிந்தது. ஆடு, கோழி போன்றவை நேரடியாக உலகம்மனுக்கு பலி கொடுக்கப்படுவதில்லை. அதற்குப்பதில் கோயில் முகப்புக்கு வலப்புறமுள்ள காளி தெய்வத்திற்கு[4] முன்பாகப் பலி கொடுக்கப்பட்டு பலிவிலங்கின் தலைமட்டுமே உலகம்மனின் பலிபீடத்தில் வைக்கப்படுகிறது. இதற்குக் காரணமாக, உலகம்மன் சுத்த பூசையை விரும்புபவள் என்று உவச்சர் பூசாரி கூறினார். இத்தகைய நடைமுறைகளைக் காணும்போது இவர்கள் 'அரைபிராமணியச் சடங்கு'முறையைப் பின்பற்றுவதாகத் தோன்றுகிறது.

எவ்வாறிருப்பினும் இத்தகைய அடையாளக் குழப்பங்களை மீறி உவச்சர்கள் தாய்த்தெய்வ வழிபாட்டினர் என்பதையும், தாந்திரீக மரபினர் என்பதையும் உறுதி செய்யலாம். இதை வலியுறுத்துவதுபோல பாரசைவர் என்பதற்கு விளக்கம் கூறவரும் கல்வெட்டுக் கலைச்சொல் அகரமுதலி,

> இவர்கள் கிராம தெய்வங்கட்கமைந்த பூசாரிகளாகவும் இருந்துள்ளனர். சிவந்த ஆடை, செஞ்சந்தனம், செம்பரத்தம் பூமாலை (போன்றவற்றை) அணிவர். (1987: 355)

என்று குறிப்பிடுகிறது. இங்கே காட்டப்பட்டுள்ள சிவப்புநிறப் பொருட்கள் அனைத்தும் தாந்திரீக மரபிற்குரியவை என்பது நிச்சயமானதாகும். மற்றொருபுறம் இடைக்காலத்தில் இவர்கள் சைவ ஆகமக்கோயில் பண்பாட்டின் ஒருபகுதியாக ஆக்கப்பட்டுள்ளனர் என்பதைக் கருத்தில்கொள்வது அவசியம். ஆகவேதான், இவர்கள் தற்போது தாய்த்தெய்வப் பூசாரிகள் + ஆகமக்கோயில் பணியாளர்கள் எனும் ‘ஒட்டுநிலை அடையாளம்’ (hybrid identity) பெற்றவர்களாகக் காணப்படுகின்றனர் என்பதை உணர்ந்துகொள்ளலாம். இதை இங்கு கூறும்பொழுதே பிடாரிக்குத் தாலிகட்டும் பறையரின் சித்திரம் நமது நினைவில் தானாகவே எழுந்துவருகின்றது. இதற்குக் காரணம் அந்தப் பறையரும் இதே ஒட்டுநிலை அடையாளத்தைக் கொண்டிருக்கிறார் என்பதுதான். எனவே இந்த உவச்சரும் பறையரும் ஏதேனும் ஒருவகையில் வரலாற்றுரீதியாகத் தொடர்பு கொண்டவர்களாக இருப்பார்களோ எனும் வினாவும் சேர்ந்தே எழுவதைத் தவிர்க்க முடியவில்லை. இதற்குரிய விடையை அடுத்துவரும் பகுதி தர இருக்கின்றது.

8.2. பறையர் : வள்ளுவர்

‘பறையர்’ என்ற சாதிக்குரிய தோற்றமூலத்தையும், அடையாளங்களையும் பற்றிய ஆய்வுகள் மிகுந்த இடர்ப்பாடுகள் கொண்டவை. ஆய்வுலகினர் இவற்றை நெடுங்காலமாக வெவ்வேறு கோணங்களில் விவாதித்து வந்துள்ளனர். குறிப்பாகப் பறையர் எனும் சாதியின் சமூகப் படிநிலையும் பண்பாட்டு அடையாளமும் மாறாத தன்மையுடன் இருந்து வந்துள்ளது எனும் மரபார்ந்த பார்வையைப் பலரும் மறுவாசிப்பு செய்துள்ளனர். இத்தகைய மாற்றுப் பாதையிலேயே நாமும் செல்ல இருக்கின்றோம் என்றாலும், விவாதிக்க இருக்கின்ற ‘பண்பாட்டு அடையாள அரசியல்’ என்பது சற்று மாறுபட்டதாக இருக்கப்போகின்றது.

இன்று சாதிகளைக் குறித்துச் சுட்டுவதற்குப் ‘பள்ளு, பறை முதலிய 18 சாதிகளும்’ எனும் தொடரைப் பயன்படுத்துவதைப் பார்க்கிறோம். இதுமட்டுமின்றி சமூகரீதியாகவும் சட்டரீதியாகவும் பறையர் பட்டியலினம் அல்லது ஒடுக்கப்பட்டோர் என்பதே சமகாலத்தின் யதார்த்தமாக உள்ளது. ஆகவே பறையர் எனும்

சொல்லுக்குப் 'பறையடித்தல் உள்ளிட்ட குடித்தொழில்களைச் செய்கின்ற தாழ்த்தப்பட்ட சாதியினர்' என்ற பொதுப்படையான புரிதலே இன்று அனைவரிடமும் இருக்கின்றது. அதேபோன்று இவர்களை ஒரேபிரிவினராக கருதுகின்ற போக்கும் நிலவுகின்றது. ஆனால், ஒவ்வொரு சாதிக்குள்ளும் இருப்பது போல பறையருக்குள்ளும் பல்வேறு உட்பிரிவுகள் உள்ளன.[5] 1891ஆம் ஆண்டு மக்கள் தொகைக் கணக்கெடுப்பில் இவர்களின் உட்பிரிவுகள் 348 இருந்ததாக எட்கர் தர்ஸ்டன் (2003: 85) கூறுகின்றார். ஷெரிங் என்பவர் தூத்தப்பறையன், தொண்டப்பறையன், முரசுப்பறையன், வடுகப்பறையன் உள்ளிட்ட 29 பிரிவுகளை எடுத்துக்காட்டியுள்ளார் (ஜோதிராணி 2005: 64-65). மேற்காணும் பிரிவுகளின் எண்ணிக்கையானது காலத்துக்கு ஏற்பவும் வட்டாரங்களுக்கு ஏற்பவும் மாற்றத்துக்கு உள்ளாகி வந்துள்ளது தெரிகின்றது. நாம் கூறியபடி பறையர்கள்மீது சுமத்தப்பட்டுள்ள இந்தத் தாழ்த்தப்பட்டோர் எனும் அடையாளம் எக்காலத்திற்கும் பொதுவானதில்லை என்பதை இனிவரும் சான்றுகள் தெளிவுபடுத்தும்.

பழந்தமிழ் இலக்கிய, இலக்கண நூல்களில் பல்வேறுவகையான தோலிசைக் கருவிகள் காட்டப்பட்டுள்ளன. இவற்றை இசைப்பவரின் தொழிற்பெயர்கள் துடியர், கிணைஞர் போன்று வெவ்வேறு பெயர்களாகச் சுட்டப்பட்டுள்ளன. இவற்றுள் ஒன்றாகவே 'பறையன்' எனும் சொல் காணப்படுகின்றது. இதை,

> ...துடியன் பாணன் பறையன் கடம்பனென்று
> இந்நான் கல்லது குடியும் இல்லை (புறம். 335)

எனும் பாடலடிகள்வழி அறியலாம். ஏறத்தாழ இப்பழம்பாடலைத் தவிர பிற தொன்மையான இலக்கியங்களிலோ, கல்வெட்டுகளிலோ 'பறையன்' எனும் சொல் எடுத்தாளப் பெறவில்லை என்பதை ஆய்வாளர்கள் பலர் சுட்டிக்காட்டியுள்ளனர். மேலும், சங்கப்பாடல்களிலுள்ள இழிசினர், புலையர் போன்ற பெயர்கள் கொண்டிருப்பது போன்ற 'மதிப்புக்குறைவான' அடையாளத்தையும் பறையன் எனும் சொல் பிரதிபலிக்கவில்லை என்பது கவனத்திற்குரியதாகும். இந்த சங்ககாலப் 'பறையர்' பற்றி புரிந்துகொள்ள அக்காலத்தில் நிலவிய சமூக அமைப்பு குறித்து அறியவேண்டும். இதற்கு மானுடவியலாளர் பக்தவத்சல பாரதி தந்துள்ள கருத்துக்கள் பெரிதும் உதவுகின்றன. அவற்றை இங்கு சுருக்கமாகத் தொகுத்துக் காண்போம்.

பண்டைய தமிழ்ச்சமூகம் ‘குடி’ அமைப்புடையது. இது சங்ககாலத்தின் முற்பகுதியில் நிலவிய சமூகம் என்று கருதலாம். இந்தச் சமூகங்கள் திணை அடிப்படையில் அடையாளப்படுத்தப்பட்டன. பணமும் அங்காடி முறையும் தோற்றம் கண்டிராத அக்காலகட்டத்தில் பாதீடு, பண்டமாற்றமே அனைத்துவிதமான தேவைகளையும் நிறைவுசெய்தன. மேலும், அவை நெருங்கிச் செயல்படுவதற்கான சாத்தியத்தை இந்நடைமுறை உண்டாக்கியது. பல்வேறு விதமான நில அமைப்புகள், தொழில்கள், வாழ்வியல் முறைகள் ஆகியவற்றைத் ‘திணைக்குடிகள்’ பெற்றிருந்தனர். என்றாலும் அவற்றிடையே உயர்வு, தாழ்வு, வர்க்கப்பண்புகள், தீண்டாமை போன்றவை இல்லை. மேலும், ‘நாம்’ என்ற உணர்வே மேலோங்கியிருந்தது. இவை சிறிய சமூகங்களாக இருப்பினும் சுயாட்சித் தன்மை உடையவையாக இருந்தன. இன்னும் சிறப்பாகக் கூறினால், சாதிய அமைப்புக்குரிய எந்தப் பண்புகளும் இந்தக் குடிகளிடம் காணப்படவில்லை. அதனால் படிநிலை அமைப்புடைய சாதியக் கட்டுமானம் அவற்றிற்கிடையே இல்லை.

மேற்காணும் நிலைக்குடிகளுக்கு ஒத்திசைவாகச் செயல்பட்ட ஒரு துணைச் சமூகஅமைப்பு இருந்தது. அது பாணர்கள் சமூகம் ஆகும். இசைப்பாணர், யாழ்ப்பாணர், கூத்தர், கடம்பர் உள்ளிட்ட 25 சமூகங்கள் இந்தப் பாண் சமூக அமைப்பிற்குள் இருந்தன. இவற்றுள் ஒன்றே பறை கொட்டும் குடியினரான பறையன் எனும் பிரிவாகும். இந்த பாணர்கள் வீரயுகக் காலத்தின் தேவைகளான மன்னரைப் புகழ்ந்து பாடுதல், அப்புகழை நாடெங்கும் பரப்புதல் போன்ற பணிகளை மேற்கொண்டனர். மேலும் நிகழ்த்துக்கலை, சடங்குசார் கலை, போர்க்கள எழுச்சியூட்டல், தூது செல்லல் போன்ற பிற பணிகளையும் புரிந்தனர். பல்வேறு நிலப்பரப்புகளுக்கு இடையே ஊடாடும் அலைகுடிச் சமூகங்களாகவும் இவர்கள் இருந்தனர்.

சங்க காலத்தின் பிந்தையபகுதியில் ஏற்பட்ட சமூக, பொருளியல் மாறுதல்கள் வேந்தர் ஆட்சிமுறையைத் தோற்றுவித்தன. தமிழ்ச் சமூகத்தில் புதிதாக நுழைந்த பிராமண சமூகத்தவரின் வைதீகச் சடங்குநெறிகளும் அவற்றைத் தங்கள் அதிகாரத்திற்கான அடித்தளமாக மாற்ற முயன்ற வேந்தர்களின் முன்னெடுப்புகளும் இணைந்து சாதிய அடுக்குநிலை கொண்ட புதிய கட்டமைப்பை ஏற்படுத்தின. ஆனால், அப்பொழுதும் சாதியம் ஒரு இறுக்கமான

நிலையைப் பெற்றிருக்கவில்லை (விரிவுக்குக் காண்க: பக்தவத்சல பாரதி, சாதியற்ற தமிழர் சாதியத் தமிழர், 2018).

இந்த விளக்கங்கள்வழி பறையர் என்போர் குடி அமைப்புடைய சமூகத்தினருள் ஒருவர் என்பதை அறிந்துகொள்கிறோம். இதனோடு தற்காலத்திய பறையர் சாதியினரின் நிலையினை ஒப்பிட்டுப் பார்த்தால் இவற்றுக்கிடையே பாரதூரமான வேறுபாடுகள் இருப்பது தெரியவரும். அவ்வாறென்றால் இக்குறிப்பிட்ட சமூகத்தின் நிலைமாற்றத்தையும் பிடாரிக்குத் தாலிகட்டும் சிறப்புரிமையைப் பறையர்கள் எவ்வாறு பெற்றனர் என்பதையும் ஆராய வேண்டும். இதற்கு வரலாற்றின் அசைவியக்கத்துக்கு ஏற்ப சாதியம் தன்னைத் தகவமைத்துக் கொண்டும் மாற்றத்துக்கு உட்படுத்திக் கொண்டும் வந்துள்ளது எனும் உண்மையை நாம் நேர்கொள்ள வேண்டுவது அவசியமாகும்.

இதற்கான நகர்வின் முதல்அடியாகப் பிடாரிக்குத் தாலிகட்டும் பறையரோடு உவச்சரை ஒப்பிட்டுப் பார்க்கலாம். ஏனென்றால் பிடாரிக்குப் பூசைசெய்யும் உவச்சர் சாதி இரண்டே உட்பிரிவுகளைத்தான் கொண்டிருக்கிறது. இவையும் பெயரளவிற்கானவையே தவிர அவற்றுக்கிடையே பண்பாட்டுநிலையில் பெரிதான எந்த வேறுபாடுகளும் இல்லை. ஆகவே இந்த உவச்சர் சாதியை ஒரே அடையாளமாகவே கருதவேண்டும். இதற்குமாறாகப் பிடாரிக்குத் தாலிகட்டும் பறையர்கள் பல்வேறு உட்பிரிவைச் சேர்ந்தவர்களாக இருப்பது நம்மைச் சிந்திக்கத் தூண்டுகிறது. அவ்வாறெனில் இந்த குறிப்பிட்ட சடங்குவடிவம் எவ்வாறு வெவ்வேறான பிரிவுகளிடம் சென்று சேர்ந்திருக்கமுடியும் என்பது ஆய்வுக்குரிய தேடலாகும். ஆகவே பறையருக்குள் இருக்கும் ஏதோவொரு குறிப்பிட்ட பிரிவினரிடமிருந்தே இந்த பிடாரிக்குத் தாலிகட்டுதல் எனும் தனித்துவமான வழக்கம் மற்றவர்களுக்கு பரவியிருக்கமுடியும் என்ற கருதுகோளை நாம் முன்வைக்கலாம். இந்தக் கருதுகோளை நிரூபணம் செய்வதற்குப் பறையர்களோடு தொடர்புடைய வேறுசில வரலாற்று, பண்பாட்டுக் களங்களைப் பற்றி ஆராய்வது இன்றியமையாததாகும். இதன்பொருட்டுப் பின்வரும் சில துணைவினாக்களை எழுப்பிக்கொள்வோம்.

1. பிராமணர்களுக்கும் பறையர்களுக்கும் இடையே நிலவிவந்த உறவு, பகை ஆகியவை பற்றிய வழக்காறுகளின் உட்பொருள் என்ன?

2. அறிவுலகம் கருதுவது போன்று பறையர்கள் அனைவரும் பௌத்தர்களா?
3. திருக்குறளின் நூலாசிரியரான திருவள்ளுவர் தொடர்பான வரலாற்றுக்கதைகள் ஏன் பறையர் சமூகத்துடன் இணைக்கப்பட்டிருக்கின்றன?

மேற்காணும் விவாதப்புள்ளிகள் அனைத்தும் தனித்தனியானவைபோல் தோன்றினாலும் அவை ஒன்றுடனொன்று நெருக்கமான தொடர்புடையவையாகும். நீண்டகாலமாக ஆய்வுலகினர் இவற்றைப் பற்றி உரையாடி வந்திருக்கின்றனர் எனினும், நாம் புதியதொரு கோணத்தில் மறுவாசிப்பு செய்ய இருக்கின்றோம்.

8.2.1. பறையர் x பார்ப்பனர்

பிராமணருக்கும் பறையருக்கும் இடையே உண்டான பகையை வெளிப்படுத்தும் வழக்காறுகள் நிறைய உள்ளன. இவற்றை வலங்கை சரித்திரம், அயோத்திதாசரின் எழுத்துகள், காலனியகாலத்துப் பதிவுகள் முதலானவற்றில் விரிவாகக் காணலாம். இதன்படி பறையரொருவர் பிராமண குடியிருப்புக்குள் நுழைந்தால் எவ்வாறு தீட்டென்று கருதப்படுகிறதோ, அதேபோன்று ஒரு பிராமணர் பறையர் சேரிக்குள் நுழைவதும் தடுக்கப்பட்டதாகும். அவ்வாறு ஒரு பிராமணர் நுழைந்துவிட்டால் ஆவேசமாக அவரை அடித்துத் துரத்துவார்கள்; பிராமணர் தீண்டிய இடங்களை தீட்டாகிவிட்டதாகக் கருதி சாணக்கரைசல் ஊற்றி கழுவிவிடுவார்கள். இந்த வழக்கம் சமீபகாலம்வரை இருந்திருக்கின்றது. அயோத்திதாசர் இந்த முரண்பாட்டைப் பூர்வீக பௌத்தர்களுக்கும் (வேஷ) பிராமணர்களுக்கும் இடையே உண்டான பழைய பகைமையின் தற்காலத்திய எச்சங்களாகக் கண்டுள்ளார். இது சரியான முடிவுதானா என்பதைப் பிந்தைய பகுதிகளில் விவாதிக்க இருக்கின்றோம். இதற்குமுன்பாக அவைதீக மரபுபற்றி அயோத்திதாசர் கொண்டிருந்த பார்வைகளை விளக்குவது நம்முடைய ஆய்வுக்கு இன்றியமையாத ஒன்றாகும்.

அயோத்திதாசர் பௌத்தசமயமே அனைத்துவிதமான மதப்பிரிவுகளுக்கும் தோற்றமூலம் என்பதில் உறுதியாக நம்பிக்கை கொண்டிருந்தவர் ஆவார். அவைதீக மரபின் இருபெரும் பிரிவுகளான பௌத்தம், சமணம் என்பவற்றைக் குறித்தும் இதே நோக்கையே அவர் வெளிப்படுத்தியுள்ளார். அந்தவகையில்

சமணத்தைப் பௌத்த நெறியின் ஒரு பிரிவாகக் கண்டதனால் சமணத்தில் இருந்து எழுந்த அனைத்து மரபுகளையும் பூர்வ பௌத்தத்திற்கு உரியது என அவர் வாதிடுகின்றார். இதனைத்தான் பிடாரி, ஔவை போன்றவை பற்றிய அவருடைய வாதங்களிலும் நாம் காண்கிறோம். ஆனால் இவை இரண்டும் சமணசமயத்தின் பண்பாட்டு அடையாளங்கள் என்பதை முன்னரே நிறுவியுள்ளோம். இத்தகையநிலையில் அயோத்திதாசரின் சமணம் குறித்த கருத்துகளை மீள்வாசிப்பு செய்யவேண்டியிருக்கிறது.

> *மகதநாட்டைச் சார்ந்த ஜினமலை அருகில் ஜைநர்கள் என்னும் பௌத்தர்களும் தமிழர்கள் என்னும் பௌத்தர்களும் பூர்வத்தில் ஒரே குலத்தினராக விளங்கினர் என்பதும் புலப்படுகின்றது.*
>
> *ஜைநர்கள் புத்தருக்குரிய ஆயிர நாமங்களிற் சிலதையும் தருமங்களிற் சிலதையும் நூதனமான சாதிபேதத்தையும் உண்டு செய்து கொண்டு தங்களைப் புத்தர் பெயர்களில் ஒன்றாகிய ஜைநரென்றும் பெயரால் மாற்றிக்கொண்டபோதிலும் யதார்த்தத்தில் அவர்கள் பௌத்தர்களே யாவர் (அயோத். II 2011: 78,79)*

இவரது பார்வையிலுள்ள சிக்கலைக்குறித்து தற்காலத்திய ஆய்வாளர்கள் சிலர் சுட்டிக்காட்டியுள்ளனர். இதைக் கீழ்க்காணும் பகுதி விளக்கும்.

அயோத்திதாசரைப் பொறுத்தவரை சமணம் என்ற தனிப்பிரிவை ஏற்றதில்லை. அது பௌத்த மதத்தின் ஒரு பிரிவென்றே கருதினார் (ராஜ் கௌதமன் 2007: 120). அத்துடன் சமணர்கள் வைதீகத்துடன் சமரசம் செய்துகொண்டதால் பௌத்தத்திலிருந்து வேறுபட்டுச் சென்றனர் என்றும் அவர் வாதிடுகின்றார். இத்தகைய அணுகுமுறையால் அயோத்திதாசரைக் கரிசனையோடு வாசிக்கிறவர்கள்கூட அவரின் சமணம் தொடர்பான நோக்கை ஏற்றுக்கொள்ளத் தயங்குவார்கள். இருப்பினும் நமக்கு இப்பார்வையின் அறிவியல் தன்மையைச் சோதிப்பதை விடவும் இதன்மூலம் அவர் எதனை அடைய விரும்புகிறார் எனக் காண்பதே முக்கியமானது. அந்தவிதத்தில் அவர் சமணத்தையும் பௌத்தத்தையும் இணைத்து சிந்திப்பதன் வாயிலாக உருவாகும் 'தமிழ்பௌத்தம்' பிரம்மாண்டமாய் விரிந்துநிற்கின்றது (தர்மராஜன், டி. 2019: 68-70).

மேலேகாணும் விளக்கங்கள், அயோத்திதாசரின் வரலாற்றுச் சூழலும் அரசியல் நிலைப்பாடும் சேர்ந்தே அக்குறிப்பிட்ட

பார்வையை வடிவமைத்திருக்கக்கூடும் என்பதை மறைமுகமாக எடுத்துக்காட்டுகின்றன. அன்று பெரும்பலத்துடனிருந்த வைதீகக் கட்டமைப்பை வலுவுடன் எதிர்ப்பதற்காகவே சமணத்தை உள்ளடக்கிய தமிழ்பௌத்தப் பெருங்கதையாடலை அவர் உருவாக்குகின்றார் என்பதையும் இதன்மூலம் சமூக மறுமலர்ச்சியை உருவாக்க முனைந்தார் என்பதையும் உணர்ந்து கொள்ளலாம். ஆனால் தற்போதைய நிலையில் சமணம், பௌத்தம் எனும் இருவேறு அவைதீக மரபுகளை ஒன்றாக்குவதன் மூலம் அவற்றின் தனித்துவங்களும் பல வரலாற்றுண்மைகளும் சிதைந்துவிடும் சாத்தியங்கள் உள்ளன. ஆகவே இவ்வழிமுறை மறுபரிசீலனைக்கு உரியதாகும்.

பொதுவாகவே ஒடுக்கப்பட்டோரின் வரலாறும் பண்பாட்டு அடையாளமும் பௌத்தம் எனும் வட்டத்திற்குள் மட்டும் அடங்கிவிடக்கூடியதல்ல என்பதை நாம் கவனிக்கத் தவறிவிடுகிறோம். இதன்காரணமாக ஒடுக்கப்பட்டோர் பற்றிய கதையாடல்கள் பெரும்பான்மையும் பௌத்தத்தைச் சுற்றியே எழுப்பப்பட்டுவருகின்றன. இந்நிலை குறித்த விமர்சனத்தை கோ.ரகுபதி முன்வைத்துள்ளார்.

> ...அயோத்திதாசர் எழுத்துகள் வெளியான பின்னர் தலித் எழுத்துகள் பௌத்தத்தில் சுருங்கிவிட்டன. கடந்த இருபத்தாண்டுகள் தலித்துகள் தொடர்பாக வெளியான கட்டுரைகள், நூல்கள் ஆகியவற்றைக் கணக்கிட்டால் இவற்றில் பெரும்பாலானவை பௌத்தம் தொடர்பானவையாக இருக்கும். *(2019:20)*

அயோத்திதாசரின் எழுத்துக்களோடு அம்பேத்கரின் சிந்தனைகளும் சேர்ந்தே மேற்குறித்த சூழலை இங்கே உருவாக்கியிருக்கிறது என்றே எண்ணத் தோன்றுகிறது. 1990களின் தொடக்கத்தில் நிகழ்த்தப்பட்ட அம்பேத்கரின் நூற்றாண்டு விழாக் கொண்டாட்டங்கள் தமிழகத்திலும் புதிய தலித் அடையாள எழுச்சிக்கு அடிகோலின என்பதை அறிவோம். இதன் ஒரு ஊக்கியாக தமிழில் மொழிபெயர்க்கப்பட்ட அவருடைய எழுத்துக்களும் அமைந்தன. பண்டிதரைப் போன்று அம்பேத்கரும் பௌத்தத்தை ஒடுக்கப்பட்டோர் அடையாளத்தோடு இணைத்துக் காண்கிறார். இவ்வொருமைத் தன்மையை விளக்குவதற்கு தீண்டாமையின் தோற்றம் பற்றிய அவரின் கருத்துகளைக் குறித்து விரிவாக விவாதிப்பது அவசியமாகும்.

1. பூர்வீகமான நாடோடிச் சமுதாயம் குடியமர்ந்த சமுதாயமாக மாறியபொழுது இரண்டுவிதமான பிரிவுகள் தோன்றின. ஒன்று: நிலைத்த குடியான சமூகம், இரண்டு: சிதறுண்ட சமூகம்.

2. பிரிவுண்ட இருபிரிவினரும் வெவ்வேறு குலத்தவர்கள். இவர்களில் சிதறுண்ட பிரிவினர் கிராமத்திற்கு வெளியே வசித்ததற்கான காரணம், அவர்கள் குலமரபுச் சமூகத்தைச் சாராதவர்களாகவும் அந்நியர்களாகவும் இருந்ததேயாகும்.

3. இந்த சிதறுண்ட சமூகத்தினரே தற்காலத்திய தீண்டப் படாதவர்கள் ஆவர். ஆனால் இவர்கள் எப்போதுமே தீண்டப்படாதவர்களாக மட்டுமே இருந்தனர் என்று கருதுவதற்கில்லை. ஏனென்றால் இன்றைய பிராமணர்கள் ஒடுக்கப்பட்டோரை வெறுத்து ஒதுக்குவது போலவே, ஒடுக்கப்பட்டோரும் பிராமணர்களைத் தங்களுடைய பகுதிகளுக்குள் நுழையவிடுவதில்லை. அத்துடன் அவர்களைத் தங்களின் மதகுருக்களாக செயல்படவும் அனுமதிப்பதில்லை.

4. இந்தப் பரஸ்பர பகையுணர்ச்சிக்குக் காரணம், சிதறுண்ட மக்கள் பௌத்தர்களாக இருந்ததேயாகும். பெரும்பான்மை இந்துக்கள் பௌத்தர்களாக இருந்த நிலைமையில் சிதறுண்ட மக்களும் பௌத்தத்தைச் சேர்ந்தவர்களாகவே இருந்திருக்க வேண்டும். எனவே இதற்கு நேரடிச்சான்று தேவையில்லை.

5. தீண்டாமைக்கான ஒரு மூலகாரணம் சிதறுண்டவர்கள் பௌத்தராக இருந்தது என்றால், மற்றொரு காரணம் இப்பிரிவினர் பசு இறைச்சி சாப்பிடும் வழக்கத்தைக் கடைபிடித்து வந்தனர் என்பதாகும்.

6. குப்த மன்னர்களால் பசுவதை கொண்டுவரப்பட்ட சுமார் கி.பி.400 எனும் காலகட்டத்தில்தான் தீண்டாமைத் தோன்றியிருக்கவேண்டும். மேலாதிக்கம் பெறும் பொருட்டாகப் புத்தமதத்துக்கும் பிராமணீயத்துக்கும் நடைபெற்ற போராட்டத்திலிருந்தே இந்தத் தீண்டாமையானது தோற்றம் பெற்றது (விரிவுக்குக் காண்க: அம்பேத்கர் இன்றும் என்றும், 2017).

இந்த நீண்ட விளக்கத்திலிருந்து, பண்டைய இந்தியச் சமூகம் இரண்டாகப் பிரிவுற்றதையும் அதில் கீழடுக்கில் இருந்தவர்களின் அடையாளமாகப் பௌத்தம் இருந்தது என்பதையும் நாம் அறிந்துகொள்கின்றோம். இத்துடன் பிராமணர்,

ஒடுக்கப்பட்டோருக்கு இடையேயான பகையுணர்ச்சிக்குக் காரணமாக அமைந்தது பௌத்தம் மீதான ஒடுக்குதலே என்று அம்பேத்கர் வலியுறுத்துவதையும் இவற்றினூடே காணலாம்.

அயோத்திதாசர், அம்பேத்கர் ஆகிய இருபெரும் அறிஞர்களும் இவ்வாறு கருதுவதற்கான வரலாற்று அடிப்படைகள் பல இருக்கின்றன என்பதை யாராலும் மறுக்க முடியாது. மௌரியப் பேரரசரான அசோகரின் ஆட்சிக்காலத்தையொட்டி பெரும்பான்மை இந்தியப்பகுதிகளில் பௌத்தம் சிறப்புற்றிருந்ததையும் பின்பு இந்த பௌத்த இந்தியா மீதான பிராமணீயத்தின் தாக்குதலால் அது வீழ்ச்சியுற்றது என்பதையும் பல வரலாற்றாசிரியர்கள் விளக்கியுள்ளனர்.[6] அவ்வகையில் அயோத்திதாசர், அம்பேத்கர் உள்ளிட்டோர் முன்வைக்கின்ற பௌத்த மீட்டுருவாக்கம், அடித்தள மக்களின் விடுதலைக்காக சமூக, பண்பாட்டுத்தளங்களில் பௌத்த அடையாளத்தின்கீழ் அவர்களை அணிதிரட்டுவது போன்ற செயல்திட்டங்களை நாம் புரிந்துகொள்கிறோம். இதன்படி பௌத்தம் ஒடுக்கப்பட்டோரின் அடையாள அரசியல்சார்ந்த தன்னுரிமையாகவே இன்று திகழ்ந்துவருகிறது.

அதேவேளையில் இத்தகைய பண்பாட்டு அரசியல் செயல்பாடுகள் ஒருபுறம் இருந்தாலும் நாம் வரலாற்றியல் நோக்கைக் கைவிட்டுவிடக்கூடாது. இவ்வாறு கூறுவதற்குக் காரணம், பௌத்தம் சார்ந்த இவ்வரலாற்றுச் சித்திரம் மட்டுமே முழுமையானது என்று நாம் நம்பத்தொடங்கி விட்டோம் என்பதால்தான்.[7] ஆனால் வரலாற்றுக்கு ஒருபக்கம் மட்டும் கிடையாது என்பதை நினைவில்கொள்ளவேண்டும். ஆகவே இதுதொடர்பான மற்றொரு பக்கத்தைக் குறித்தும் விவாதிக்க இருக்கிறோம்.

இந்தியத் துணைக்கண்டம் முழுவதிலும் வருணப்பாகுபாடு, சாதியம் ஆகியவற்றைக் கட்டமைப்பதில் பிராமணீயக் கோட்பாடு, நிலவுடமை அமைப்பு போன்றவை பொதுவான வரலாற்றுப்பாத்திரங்களை வகித்தன என்பது பெரும்பாலானோர் ஏற்றுக்கொள்ளும் உண்மை. ஆனால் இவற்றை பௌத்தம் எனும் சமயப்பிரிவு மட்டுமே எதிர்கொள்ளவில்லை. பிற அவைதிகப்பிரிவுகளும் பிராமணீயத்தின் தாக்குதலுக்கு ஆளாகியிருக்கின்றன. இதற்குரிய ஒரு வலுவான சான்றை அம்பேத்கரே குறிப்பிட்டிருக்கின்றார்.

பௌத்தர்களுக்கு எதிராக இந்துக்கள் மனதில் பெரும் வெறுப்பும் பகைமையும் குடிகொண்டிருந்தன. அவர்கள் மனதில் இந்த நச்சை ஊட்டியவர்கள் பிராமணர்கள்தான் என்பதற்கு ஆதாரம் இல்லாமல் இல்லை. நீலகண்ட் தமது பிராயசித் மயூகாவில் மனுவிலிருந்து பின்கண்ட சுலோகத்தை மேற்கோள் காட்டுகிறார்.

'ஒருவன் ஒரு பௌத்தனையோ அல்லது பசுபத் மலரையோ, லோகாயதனையோ, நாத்திகனையோ, மகாபாதகியையோ தொட்டால் நீராடி தன்னைத் தூய்மைப்படுத்திக் கொள்ளவேண்டும். அபரார்கரும் தமது ஸ்மிருதியில் இதே சித்தாந்தத்தையே உபதேசித்தார்.' *(அம்பே. இன். 2017: 549)*

இந்த மேற்கோளில் பௌத்தர் மட்டுமல்லாது உலகாயதரும் நாத்திகரும் சேர்த்தே குறிப்பிடப்பட்டுள்ளனர் என்பது கவனத்திற்குரியது. இதேபோன்று மகாபாரதத்தின் சாந்திபர்வம் எனும் பகுதி, தானம் பெறவந்த பிராமணர்களைக் கண்டனம் செய்யும் சாருவாக ரிஷியை அவர்கள் கூட்டமாகச் சேர்ந்து எரித்துக்கொல்கின்ற நிகழ்ச்சியைப் பதிவுசெய்துள்ளது (ஸ்ரீமகா. 129,130). தமிழகத்தின் சைவசமயக் குரவர்களில் முதன்மையானவரான ஞானசம்பந்தர், தாம்பாடிய பதிகங்களின் ஒவ்வொரு பத்தாவது பாடலிலும் பௌத்தரோடு சமணர்களையும் இணைத்தே கண்டிப்பதைக் காணலாம். 'குண்டர் சாக்கியர் கூறிய தாங்குறி யின்மையே', 'சாக்கியப் பேயமண் தெண்ணர் கற்பழிக்கத்திரு வுள்ளமே' எனும் அடிகள் மேற்சுட்டியதை விளக்கும். இவ்வாறு சமண, பௌத்த சமயங்களின்மீது கடும் வசைபொழியும் ஞானசம்பந்தர், ஒரு வைதிகப் பிராமணர் என்பது உற்றுநோக்கத்தகுந்தது. இவற்றின்வழியாகப் பிற அவைதிகப் பிரிவுகளும் (உலகாய்தம், சமணம்) பிராமணீயத்தின் வெறுப்புப் பிரச்சாரத்திற்கு ஆளாகியுள்ளன என்பதும் வைதீகத்திற்கு எதிரான பண்பாட்டுச் சமரை முனைப்புடன் நடத்தியிருக்கின்றன என்பதும் புலனாகும்.

தென்னிந்தியப் பகுதியைப் பொறுத்தவரையில் பார்ப்பனர்களுடனான வரலாற்றுப் பகையைத் தொடர்ச்சியாக கைகொண்டு வந்தவர்களாக சமணர்களே இருக்கின்றனர். இதற்கான தற்காலத்திய சான்றினை ஜெ.எ.துபுவாவின் நூலில் காணலாம்.

> இரு குழுக்களும் - பிராம்மணர்களும், ஜைனர்களும் - எந்தப் பிரச்சனையிலும் உடன்பாட்டை காட்டுவதில்லை. இருவரிடையே நிரந்தரமான ஒரு அவநம்பிக்கை இருப்பதுபோல் தோன்றுகிறது. எப்போதாவது ஒருவரை ஒருவர் சந்திக்க நேர்ந்தால், அவர்கள் காட்டும் மரியாதை போலியாகவே இருக்கும். சில பிராம்மணர்கள் தங்கள் பிரார்த்தனையில் ஜைனர்களுக்கெதிரான மந்திரங்களைக் கூறுகின்றனர். இதற்குப் பதிலாக ஜைனர்களும் 'பிராம்மண க்ஷய' (பிராம்மணன் அழியட்டும்) என்று கூறுகின்றனர். இவர்களிடையே காணப்படும் பொறாமை உணர்வு பலவிதங்களில் வெளிப்படுகிறது. பிராம்மணர்கள் அதிகாரத்தில் உள்ள இடங்களில் ஜைனர்களுக்கு வேலை தரமாட்டார்கள். ஜைனர்களும் அதேபோல் தாங்கள் அதிகாரத்தில் உள்ள இடங்களில் செய்வார்கள். பழைய காலத்தில் பிராம்மணர்களிடமிருந்து தாங்கள் பெற்ற அவமரியாதையையும் தண்டனைகளையும் அவர்கள் மறக்கவில்லை போல் தோன்றுகிறது. *(2008:453-454)*

இங்கே கண்ட சமயப் பகையின் வேறொரு வடிவமே இருதுருவ சாதியக் குழுக்களின் வரலாற்றுப் பகையாக உருமாறி வந்துள்ளது என்பதை இனிவரும் பகுதிகள் தெளிவுபடுத்த உள்ளன.

நாம் முன்னரே கூறியபடி பண்டைய இந்தியா பல்வேறுவிதமான மொழிகள், சமயங்கள், சமூகக்குழுக்கள் ஆகியவற்றைப் பெற்றிருந்தது. இதுமட்டுமின்றி வருணமுறை, சாதியக்கட்டமைப்பு போன்றவை ஒவ்வோரிடத்திலும் வேறுவேறு தன்மையுடனே செயல்பட்டுவந்துள்ளன. ஆகவே வடஇந்தியாவிலிருந்த வருண அமைப்பின் செல்வாக்கைத் தமிழகத்தில் அப்படியே வைத்துப் பொருத்திப் பார்க்கமுடியாது. அதேபோல் சோழர் ஆட்சியில் உருவான வலங்கை X இடங்கை முரண்பாடு தமிழகத்திற்கே உரித்தான சமூக வரலாறாகத் திகழ்கிறது. தமிழகமும் கேரளமும் அருகிலமைந்த நிலவியலமைப்பைக் கொண்டிருப்பினும் இவ்விரண்டிலும் பிராமணீயத்தின் செயல்பாடானது மாறுபட்ட முறையிலேயே தொழிற்பட்டிருக்கிறது. ஆகவேதான் சாதியம், தீண்டாமை போன்றவை பற்றிப் பேசும்போது வட்டார வரலாறு எனும் நோக்கிலிருந்தும் அணுகவேண்டியுள்ளது. இல்லையென்றால் இந்தியத்துணைக்கண்டம் முழுமைக்கும் ஒற்றை வரலாற்றைப் பலர் கட்டமைத்ததுபோல சாதியத்தின் உருவாக்கம் பற்றியும்

ஒற்றைப்படையான பிம்பத்தையே நாம் பார்க்கவேண்டியிருக்கும். இதற்குமாறாக நின்று நோக்கினால் மட்டுமே ஒடுக்கப்பட்டோரில் உள்ள ஒவ்வொரு பிரிவினருக்கும் நுட்பமான வேறுபாடுகள் இருப்பது புலனாகும். அத்தகைய வேறுபாடுகளில் ஒன்றை முன்வைத்தே இனி விவாதிக்க உள்ளோம். அந்த விவாதத்திற்குரிய களம், பிராமணர் *X* பறையர் உறவாகும்.

இன்றைய நிலையில் சாதியடுக்கின் எதிரெதிர் துருவங்களில் இருக்கும் பிராமணர், பறையர் இடையேயான உறவினைப்பற்றி அறிவதற்கு ஒடுக்கப்பட்டோரின் தோற்றத்தொன்மங்கள் மிகுதியாக உதவுகின்றன. ராபர்ட் டெலீஜ், வான் எக்சம் ஆகியோர் சேகரித்த கதைவடிவங்களை அடிப்படையாகக் கொண்டு 'தென்னிந்திய, வடஇந்திய தலித் தொன்மங்கள்: பிராமணியத்துக்கான இனவரைவியல்' எனும் ஆய்வுக்கட்டுரையை பக்தவத்சல பாரதி *(2013)* அவர்கள் எழுதியுள்ளார். இதில் எடுத்துக்காட்டப்பட்டிருக்கும் தென்னிந்திய தலித் தொன்மங்களே நமது கவனத்திற்குரியனவாக இருக்கின்றன. மொத்தமுள்ள 7 வழக்காறுகளில் *1,2,3,4,7* ஆகிய எண்ணுடைய கதைகள் பறையருக்கும் பிராமணருக்கும் இடையிலான இணை உறவு, எதிர் உறவுகளை எடுத்துரைக்கின்றன. இவற்றிலுள்ள பொதுமைக் கூறுகளானவை:

1. அண்ணன், தம்பி இருவர் பிராமணராகவோ, மாரியம்மன் கோயில் பூசாரிகளாகவோ இருப்பது.
2. அண்ணன் பசுவின் மாமிசம் உண்டதால் அவர் தீண்டத்தகாதவராக மாறியது.
3. 'கோயில் வேலையை என் தம்பி பார்ப்பான்' என அண்ணன் கூறியதால் தம்பி பிராமணப் பூசகராக மாறியது (விரிவுக்குக் காண்க: பக்தவத்சல பாரதி, வரலாற்று மானிடவியல், *2013*).

மேற்காண்பது போன்றே வடஇந்திய தலித் தொன்மத்திலும் தூரி *X* பிராமணர் சமூக முரண் உள்ளுறைந்து இருக்கின்றது என்றாலும் நாம் ஏன் தென்னிந்திய தலித் தொன்மங்களை மட்டும் இங்கே ஆய்வுக்குட்படுத்துகிறோம் எனும் கேள்வி எழலாம். இதற்குரிய பதில்கள் இரண்டாகும்.

1. அயோத்திதாசர் யதார்த்த பிராமணர் *X* வேஷ பிராமணர், பௌத்தர்கள் *X* பிராமணர்கள் ஆகிய முரண்களைப் பற்றிய தன்னுடைய விவாதங்களில் முன்னிலைப்படுத்துவது தமிழகத்தின்

பறையர் சமூகத்தினரையே ஆகும். இதன்வழியாக பறையர் X பிராமணர் எனும் எதிரிணையை அவர் கட்டமைக்கின்றார் என்பது புரியவரும் (அயோத்.I 2011: 535-587).

2. ஒடுக்கப்பட்டோருக்கும் பிராமணருக்கும் உண்டான பகையை விளக்க முனைந்த அம்பேத்கர் அவர்கள் இதற்குரிய சான்றுகளாக எடுத்துக்காட்டியிருப்பது தமிழகத்தின் பறையர்கள், மைசூர் பகுதியின் ஹொலையர்கள் (கோலியப் பறையர்கள்) ஆகிய சமூகத்தினர் பற்றிய வழக்காறுகளைத்தான் என்பது குறிப்பிடத்தக்கது (அம்பே. இன். 2017: 548).

மேற்காண்பவற்றின்மூலம் அயோத்திதாசரும் அம்பேத்கரும் இந்தியாவின் தென்னகப் பகுதியிலிருக்கும் பறையர் சமூகத்தினரை மையப்படுத்தியே இதுதொடர்பான விவாதத்தை கட்டமைத்துள்ளனர் என்பது தெளிவாகிறது. இவ்விருவரின் நோக்கை மறுபார்வை செய்ய இருக்கின்றோம் என்பதால் தென்னிந்தியாவிலுள்ள பறையரின் தொன்மங்களையே நாம் ஆய்வுக்கு எடுத்துக்கொண்டுள்ளோம். அதாவது இந்தியா முழுவதும் பிராமணியத்தின் மீதான பகையுணர்ச்சி நிலவினாலும் தமிழகத்தின் பறையர்கள் ஏன் இத்தகைய நிலைப்பாட்டைக் கைகொண்டுள்ளனர் என்பதைப்பற்றி மட்டுமே கவனம் குவிக்க இருக்கின்றோம். இதன்மூலம் அயோத்திதாசரும் அம்பேத்கரும் வலியுறுத்துவதைப் போன்று பிராமணரை வெறுக்கும் இப்பறையர் சமூகம் பௌத்த சமயப் பின்புலம் கொண்டவர்களா என்பதைக் கண்டறியமுடியும் எனத் தோன்றுகிறது. இதற்கு முன்பாகப் பறையர், பிராமணர் ஆகியோர் பற்றிய சில நாட்டார் வழக்காறுகளைப் பார்த்துவிடுவது பயனுடையதாகும்.

பொதுவாக மக்களின் வாய்மொழி வழக்காறுகளிலும் நிகழ்த்துக்கலை வடிவங்களிலும் பல்வேறு சாதிகளைப் பற்றிய கருத்துகள் பதிவாகியிருப்பதைப் பார்க்கலாம். இவற்றின் உள்ளடக்கமானது அச்சாதிகளைக் குறித்து நேர்மறையாக (பெருமிதம்) அல்லது எதிர்மறையாக (கேலி, கிண்டல், விமர்சனம்) பேசுவதாக இருக்கும். வெகுசில வழக்காறுகளே இரண்டு வெவ்வேறு சாதிகளை இணைத்துக்காட்டுகின்றன. இவ்வகையுள் அதிகம் பேசப்படுபவர்களாக இருப்பவர்கள் பறையர், பார்ப்பனர் ஆகியோரே என்பது குறிப்பிடத்தக்கது. ஆகவே இவர்கள் குறித்துச் சித்திரிக்கும் பழமொழிகளை முதலில் தொகுத்து நோக்கலாம்.

‘பறையனும் பார்ப்பானும் போல’
‘பறைச்சேரி அழிந்தால் அக்கிரகாரம்’
‘பறையன் வளர்த்த கோழியும் பார்ப்பான் வளர்த்த வாழையும் உருப்படா’
‘பறையனை நம்பு; பார்ப்பானை நம்பாதே’
‘பறையனைப் போல் பாடுபட்டுப் பார்ப்பானைப் போல் சாப்பிட வேண்டும்’
‘பார்ப்பானுக்கு இடம் கொடாதே; பறையனுக்கு அம்பலம் கொடாதே’
‘பார்ப்பான் கறுப்பும் பறைச் சிவப்பும் ஆகா’
‘பார்ப்பான் குளித்தால் பொறுக்கமாட்டான்; பறையன் பல்தேய்த்தால் பொறுக்கமாட்டான்’

இப்பழமொழிகளில் உள்ளதைப் போன்று சில விலங்குகளின் பெயர்களைச் சுட்டுவதில்கூட இவ்விரண்டு சாதியினரே ஒப்புமைப்படுத்தப்பட்டுள்ளனர். சான்றுகள்: பறைப்பருந்து X பாப்பாரப்பருந்து, பறை மயினா X பாப்பார மயினா, பறைப்பாம்பு X பாப்பாரப்பாம்பு (அயோத். I 2001: 113). இவைபோன்ற வழக்காறுகளில் பறையரும் பார்ப்பனரும் சேர்ந்து இடம்பெற்றிருந்தாலும் அவர்களின் பண்புகள் எதிரிணைகளாக (binary oppositions) வெளிப்படுவதைக் காணலாம். இவ்வாறு இருப்பதற்கு ஓர் ஆழ்ந்த பொருள் உள்ளதாகவே எண்ணத்தோன்றுகிறது. இப்பொருள்காணும் முயற்சிக்குத் தொ. பரமசிவன் வாய்மொழி வழக்காறு ஒன்றின்மூலமாகத் தருகின்ற விளக்கம் ஒரு சிறந்த கண்திறப்பாக அமைகின்றது.

> தென்மாவட்டங்களில் சிறுவர்கள் பனம்பழம் உண்ணும்போது வேடிக்கையாகப் பனம்பழத்தின் ஒருமுனையைப் ‘பார்ப்பான்முனை’ என்றும் மற்றொருமுனையைப் ‘பறையன்முனை’ என்றும் கேலிசெய்து நகையாடும் வழக்கம் உள்ளது. இந்தப் பழம் பற்றிய குறியீடு இருசாதியாரும் ஒரு தொழிற்களத்தில் இருந்ததைக் குறிப்பதாகும்.
>
> ...மேற்குறித்த தொல்லெச்சங்கள் யாவும் பிராமணர் வருகைக்கு முன்னர் புரோகிதராகப் பறையர்கள் இருந்த வரலாற்று உண்மையினைக் காட்டுகின்றன. கோயில்கள் கற்கோயில்களாகவும், பெருந்தெய்வ கோயில்களாகவும் அரச ஆதரவோடு ஆக்கப்பட்ட காலங்களில் அங்குப் பூசனை செய்வோராக குடியேற்றவாசிகளான பிராமணர்கள் அமர்த்தப்படுகின்றனர். *(2013: 180-181)*

பிராமணரும் பறையரும் ஒரே தொழிற்களத்தினைச் சேர்ந்தவர்கள் என்பதையும் அந்தத் தொழிலானது புரோகிதம் என்பதையும் மேலுள்ள விளக்கப்பகுதி எடுத்துரைக்கின்றது. அதேவேளையில் இதிலும் ஒரு தெளிவின்மை இருப்பதுபோல் தோன்றுகிறது. ஏனெனில் பிராமணரை ஒரே தொகுதியாகக் காணுவதுபோல பறையரையும் ஒற்றைக் குழுவாக இப்பகுதி சித்திரிக்கின்றது. ஆனால் இவ்விரு சமூகக்குழுவினரின் தன்மைகள் வேறுபட்டவை என்பதே உண்மையாகும். பிராமணர்களுள் கோத்திரப் பிரிவுகளும் படிநிலை வேறுபாடுகளும் இருந்தால்கூட அவர்கள் அனைவரும் மூளை உழைப்பு சார்ந்த தொழிலுடையவர்களே ஆவர். அதாவது வேதங்கள், மனுஸ்மிருதி, சங்க இலக்கியங்கள் போன்ற அனைத்து நூல்களிலும் பிராமணர் வேள்விச் சடங்குகள் உள்ளிட்டவற்றைச் செய்யும் புரோகிதராக மட்டுமே காணப்படுகின்றனர். இதைத் தவிர்த்து சோதிடம், அரசகுருக்கள், மந்திரிபிரதானிகள், ஆசிரியர் போன்ற பணிகளைச் செய்பவர்களாகவும் அவர்கள் இருந்துள்ளனர். இத்தகைய வேறுபட்டத் தொழில்களில் இருந்தாலும் பிராமணருக்கும் புரோகிதப் பணிக்கும் இடையிலான பிணைப்பானது மிக வலுவுடையதாக இருந்துள்ளது எனும் உண்மையை நாம் மறந்துவிடமுடியாது.

> ‘ஸ்ரௌத’ வேள்விகள் எனப்படுபவை, ‘ர்த்விகா’ என அழைக்கப்படும் வேள்வி (போன்றவை) ஆசிரியர்கள் (பிராமணர்கள்) மட்டுமே பங்குகொள்ளக் கூடியவை; வேதவேள்விகளை நடத்துவதற்குத் தேவைப்படும் பொருட்களைத் தருமளவு பெருஞ்செல்வம் வாய்ந்த வேந்தர்களும், வேந்தர்நிகர் விழுநிதிச் செல்வர்களும், வணிகர்களும் அவ்வேள்விகள் தரும் கட்புலனாகாப் பலன்களைத்தான் பெறமுடியுமேயல்லாது, அவ்வேள்விச் சடங்குகளில் பங்குகொள்ளக் கூடாது. *(சீனிவாச அய்யங்கார், பி.டி. 1989: 187)*

> பண்டைய ஆரியர் சமுதாயத்தில் புரோகிதத் தொழில் முழுவதும் பிராமணர் ஆதிக்கத்திலேயே இருந்தது. பிராமணரைத் தவிர வேறெவரும் புரோகிதராக முடியாது. ...பிராமணப் புரோகிதப்படையில் எல்லா பிராமணருமே சேர்த்துக்கொள்ளத் தகுதியுடையவராவர். ஒரு பிராமணன் புரோகிதனாகப் பணிசெய்வதற்கு எந்த ஒரு குறிப்பிட்ட பயிற்சியும், தொடக்கச்

சடங்கு ஏதும் அவனுக்குத் தேவையில்லை. சமயவினை முறைகளைச் செய்யும் மனத்திட்பம் இருந்தால் போதும், ஒரு பிராமணன் புரோகிதனாகிவிட முடியும். பிராமணீயத்தில் புரோகிதத் தொழில் மறைந்து போகக் கூடியதல்ல. (அம்பே. இன். *2017: 261,318)*

பிராமணரின் இத்தகைய தொழில்சார்ந்த இருப்பை அப்படியே பறையருடன் பொருத்திப்பார்க்க முடியுமென்று தோன்றவில்லை. ஏனென்றால் சங்க இலக்கியம்வழித் தெரியும் பறையரின் பொதுவான அடையாளம், கலைக்குடியினருள் ஒருவகையான இசைக்கலைஞர் என்பதேயாகும். இவர்களுள் மற்றொரு பிரிவினரான வேலன் பூசாரி நடத்திய சடங்கென்பது ஒரு தொல்குடி வழிபாட்டுமுறையாகவே காணப்படுகிறது. இதற்குப் பிந்தைய காலகட்டங்களை நோக்கினாலும் பறையர்கள் வேளாண்மைத் தொழிலாளர், போர்வீரர், ஏவலாளர் போன்ற உடலுழைப்பு தொடர்புடைய பணிகளைச் செய்கின்ற வெவ்வேறு உட்பிரிவினராகவே இருந்துள்ளனர் என்பது தெரியவரும். இப்படியான உடலுழைப்புக்கும் பிராமணர்களுக்கும் அரிதாகவே தொடர்பு இருக்கிறது என்பதே நாம் வரலாற்றில் காணக்கூடியதாக இருக்கிறது.[8] அவ்வாறென்றால் எப்படி பறையரையும் பிராமணரையும் ஒரே தொழிற்களத்தவராக கருதமுடியும் என்ற வினா எழுகின்றது. இதற்கு விடைகாண பிராமணருக்குரியதாக இருக்கின்ற புரோகிதம், சோதிடம், அரசகுரு, ஆசிரியர் போன்ற பணிகளை மேற்கொண்டிருந்த பறையர் பிரிவினர் யார் எனக் கண்டறிவதே நமக்கு இருக்கும் ஒரே வழியாகும். இத்திசை நோக்கிச் சென்றால், 'தற்காலத்தில் பறையர் சாதியின் ஒரு பிரிவாக விளங்கும் 'வள்ளுவர்' குலமே பிராமணருடனான தொழிற்களத்தையும் பகைப்புலத்தையும் பகிர்ந்து கொள்ளத்தக்கவர்கள்' எனும் பதில் கிடைப்பதைப் பார்க்கலாம். இதை உறுதிசெய்வதற்கு வள்ளுவப்பறையரைப் பற்றிய வரலாற்றினை ஆராய்வது கட்டாயமானதாகும்.

இந்த முயற்சியின் தொடக்கமாக வள்ளுவர்கள் குறித்த சிறுஅறிமுகத்தை இங்கே காணலாம்.

தமிழ்ப் பறையன்களுள் ஒவ்வொரு ஊரிலும் சில குடும்பத்தினரை மற்ற பறையர்கள் உயர்ந்த புனிதப்பண்பு வாய்க்கப் பெற்றவர்களாகக் கருதுகின்றனர். இவர்கள் வள்ளுவன்கள், வள்ளுவப் பண்டாரங்கள், வள்ளுவப் பறையன்கள் எனப்படுவர்.

> ...பறையர் திருவிழாக்களில் வள்ளுவப் பறையன்கள் முக்கியப் பங்குபெறுவர். திருமணங்களில் மணமகள் கழுத்தில் தாலி அணிவிக்கும்போது இவர்கள் வாழ்த்து கூறுவர். (தர்ஸ்டன் 2003: 114)

மேலே எட்கர் தர்ஸ்டன் விளக்கியுள்ளதைப்போல தமிழகத்திலுள்ள பறையர் சாதியின் உட்பிரிவுகளுள் ஒன்றாக வள்ளுவர்கள் உள்ளனர். அம்பேத்கர் அவர்கள் எடுத்துகாட்டுகின்றபடி 1935ஆம் ஆண்டில் அன்றைய அரசாங்கத்தார் தயாரித்த (மெட்ராஸ் மாகாணம்) சாதிகளின் பட்டியலில் வள்ளுவன், திருவள்ளுவர் ஆகிய இருவேறு பெயர்களில் இவர்கள் இடம்பிடித்துள்ளனர் (அம்பே. இன். 2017: 506). அடித்தட்டு சாதிப்பிரிவினர்களின் புரோகிதராகவும் சோதிடம் பார்ப்பவர்களாகவும் இவர்கள் இருக்கின்றனர். இவர்களிடையே சைவ, வைணவப் பாகுபாடு இருப்பதாகத் தெரிகின்றது. இவ்விரு பிரிவுகள் தாதர், பூசையர் என வழங்கப்படுகின்றன (பரமசிவம், அரு. 2004: 89). இதுமட்டுமின்றி வட்டாரத்திற்கேற்ப இன்னும் சில உட்பிரிவுகள் இருப்பதையும் பார்க்கலாம். இவற்றுள் அம்பலத்தாடியார், வள்ளிக்கநாதர், ஆண்டிப்பண்டாரம் உள்ளிட்டவை குறிப்பிடத்தக்கவனவாகும் (புகழேந்தி, இரத்தின. 2006:24).

பறையர் பிரிவுகளில் ஒன்றான வள்ளுவர் குலம் தனித்துவமான பண்புகள் கொண்ட குழுவாகவே இருந்துவந்துள்ளது. இதை வலங்கைச் சரித்திரமும் தெளிவுற எடுத்துக்காட்டுகின்றது.

> ...(வள்ளுவர்)க்கும் ...(பறையர்)க்குமிருக்கிற வித்தியாசமென்னவென்றால் ...(வள்ளுவர்) ...(பறையர்) வீட்டிலே சாப்பிடமாட்டார்கள். தாங்களொன்றுக்கொன்று தொட்டுக்கொண்டாலும், பானை சட்டிகளைத் தொடமாட்டார்கள். ...(பறையர்) மாடு சாப்பிடுகிறபடி ...(வள்ளுவர்) சாப்பிடமாட்டார்கள். இவர்களுக்குள்ளே கொள்வினை கொடுப்பினையுமில்லை. ஆனாலிப்போ இங்கிலீசு ராசாங்கமான பிறகு ...(பறையர்) அனேகர் அய்சூரியவான்களாய்ப் போனதினாலே தங்கள் பணத்தினாலே சில ...(பறையர்) ...(வள்ளுவர்) பெண்களைக் கல்யாணம் முகித்திருக்கிறார்கள். (1995: 49)

இவ்வாறு ஒரே சாதி அடையாளத்திற்குள் இருந்தாலும் வள்ளுவப்பறையருக்கும் பிற பறையர்களுக்கும் இடையே

படிநிலைவேறுபாடு இருந்துள்ளது என்பதையும் சமீபகாலத்தில்தான் அது மாறத்தொடங்கியிருக்கிறது என்பதையும் மேலுள்ள பகுதி உணர்த்திநிற்கின்றது. இதிலிருந்து மற்றபிரிவு பறையர்களைவிட வள்ளுவர்கள் வேறுபட்ட பண்பாட்டு அடையாளத்தைப் பெற்றவர்களாக உள்ளனர் என்பதை அறிந்துகொள்ளலாம். இதையே 'பறையனுக்கு வள்ளுவன் பாதிச் சைவன்' எனும் பழமொழியும் வலியுறுத்துகின்றது. முன்பே எடுத்துக்காட்டியதுபோல இவர்களின் முக்கியமான அடையாளமே பறையர் சமூகத்தின் புரோகிதர் என்பது நினைவுகூரத்தக்கது. அதனால்தான் மக்கள் வழக்கில் குருக்கள், அய்யர், பறஅய்யர் எனும் பெயர்கள் கொண்டு இவர்கள் அழைக்கப்படுகின்றனர் (புகழேந்தி, இரத்தின. *2006: 24,28*). அதேபோன்று சிலநேரங்களில் இவர்களைக் கேலியாக 'பறையர்களின் பிராம்மணர்கள்' எனக் கூறுவதும் உண்டு (துபுவா *2008: 380*). இங்கே கண்டவை அனைத்தும் வள்ளுவ குலத்தினரின் தனித்துவத்தை அழுத்தந்திருத்தமாக காட்டுகின்றன எனலாம். இவர்கள் பற்றிய சமகால சித்திரங்கள் இவ்வாறிருக்க அவர்களின் கடந்த காலம் குறித்த தேடலுக்கு 'வள்ளுவன்' எனும் சொல்லே நமக்கு வழிகாட்டுகிறது.

சங்க இலக்கியத்தில் 'நாஞ்சில் வள்ளுவன்' எனும் பெயருடைய வள்ளல் ஒருவன் குறிப்பிடப்படுகின்றான். இவனொரு குறுநில மன்னன்; புலவர்களை மதித்து சிறப்பாக ஆதரிப்பவன்; வீரம் செறிந்தவன் என்பன போன்ற செய்திகள் அப்பாடல்களில் கூறப்பட்டுள்ளன (புறம். *137,139,338,380*). இவற்றில்காணும் வள்ளுவன் எனும் பெயர் ஒரு தனிநபருக்குரியதாக இருக்கிறதேயன்றி ஒரு குலத்துக்குரியதாகக் காண சான்றுகளில்லை. ஆனால் இந்த நாஞ்சில் வள்ளுவனை, வள்ளுவ குலத்தைச் சேர்ந்தவனாகவே தேவநேயப்பாவாணர் (*1939: 90*) குறிப்பிடுகின்றார். இதை மேலாய்வின் மூலமாகவே உறுதிசெய்யமுடியும் என்று தோன்றுகிறது. பிற்சங்ககால நூல்களுள் மிகப்புகழ் மிக்கதான திருக்குறளின் ஆசிரியர் பெயர் திருவள்ளுவர் என்பது நாம் நன்கறிந்த செய்தி. ஒருவகையில் திருக்குறள் உலகப்பொதுமறையாக விதந்தோதப்பட்டாலும் அதில்காணும் அகச்சான்றுகள் சமணசமய கொள்கையின் செல்வாக்கையே எடுத்துக்காட்டுகின்றன என அறிஞர்கள் பலர் விளக்கியுள்ளனர். இப்பின்புலம் பற்றியும் திருவள்ளுவருக்கும் வள்ளுவர்சாதிப் பிரிவுக்கும் இடையேயுள்ள தொடர்பு பற்றியும் ஒப்புமை காண்பதற்கு வலுவான சான்றுகள்

உள்ளன. இதைத் தனியே விவாதிக்க இருக்கின்றோம் என்பதால் அடுத்த தரவிற்குள் செல்லலாம்.

திருக்குறளுக்கு பிற்பட்டகால நூல்களான *சிலப்பதிகாரம், மணிமேகலை* போன்றவற்றில் ஒரு புதியவகை இசைக்கலைஞரைக் காண்கிறோம். இவர்கள் அரசனின் பட்டத்துயானையேறி முரசறைபவர்களாக அந்நூல்களில் காட்டப்படுகின்றனர். மேலும் அரசனை வாழ்த்துவதும், புகழ்மொழி கூறுவதும், அரசனது ஆணையை நகரமக்களுக்கு அறிவிப்பதும் அவர்களின் பணிகளாக அவற்றில் கூறப்பட்டுள்ளன.

வாழ்க எங்கோ மன்னவர் பெருந்தகை
வாழ்க சேனா முகமென வாழ்த்தி
இறையிகல் யானை யெருத்தத் தேற்றி
அறைபறை எழூந்ததால் அணிநகர் மருங்கென்
(சிலப். காட்சி. 180-194)
வச்சிரக் கோட்டத்து மணங்கெழு முரசம்
கச்சை யானை பிடர்தலை ஏற்றி
ஏற்றுரி போர்த்த இடியுறு முழக்கிற்
கூற்றுக்கண் விளக்கும் குருதி வேட்கை
முரசுகடிப் பிக்கூஉம் முதுகுடிப் பிறந்தோன்
(மணி. விழா. 27-31)

மேற்காணும் இரண்டு காப்பியங்களிலும் இவர்களின் தன்மைகள் ஒன்றேபோல் சித்திரிக்கப்பட்டுள்ளன. இவற்றுள் முக்கியமானது முரசம் எனும் இசைக்கருவியுடன் இவர்கள் காணப்படுகின்றனர் என்பதாகும்.

சங்ககால இசைக்கருவிகளில் முக்கியமானதாக முரசு இருந்ததை பல்வேறு சங்கப்பாக்கள் எடுத்துக்காட்டியுள்ளன. பகைவேந்தனின் காவல்மரத்தில் முரசு செய்வது பெருமைக்குரியது; முரசுக்கட்டில் புனிதமிக்கது என்பன போன்ற செய்திகள்வழி முரசுப்பறை அரசனின் தகுதிநிலையோடு இணைந்திருப்பது புலனாகின்றது. மேலும் இந்த இசைக்கருவி போர், விழா போன்ற முக்கியத்துவம் வாய்ந்த நிகழ்வுகளில் மட்டுமே பயன்படுத்தப்பட்டது (புறம். 70,288; அகம். 344; மது. 733). அதேவேளையில் பல்வேறுவகை இசைக்கருவிகள் வாசிக்கும் பாண்குடியினர் பற்றி விவரிக்கும் சங்கப்பாடல்கள் இம்முரசுப்பறையை முழக்கும் இனத்தவர் பற்றி ஏதும் பேசவில்லை என்பது குறிப்பிடவேண்டிய செய்தியாகும். மேற்காட்டியதுபோல இரட்டைக்காப்பியங்களில்தான் இவர்கள்

தனித்துவத்துடன் விவரிக்கப்படுகின்றனர். ஆயினும் இப்பிரிவினரின் பெயர் எதுவென்று அவை கூறவில்லை. அவ்வகையில் இவர்களின் பெயரை முதலில் வெளிப்படுத்தும் இலக்கியமாக சீவகசிந்தாமணியே திகழ்கின்றது.

சீவகசிந்தாமணியில் அரசனின் ஆணையை முரசறைந்து தெரிவிப்பவர் வள்ளுவர் ஆவார் எனும் செய்தி கூறப்பட்டுள்ளது. இதை, 'வள்ளுவர் முரசமூதா ரறைகென வருளினானே' *(2149)* எனும் பாடலடி மூலம் அறியலாம். இதேபோன்று பெருங்கதைக் காப்பியத்திலும் வள்ளுவர் பற்றிய குறிப்புகள் காணப்படுகின்றன.

அரசு கொற்றத் தருங்கடம் பூண்ட
முரசெறி வள்ளுவ முதயனைத் தரீஇக் *(1 : 47. 155-156)*
திருநாள் படைநாள் கடிநா ளேன்றிப்
பெருநாட் கல்லது பிறநாட் கரையாச்
செல்வச் சேகை வள்ளுவ முதுமகன் *(2 : 2. 32-33)*

இவ்வாறான இலக்கியச் சான்றுகள் அனைத்தும் வள்ளுவன் எனும் பிரிவை அரசரின் கீழ் பணிபுரிபவராகவும் முரசறைபவராகவும் காட்டுகின்றன என்பதைக் கவனத்தில் கொள்ளவேண்டும்.

சிலப்பதிகாரம், மணிமேகலை, சீவகசிந்தாமணி, பெருங்கதை போன்றவற்றில் வள்ளுவர் முரசறைதல் பற்றிய பதிவு சிறப்பாக இடம்பெற்றிருக்கிறது எனக் கண்டோம். இதுவே பிற்காலத்திய காப்பியங்களிலும் ஒரு தவிர்க்கஇயலா அங்கமாகிவிட்டது எனத் தோன்றுகிறது. காரணம், கம்பராமாயணத்தின் மந்தரை சூழ்ச்சிப்படலத்திலும் (ஏவினன் வள்ளுவர்...திரிந்து சாற்றினார். *33)* இசுலாமியக் காப்பியமான சீறாப்புராணத்தின் பாத்திமா திருமணப்படலத்திலும் (முரசு அறைந்து வள்ளுவர் தெருத்தலை தொறும் மொழிந்த. *3116)* இந்தச் சித்திரிப்பின் தொடர்ச்சியைப் பார்க்கலாம். ஆனால் இக்காப்பியங்களின் நிலவியல் களங்களான கோசலநாடு, சவூதி அரேபியா போன்றவற்றில் வள்ளுவர் முரசறைந்ததாகக் கூறுவது இலக்கியக் கற்பனையே ஆகும். இதுவொருவகையில் இலக்கியமரபில் காணும் பண்பாட்டுத் தாக்குரவு என்பதாகவே தோன்றுகிறது. ஏனென்றால் நெடுங்காலமாகவே வள்ளுவகுலத்தின் இருப்பிடமாக விளங்குவது தென்னிந்தியப்பகுதிதான் என்பதை நாம் மறந்துவிடக்கூடாது.

பழந்தமிழ் நூல்கள் வள்ளுவரை முரசறைபவர்களாகக் காட்டுகின்றன என்பதைப் பார்த்தோம். ஆனால் வள்ளுவர்களின் முக்கியப் பணியாக இன்று நாம் காணுவது, சோதிடம்

கூறுவதையே ஆகும். அவ்வாறெனில் இதுபற்றிய தடயமும் நம்முடைய தமிழ் நூல்களில் பதிவாகியிருக்க வேண்டும் என யூகிக்கமுடியும். இதுபற்றிய நமது அனுமானத்தைத் திவாகர நிகண்டு உறுதிசெய்கின்றது. இந்நூலினுள் காணப்படும்,

வள்ளுவன் சாக்கை யெனும்பெயர் அரசர்க்
குள்படு கருமத் தலைவர்க் கொன்றும் (2: 29)

எனும் நூற்பா இதற்குச் சான்றாகும். இதன்படி வள்ளுவன் என்பவர் அரசரின் ஆணையின்கீழ் இயங்கும் நிர்வாக அலுவலர்களுள் ஒருவர் (கருமத்தலைவர்) என்பது புலப்படுகின்றது. இதில் வள்ளுவரோடு சாக்கை எனும் பிரிவினரும் சேர்த்துக் குறிப்பிடப்பட்டுள்ளனர் என்பதைக் கவனிக்கவேண்டும். இவர்கள் குறித்த அறிமுகத்தையும் இருவருக்குமிடையே உள்ள சில ஒப்புமைகளையும் பின்வரும் பகுதிகளில் தர இருக்கின்றோம். மேலுள்ள நூற்பாவழியாக இவர்களுக்குரிய பணி என்ன என்பதை நம்மால் புரிந்துகொள்ள முடியவில்லை. திவாகரத்துக்குப் பின்எழுந்த *சூடாமணி நிகண்டு*தான் இதைத் துல்லியமாக வரையறுத்துள்ளது. இந்நூலிலுள்ள,

வருநிமித் திகன்பேர் சாக்கை
வள்ளுவன் என்றும் ஆகும். (மக்.தொகு. 123)

எனும் நூற்பா நிமித்தம் கூறுதலே வள்ளுவரின் பணியாகும் என்றுரைக்கிறது.

இதேபோன்று வள்ளுவரை முரசறைபவராகக் காட்டிய *சீவகசிந்தாமணி* காப்பியமே அவர்கள் நிமித்திகராக இருந்துள்ளதையும் கூறுகின்றது. இவ்வாறு ஒரே நூலினுள்ளேயே வள்ளுவர்கள் இருவேறு பணிகள் செய்பவர்களாக பதிவு செய்யப்பட்டிருக்கும் செய்தியானது உற்றுநோக்குவதற்குரியதாகும். அத்துடன் இந்த இரண்டு பணிகளும் அரச காரியங்களாகவே இருப்பது வள்ளுவகுலத்தின் மேன்மையை உணர்த்துகிறது. மேலேகண்ட *சூடாமணி நிகண்டு* கூறும் வரையறையானது, *சீவகசிந்தாமணியில்* வரும் 'வாய்த்த வந்நிரை வள்ளு வன்சொனான்' (419) எனும் பாடலடியோடு அப்படியே பொருந்திநிற்பதைக் காணலாம். இதற்கு ஆராய்ச்சிக் குறிப்புரை எழுதியுள்ள உ.வே.சாமிநாதய்யர் 'வாய்த்த - நிமித்தம் கூறுதல் தப்பாத; வள்ளுவன் - வருங்காரியம் உரைப்பவனாகிய நிமித்திகன்' என்றே பொருளுரைத்துள்ளார். இவற்றிலிருந்து காலம் கணிப்பதே வள்ளுவரின் முக்கிய அலுவல் என்பது பெறப்படுகின்றது.

இத்தகைய அலுவல் பணியானது சங்க காலத்திலிருந்தே தொடர்வதை நினைவிலிருத்த வேண்டும். சங்க கால அரசவையில் இன்றியமையாத அலுவலர்களில் ஒருவராக சோதிடரும் இருந்துள்ளார். நல்லோரைகளிலும் நற்சகுனங்களிலும் அரசர்கள் ஆழ்ந்த நம்பிக்கை கொண்டிருந்தமையால், சோதிடர்களைத் தமது அவையில் நிரந்தரமாக வைத்திருந்தனர். இவர்களுக்குக் 'கணி' என்பது பெயராகும். தலைமைச் சோதிடர் பெருங்கணியாவார். அரச காரியங்களை (சாதாரண, அசாதாரண) செய்வதற்குப் பொருத்தமான காலத்தைக் கூறுவது அவர்கள் கடனாகும் (சுப்பிரமணியன், ந. 2010: 123). இந்த நிமித்தம் கூறும் பணியை பார்ப்பனருக்குரிய கடமைகளுள் ஒன்றாகத் தொல்காப்பியம் (கற். 36) குறிப்பிடுகிறது. ஆனால் சங்க இலக்கியத்தில் காணப்படும் கணியன் பூங்குன்றனார், கணிமேதாவியார் போன்ற புலவர்களின் பெயர்கள், பார்ப்பனரல்லாதவர்களும் இத்தொழிலுக்குரியவர்கள் என்பதைக் கூறுகின்றன.

வள்ளுவர்கள் குறித்த முக்கியத்துவத்தைப் புரிந்துகொள்ள சாக்கையர் பற்றி அறிவது இன்றியமையாதது. வள்ளுவ குலத்தவரொடு அரசர்க்கு உட்படு கருமத்தலைவர் அல்லது நிமித்திகராக நிகண்டுகளால் அடையாளம் காட்டப்பெறுவர் சாக்கை எனும் பிரிவினராவர் என்று கண்டோம். ஆனால் இந்த சாக்கையர் என்கிற பெயர் முதன்முதலாக சிலப்பதிகாரத்திலேயே இடம்பெற்றுவிட்டது. இக்காப்பியத்தின் ஒரு பகுதியான நடுகற்காதையில் சேரன்செங்குட்டுவன் கண்டுகளித்த கொட்டிச்சேதம் எனும் கூத்தை நிகழ்த்துபவராக இந்த சாக்கையர் நமக்கு அறிமுகமாகின்றனர். இதை,

> இமையவ னாடிய கொட்டிச் சேதம்
> பார்த்தரு நால்வகை மறையோர் பறையூர்க்
> கூத்தச் சாக்கைய னாடலின் மகிழ்ந்தவ (75-77)

எனும் பாடலடிகள் விளக்கும். இவர்கள் 'கூத்துள்படுவோன்' எனும் பெயர் கொண்டிருந்ததையும் அரசர்க்குரிய வேத்தியற்கூத்தை மட்டும் ஆடும் சிறப்புநிலை பெற்றிருந்தனர் என்பதையும் தேவநேயப்பாவாணர் (2012: 36) எடுத்துரைத்துள்ளார்.

சாக்கையர் பற்றிய சிலப்பதிகாரப் பதிவைக் கல்வெட்டுகளும் உறுதிசெய்கின்றன. அரசாங்கத்தில் இசைத்தலைமையை வகிப்போர் 'சாக்கை மாராயன்' என அழைக்கப்பட்டுள்ளனர்.

இச்சாக்கை குலத்தோர் பிற்காலத்திய அரசர்களாலும் ஆதரிக்கப்பட்டுள்ளனர். சான்றுகளானவை:

1. குமரன் சீகண்டன் எனும் சாக்கையன் திருவாவடுதுறை ஆழ்வாரின் புரட்டாசித் திருவிழாக் காலத்து ஆறங்கம் ஆரியக்கூத்து ஆட நிருத்ய போகம் ஆகிய சாக்கைக் காணி பெற்றது பற்றிப் பரகேசரி இராஜேந்திரசோழன் சாசனம் பதிவுசெய்துள்ளது.

2. ஆலையூர்ச்சாக்கை என்பான் கீழைப்பழூவூர்க் கோயிலில் சாக்கைக் கூத்து மூன்று நடத்தப் பொன்னும் நிலமும் பெற்றான் என்பதை பரகேசரிவர்மன் சாசனம் தெளிவுபடுத்துகின்றது (இராகவையங்கார், மு. 2010: 452-453).

கூத்தரும் கணியருமான இப்பிரிவினர் பெற்றுள்ள சாக்கையர் எனும் பெயரானது சில நேரங்களில் சாக்கியர் என்றும் அறிவுலகில் சற்றே குழப்பத்துடனே பயன்படுத்தப்பட்டு வருகின்றது. ஆகவே இது குறித்து தெளிவுபடுத்துவது நம்முடைய கடமையாகும். சாக்கையர், சாக்கியர் எனும் இருவேறு பெயர்ச்சொற்களையும் ஒன்றேபோல் பயன்படுத்தும் முறையை அயோத்திதாசரின் எழுத்துக்களிலேயே அதிகம் காணமுடிகின்றது. வள்ளுவர், பௌத்தம் போன்றவை பற்றிய அவருடைய விவாதங்களில் இத்தன்மை தெளிவாகக் காணக்கிடைக்கின்றது. ஒரு சிறிய சான்றினை இவ்விடத்தில் எடுத்துக்காட்டலாம்.

> இத்தகைய கன்மகுருக்கள் வடநாட்டில் பிரபலமாயிருந்ததை புத்தபிரான் பிறந்த வம்மிசவரிசையோர் பெயராலும், வடநாட்டிலுள்ள சாக்கையர் தோப்பின் பெயராலும் தெரிந்து கொள்வதுடன், தென்னாடு திருவனந்தபுறச்சார்பில் வள்ளுவர்நாடென்று வழங்கும் நாட்டின் பெயராலும் தெரிந்துகொள்ளலாம். (அயோத். I 2011: 117)

இப்பகுதியில் சாக்கையர் எனும் பெயரினை அவர் புத்தரின் குலப்பெயராகக் குறிப்பிட்டுள்ளார். அயோத்திதாசர் எழுத்துக்களில் மட்டுமின்றி 19ஆம் நூற்றாண்டில் ஒடுக்கப்பட்டோரால் நடத்தப்பட்ட பல பௌத்த சங்கங்களும் சாக்கை எனும் பெயரை முன்னொட்டாகக் கொண்டிருந்தன என்பது குறிப்பிடத்தக்கதாகும். இதேபோன்று தமிழ்ப்பேரகராதியும் இந்த இருவேறு பெயர்களை இணையானவையாகக் காட்டியிருக்கின்றது. ஆனால் இவ்வாறு காட்டுவதற்கான எந்தச் சான்றையும் அது வழங்கவில்லை. எனவே இந்தப்பெயர் குழப்பத்தை மேலாய்வு செய்ய வேண்டியுள்ளது.

புத்தர் பிறந்த இனக்குழுவின் பெயர், 'சாக்கிய குலம்' என்பதை இந்திய வரலாற்றாசிரியர்கள் பலரும் பதிவுசெய்திருக்கின்றனர். இதை உறுதிசெய்யும் விதமாக தமிழிலக்கிய நூல்களில் புத்தமதத்தினர் சாக்கியர் என்றே குறிப்பிடப்பட்டுள்ளனர். இதை 'சாக்கியப்பட்டும் சமணுஉரு ஆகி' (ஞான.1: 116: 9), 'செய்தவத்தவர் மிகு தேரர்கள் சாக்கியர்' (ஞான.1: 2:10) எனும் பாடலடிகள் கொண்டு அறிந்துகொள்ளலாம். இதேபோன்று சைவசமயத்தின் 63 நாயன்மார்களில் ஒருவர் பெயர், 'சாக்கிய நாயனார்' என்றே குறிப்பிடப்படுகிறது. இவர் முதலில் பௌத்தராக இருந்து, சைவராக மாறியதாக *திருத்தொண்டத்தொகை* எடுத்துரைக்கிறது. இவரின் பெயரை 'மறவாது கல்லெறிந்த சாக்கியர்க்கும் அடியேன்' (6) என்றே இந்நூல் குறிப்பிடுவதைக் காணலாம். கல்வெட்டிலும் புத்தசமயத்தவரின் இருப்பிடம் 'சாக்கியப்பள்ளி' என்றே குறிப்பிடப்பட்டுள்ளது. இதை, 'குழலூர்ச் சாக்கியப் பள்ளி எல்லைக் கரையே கிழக்கு' (*TASSI*, 1958-59, P.84) எனும் தொடர்கொண்டு அறியலாம்.

இதுவரைக் கண்டவற்றைவிட தமிழ் நிகண்டுகளில் இப்பெயர்களின் பொருளானது தெளிவாக வேறுபடுத்திக் காட்டப்பட்டுள்ளது. *திவாகர நிகண்டு* புத்த சமயத்தவரின் பெயர்களாக,

> புத்தர், சாக்கியர், தேரர், பௌத்தர்,
> (வைத்த) சீவகரும் (அத்தவத்தோரே) (2: 5)

என்பவற்றைக் காட்டுகிறது. இதே நிகண்டுதான் (2: 29) அரசரின் உள்படுகருமத் தலைவராக சாக்கை எனும் பெயரையும் சுட்டியுள்ளது. இவ்வாறு ஓரேநூலில் சாக்கையர், சாக்கியர் எனும் சொற்கள் வெவ்வேறு பொருளில் பயன்படுத்தப்பட்டுள்ளதன்வழி இவ்விரண்டு பெயர்களும் ஒன்றானவையல்ல என்பதை உறுதிசெய்யலாம். தமிழ்நூல்களில் குறிப்பிடப்பட்டுள்ள இந்த கூத்தர் பிரிவினர், சாக்கையர் என்னும் பெயராலேயே இன்றும் கேரளத்தில் அழைக்கப்பட்டு வருகின்றனர் என்பது குறிப்பிடத்தக்கது. இதுமட்டுமன்றி புத்தசமயத்தவரை சாக்கை எனும் பெயர்கொண்டு எந்தவொரு நூலும் குறிப்பிட்டுள்ளதற்கான சான்றுகளைக் காணமுடியவில்லை. எனவே சாக்கையர், சாக்கியர் எனும் பெயர்கள் கொண்டிருக்கும் ஒலிப்பு முறையிலுள்ள சிறுஒப்புமையை வைத்தே இவ்விருவரும் ஓரேபிரிவினராகக் கருதப்பட்டு வந்துள்ளனர்.

இவை ஒருபுறமிருக்க, சாக்கையருக்கும் வள்ளுவருக்கும் இடையே சில ஒத்த தன்மைகளும் காணக்கிடைக்கின்றன. சிலப்பதிகாரத்தில் இவ்விருவரும் கலைமரபினராகவே (இசைக்கருவி வாசிப்போன், கூத்தர்) காட்டப்பட்டுள்ளனர். ஆனால், இவர்களின் இக்கலை வெளிப்பாடானது அரசருக்குப் பயன்படும் வகையில் மட்டுமே இருந்திருக்கிறது. இதேபோன்று நிகண்டுகளும் சாக்கையர், வள்ளுவர் ஆகியோர் அரசரின் கருமத்தலைவராக அல்லது நிமித்திகராகச் செயல்பட்டுள்ளதாகவே குறிப்பிடுகின்றன. ஆகவே இவ்விருவரும் சமூக உயர்நிலையைப் பெற்றவர்களாக இருந்துள்ளது தெளிவாகின்றது. இப்பொழுது மீண்டும் வள்ளுவர்கள் மீது நமது பார்வையைத் திருப்ப இருக்கின்றோம்.

தமிழிலக்கிய நூல்களில் காட்டப்படுகின்ற வள்ளுவர் பற்றிய சித்திரங்களையே இதுவரை பார்த்துவந்தோம். இவற்றை மட்டுமே கணக்கில்கொண்டு வள்ளுவர்களை வெறும் இலக்கியப் பாத்திரங்களாக யாரும் கருதிவிடக்கூடாது. ஏனெனில் இலக்கியத் தரவுகள் கூறுகின்ற இவர்கள் பற்றிய செய்திகளை உறுதிசெய்யும்படியான வேறுபல புறச்சான்றுகளும் இருக்கின்றன. 'ஶ்ரீசோகிரத்துப் பருடையாரும்.. இயாய சேகரராயின வள்ளுவரும் கூடிச்செய்த கச்சமாவது' (*SII.Vol.V, No. 776*) எனும் சாசனத்தொடர் வள்ளுவர் அரச காரியங்களில் ஈடுபட்டதை எடுத்துரைக்கின்றது (இராகவையங்கார், மு. 2010: 208). 12ஆம் நூற்றாண்டுக் கல்வெட்டொன்று, வள்ளுவப்பாடி நாடென ஐயாற்றுப்படுகை கண்ணனூரைக் குறிப்பிடுகிறது. இதுதான் புகழேந்திப் புலவரைப் போற்றிப்பேணிய சந்திரன் சுவர்க்கியின் மள்ளுவநாடு என்று சதாசிவப் பண்டாரத்தார் தெளிவுபடுத்துகிறார் (அருணாசலம், மு. 2005: 23). இதேபோன்று கேரளாவிலுள்ள பொறைநாட்டின் ஒருபகுதியாக வள்ளுவநாடு இருந்துள்ளதை ஔவை துரைசாமிபிள்ளை (2002: 222) எடுத்துக்காட்டுகின்றார். இவற்றின்மூலமும் வள்ளுவகுலத்தினர் அரசியல்நிலையிலும் சமூகநிலையிலும் பெற்றிருந்த செல்வாக்கை முழுவதுமாக உணரலாம்.

இதுவரை வள்ளுவர் பற்றி விவாதித்த கருத்துகளை இவ்விடத்தில் ஒருங்கே தொகுத்து நோக்கலாம். வள்ளுவன் எனும் பெயரை சங்ககாலத்திய குறுநில மன்னனாகப் புறநானூற்றின் சில

பாடல்கள் பதிவுசெய்துள்ளன. அவனுடைய பெயர் நாஞ்சில் வள்ளுவன் ஆகும். இதிலுள்ள வள்ளுவன் எனும் பெயர் சமண சமயத்துக்குரியதாகக் காணச் சான்றுகளில்லை. ஆனால் திருவள்ளுவர் இயற்றிய பிற்சங்ககால நூலான திருக்குறளானது சமணத்தின் தாக்கத்தையே அதிகம் பெற்றிருக்கிறது. இதன்காரணமாகவே வள்ளுவகுலம் பற்றிய கதைகளில் திருவள்ளுவர் இடம்பெறுகின்றார் என்பதைப் பிந்தைய பகுதிகளில் விளக்க இருக்கிறோம். *சிலப்பதிகாரம்*, *சீவகசிந்தாமணி*, *பெருங்கதை* போன்ற சமணம் சார்புடைய காப்பியங்களில் வள்ளுவர்கள் யானை மீதேறி முரசறைந்து அரசனின் செய்தியை அறிவிப்பவர்களாகவும் நிமித்திகர்களாகவும் காட்டப்பட்டுள்ளனர். திவாகர நிகண்டும் வள்ளுவர் என்பவரை அரசரின் உள்படு கருமத்தலைவர்களில் ஒருவராகக் காட்டுகிறது. இந்நூலின் ஆசிரியர் சமணம் சார்ந்தவர் என்பது நோக்குதற்குரியது. அவ்வாறெனில் வள்ளுவர் பற்றிய வரலாற்றுத் தடயங்களைக் கொண்டிருக்கும் *சிலப்பதிகாரம்*, *சீவகசிந்தாமணி*, *பெருங்கதை*, *திவாகரம்* போன்ற பெரும்பான்மையான பண்டைத்தமிழ் நூல்கள் அனைத்தும் சமணப்பின்புலம் உடையவை என்பது தெளிவுபடும்.[9]

நாம் கண்டவகையில் சமூக, அரசியல் தளங்களில் பெரும்செல்வாக்கையும் தனித்துவமான பண்பாட்டுப் பின்புலத்தையும் வள்ளுவர்கள் பெற்றிருந்தது ஐயத்திற்கு இடமின்றி நிரூபணமாகிறது. அவ்வாறென்றால் இத்தகைய சமூகக்குழு எக்காலக்கட்டத்தில் சமூகத்தின் கீழடுக்குக்குத் தள்ளப்பட்டது என்பதை ஆராய்வது அவசியம். அதாவது வள்ளுவ முதுமகனாக இருந்த இவர்கள் எப்போது வள்ளுவப்பறையர் எனும் பெயருடையவர்களாக மாறினர் என்பதே இவ்வினாவின் பொருளாகும். இவற்றைக் கண்டறிய நாம் சோழர்களின் பிந்தைய காலகட்டத்திற்குள்தான் செல்ல வேண்டியதிருக்கிறது.

இப்பரப்பு பற்றிய விவாதத்தின் தொடக்கத்தில் பண்டைய தமிழ்ச்சமூகத்தின் சாதியற்ற தன்மையையும் அதில் 'பறையர்' என்பவர் பாணர் குடிகளுள் ஒரு பிரிவினராகவே விளங்கினர் என்பதையும் தெளிவாக விளக்கி இருந்தோம். அவர்களின் இந்த சமூக அடையாளமும் சமூகப் படிநிலையும் மாற்றப்பட்டது பிற்காலத்தில்தான் என்பது வரலாறு காட்டும் உண்மையாகும். புறநானூற்றுப் பாடலில் (335) முல்லைநிலக் குடிகளாகக் காணப்படும் பறையர் உள்ளிட்ட நான்கு பிரிவுகளும் முதலில்

தொழில்வழி உருவானவையாக இருந்தன. ஆனால், சோழப் பெருவேந்தர் காலச் சமுதாயத்தில் இவை பிறப்பின் அடிப்படையில் உருவான சாதிகளாகிவிட்டன (அனுமந்தன், கி.ர. & திருமாவளவன், கோ. ஆண்டு இல்லை : 33). முதலாம் ராஜராஜன் காலத்திய (10ஆம் நூற்றாண்டு) கல்வெட்டுக்களில்தான் தீண்டாச்சேரி எனும் சொல் பயன்பாட்டை முதன்முதலில் காணமுடிகிறது. பெரும்பான்மையான கல்வெட்டுக்களில் பறைச்சேரி பற்றிய குறிப்புகள் இருந்தாலும், தீண்டாச்சேரி பற்றி மிகக்குறைந்த குறிப்புகளே காணப்படுகின்றன. இவற்றிலிருந்து தீண்டாதார் யார் என்பது பற்றித் தெளிவாகத் தெரியவில்லை. சற்று பிற்காலத்தியதான திருவொத்தூர் கல்வெட்டுதான் (13ஆம் நூற்றாண்டு) சாதிப்படிநிலையில் தலை முதல் கடை வைத்தெண்ணுதலைச் செய்துள்ளது. குறிப்பாக ‘பறையர்’ சமூகமதிப்பு கடைநிலைக்கு அருகில் உள்ளதையும் அக்கல்வெட்டு காட்டுகின்றது. மேற்காணும் கல்வெட்டுகளில் உழப்பறையர், தறிப்பறையர், குதிரைக்குப் புல்லு பறிக்கிற பறையர், கைவினைப்பறையர் போன்ற பல்வேறு தொழிற்பிரிவுகள் காட்டப்பட்டுள்ளன. அதேபோல் பறையர்கள் அடிமைகளாக்கப்பட்டு வாங்கவும் விற்கவும்பட்டனர் எனும் செய்தியும் அவற்றில் பதிவுசெய்யப்பட்டுள்ளது (கராஷிமா, நொபுரு. & சுப்பராயலு, எ. 2017: 1-13).

இவ்வாறாக சங்ககாலத்தில் இசைக்குடியினராக இருந்த பறையர்கள், பிற்கால சோழர் ஆட்சியில் பல்வேறு தொழில்கள் செய்யும் அடித்தட்டுச் சாதிப் பிரிவுகளாக மாற்றப்பட்டுவிட்டனர் என்பது தெரியவருகின்றது. இதற்குப்பிந்தைய காலக்கட்டங்களில் சாதி அடுக்கின் கொடூரமிக்க அழுத்தத்தால் இவர்கள் மேலும் ஒடுக்கவும் சுரண்டவும்பட்டனர் என்பதை வரலாற்று அறிஞர்கள் பலர் விரிவாக விளக்கியுள்ளனர். இத்தகைய சமூக அசைவியக்கங்கள் நிகழ்ந்த இதே காலகட்டத்தில்தான் வள்ளுவர்களும் பறையர் எனும் சாதியின் உட்பிரிவுகளுள் ஒன்றாக நுழைக்கப்பட்டு விட்டனர் என்பது கவனத்தில் கொள்ளவேண்டிய செய்தியாகும். இப்படி புதியதான சமூக அடையாளத்தைப் பெற்றுவிட்ட ஒரு வள்ளுவப்பறையன் பற்றி சோழர்கால ஆவணமொன்று பதிவுசெய்திருக்கிறது.

> ஒருசில பறையர்கள் வீரமிக்க செயல்களைப் புரிந்து அழியாப் புகழ் பெற்றனர். கக்காலூர் என்ற கிராமத்தைச் சேர்ந்த கலிவீரிய முத்தரையன் எனும் வள்ளுவப்பறையன் அவ்வூர்ப்பஞ்சாயத்து

வாரியப் பெருமக்களைத் திருடர்களின் கொலைக்கரங்களிலிருந்து காப்பாற்றியதாயும், அப்படி காப்பாற்றியபோது உயிரை இழந்ததாயும், அதனால் மனம் வருந்திய பெருமக்கள் அவனது நினைவாக நடுகல் எடுத்ததாயும், அவனது மகனுக்குக் காளிப்பட்டி எனும் கிராமத்தை மானியமாக வழங்கியதாயும் ஒரு கல்வெட்டு கூறுகிறது. (அனுமந்தன், கி.ர. & திருமாவளவன், கோ. ஆண்டு இல்லை: 34-35)

மேலேயுள்ள பகுதியானது வள்ளுவராக இருந்தவர்கள், வள்ளுவப்பறையராகிவிட்ட வரலாற்று மெய்மையை நமக்கு உணர்த்துகின்றது. இந்த வள்ளுவர்களே பழந்தமிழ் இலக்கியங்களில் யானையேறி முரசறைபவர்களாகவும் நிமித்திகர்களாகவும் காட்டப்பட்டுள்ளனர் என்று தக்கசான்றுகளுடன் முன்னரே விளக்கியுள்ளோம். ஆனால் இந்த முரசறையும் தொழிலை அடிப்படையாகக் கொண்டே இவர்கள் பறையர் சாதியின் உட்பிரிவுகளுள் ஒன்றாக 'வள்ளுவப் பறையர்' என்ற அடையாளத்திற்குள் திணிக்கப்பட்டிருப்பர்களோ என எண்ணத்தோன்றுகிறது. ஏனென்றால் பறையர் பற்றிய விவரணைகளில் 'யானை ஏறும் பெரும்பறையன்' எனும் சித்திரம் அழுத்தமாக இடம்பெற்றுக்கொண்டே இருக்கிறது என்பதை நாம் மறந்துவிடக்கூடாது. அபிதான சிந்தாமணி (2002) கூறும் 'திருவாரூர் தேர்த்திருவிழாவில் யானை மீதேறி கவரிவீசிச் செல்லும் பெரும்பறையன்' எனும் குறிப்பும் எட்கர் தர்ஸ்டன் (2003) எடுத்துரைக்கும் 'வெள்ளை யானையின்மீது அமர்ந்து பறையரின் வெற்றியினை வீரசாம்பவான் ஊரறிய முரசடிப்பான்' எனும் குறிப்பும் இதற்கான சான்றுகள். எனவே இவ்வாறான பதிவுகளில் காணப்படும் யானை, முரசு, பெரும்பறையன் எனும் குறியீடுகள் வள்ளுவருக்கே உரித்தானவை என்பது புலனாகும். அத்துடன் கர்நாடகத்திலும் தமிழகத்திலும் முரசுப் பறையர் எனும் பெயருடைய பிரிவினர் இருப்பதையும் இவ்விடத்தில் ஒப்பிட்டு நோக்கலாம்.

மேலேகண்ட வரலாற்றுச் சித்திரங்களே பிராமணர் X பறையர் இடையேயான விரோதத்தைப் புரிந்துகொள்ள உதவுகின்றன. அதாவது பிராமணர்களுக்கு இணையான சமூகத்தகுதியைப் பெற்றிருந்த ஒரே பறையர் பிரிவினர், வள்ளுவர்களே என்பதையும் இத்துடன் இவர்கள் சமணப்பின்புலம் கொண்டிருந்தவர்கள் என்பதையும் விளக்கியிருக்கிறோம். ஆகவே அவைதிக சமயத்தினர்

மீது பிராமணர்கள் கொண்டிருந்த வெறுப்பு பற்றிய செய்தியை இவ்விடத்தில் மீண்டும் நினைவுகூர வேண்டியுள்ளது.

அக்காலத்திலிருந்த அவைதீக சமயத்தவர்களுக்கு எதிராக இந்துக்கள் மனதில் பெரும் வெறுப்பும் பகையும் குடிகொண்டிருந்தன என்பதற்கும் இந்த நச்சை அவர்கள் மனதில் ஊட்டியவர்கள் பிராமணர்கள்தான் என்பதற்குமான சான்றுகளை முற்பகுதியில் பார்த்தோம். இதற்கு ஒப்பான, அதேவேளையில் தலைகீழான சித்திரம் ஒன்றை வலங்கை சரித்திரம் நமக்குக் காட்டுகின்றது.

> *பிராமணாளுக்கும் இவர்களுக்கும் எப்போதும் பகை. இது அவர்களுடைய தயாதி அல்லது பங்காளி வியாச்சியத்தினாலே யுண்டாச்சுது. பிராமணாள் எப்போதும் வள்ளுவச் சாதியாரையும் ...(பறையரையும்) பகைக்கிறது. இவர்களுடைய நிழல் முதலாய் தங்கள் பேரிலேபட்டால் மகாதோஷமென்று ஒதுங்கித்திரிகிறது. இதற்கெதிரியாக வள்ளுவர் ...(பிராமண) னைக்கண்டால் மகாதோஷமென்று எல்லோருக்கும் போதிவித்திருக்கிறார்கள். (1995: 47)*

மேலேகாணும் இரண்டு வேறுபட்ட விளக்கங்களும் இவ்விவாதம் பற்றிய ஒரு உறுதியான முடிவினை நோக்கித் தள்ளுகின்றன. அதாவது சாதி இந்துக்கள் அவைதீக மரபினரை வெறுப்பதும் அடித்தட்டு சாதியினர் பிராமணரை வெறுப்பதும் தன்னியல்பாக நடந்த நிகழ்ச்சிகளல்ல என்பதைத் தெரிந்துகொள்கிறோம். ஏனென்றால் சாதி இந்துக்களுக்குப் பிராமணர் புரோகிதராவார். அதேபோல் அடித்தட்டுச் சாதியினருக்கு வள்ளுவரே புரோகிதராக இருக்கின்றார். ஆகவே இவ்விரு புரோகிதக் குழுவினரே உண்மையான பகையாளிகள் எனும் உண்மை இங்கே வெளிப்படுவதைப் பார்க்கலாம். இதுமட்டுமின்றி பிராமணர், வள்ளுவர் ஆகியோருக்கிடையே உண்டான பரஸ்பர பகையுணர்ச்சியையே தங்களைச் சார்ந்திருக்கிற சமூகக் குழுக்களுக்கு கடத்தியிருக்கின்றனர் என்பதும் இதன்வழி உறுதியாகின்றது.[10] அவ்வாறென்றால் இந்தப் பகைக்கான வேர்மூலம் குறிப்பிட்டதொரு வரலாற்று காலகட்டத்தில்தான் மறைந்திருக்கிறது என யூகிக்கமுடியும். அதேநேரம் இது ஒரே சமயக் கட்டமைப்பிற்குள் நிகழ்ந்த மோதலாக இருந்திருக்க முடியாது என்பதற்கும் வைதீகம், சமணம் ஆகியவை தொடர்பான முரணிலிருந்து எழுந்திருக்கிறது என்பதற்கும் சில சான்றுகள் இருக்கின்றன. இதன் முதல் தொடக்கமாக சங்க இலக்கியமே

தென்படுகின்றது. அதில் பிராமணர்கள், சமணர்கள் ஆகிய இருவரைப் பற்றியும் விவரணைகள் காணப்படுகின்றன.

சங்க இலக்கியத்தில் பிராமணர்கள் பல்வேறு தமிழ்ப்பெயர்களைக் கொண்டே குறிப்பிடப்பட்டுள்ளனர். இவர்கள் வண்டுகள் ரீங்காரம் செய்வது போல் வேதம் பாடினர் (மது. 655,656); ஓதல், வேட்டல் உள்ளிட்ட ஆறு தொழில்களை உடையவர்கள் (பதிற். 24); அந்திவேளையில் தீ வளர்த்து அருங்கடன் புரிவர் (குறிஞ். 225; புறம். 2); நெய் பெய்து நறும்புகை கமழ வேள்விகள் நடத்துவர் (புறம். 15,224; பட்டி. 54,55) போன்ற செய்திகள் பல்வேறு பாடல்களில் பதிவாகியுள்ளன. இவற்றின்வழியாக சங்க கால பிராமணர்கள் வேதம் ஓதுவதையும் வேள்வி செய்வதையும் தொழிலாக உடையவர்கள் என்பதை அறியலாம். இதை உறுதிப்படுத்துவது போன்று, பிராமணர்களுக்கும் கோயில், உருவ வழிபாடுகளுக்கும் தொடர்பு இருப்பதாக எந்த ஒரு சங்கப்பாடலும் குறிப்பிடவில்லை எனும் செய்தியை தொ.பரமசிவன் (2013: 179) சுட்டிக்காட்டுகின்றார்.

இந்நிலைக்கு மாறாக சமணர்கள் கோயில் வழிபாட்டை உடையவர்களாக இருந்ததை *மதுரைக்காஞ்சி* காட்டுகின்றது. ‘அருகதேவன் கோவில் குளிர்ந்த தண்ணிழல் உடையது. அச்சுவர்களில் ஓவியங்கள் வரையப்பட்டிருந்தன. அவை கண்பார்வைக்கும் எட்டாது மேலே உயர்ந்திருந்தன. அச்சுவர்கள் குன்று பல திரண்டுள்ளதைப்போல தோன்றுகின்றன. அக்கோயிலுள் பூவும் புகையும் ஏந்தி, சமணரில் விரதம்காக்கும் இல்லறத்தாராகிய சாவகர் வணங்குகின்றனர். முக்காலங்களையும் உணர்ந்து உலகத்தார்க்குச் சொல்லுகின்ற ஆற்றலைப் பெற சமணமுனிவர் நோற்கின்றனர்’ (475 - 488).

ஒட்டுமொத்தத்தில் அக்காலத்திய பிராமணர்கள் என்போர் கோயில் வழிபாட்டோடு தொடர்பற்ற வேள்விவழிபாட்டினர் என்பதையும் சமணர்கள் பூவும் புகையும் ஏந்தி பூசை செய்கின்ற கோயில் வழிபாட்டு முறையைக் கைக்கொண்டவர்கள் என்பதையும் இதுவரைக் கண்ட சான்றுகள் விளக்கியுரைக்கின்றன. அத்துடன் சமணசமயம் வைதீக வேள்வி மரபிற்கு எதிராக எழுந்த இயக்கமெனும் எனும் செய்தியும் இங்கே மனங்கொள்ளத்தக்கதாகும். மேலேகாட்டப்பட்டிருக்கும் பாடலில்காணும் முக்காலங்களையும் உணர்ந்து உலகத்தவர்க்குச் சொல்ல முயலும் சமண நோன்பிகள் ஏன் வள்ளுவர் எனும் காலக்கணியர்களாக இருக்கக்கூடாது என்ற

யூகம் தோன்றுவதைத் தவிர்க்கமுடியவில்லை. இதுவொருபுறமிருக்க இவ்விவாதத்தில் கோயில் என்ற பண்பாட்டுக்களம் முக்கிய இடம்பிடித்துள்ளது என்பதால் அது பற்றிய கருத்துக்களைத் தொகுத்தாராய வேண்டுவது முக்கியமாகும்.

சங்ககாலத் திணைக்குடிகளின் வாழ்வில் கோயில் என்ற தனிஅமைப்போ, அவற்றுக்குச் சாதி அடையாளத்துடன் கூடிய புரோகித வகுப்போ இல்லை என்ற நிலையைப் பற்பல பாடல்களும் காட்டுகின்றன. அத்துடன் வேலன் வெறியாடல், ஆய்ச்சியர் குரவை, குன்றக்குரவை, சாலினி வாக்குரைத்தல் போன்ற தொல்நிலை வடிவிலான வழிபாட்டுச் சடங்குகளையே பழந்தமிழ் இலக்கியங்கள் பதிவுசெய்துள்ளன. இவற்றை நடத்தும் பூசாரிகள் தனியொரு அதிகாரம் பெற்ற குழுவாக இல்லை என்பதையும் அவர்கள் அந்நிலத்து மக்களுள் ஒன்றுகலந்தவராகவே இருந்துள்ளனர் என்பதையும் அவற்றின்வழியே அறிகின்றோம். 'கோயில்' என்ற சொல்லும் அரசனின் அரண்மனையை முதலில் அடையாளப்படுத்தியது என்பதும் பிற்காலத்திலேயே அது தனியான வழிபடும் இடத்தைக் குறித்துநின்றது என்பதும் உண்மையாகும் (புறம். 378; பட்டின. 36).

கோயில் என்பது கோட்டம் எனும் சொல்லால் அழைக்கப்பட்டது (புறம். 299; கலி. 82). தொடக்கத்தில் இத்தகைய வழிபாட்டிடங்கள் மண், சுட்ட செங்கற்கள், மரம் போன்றவற்றால் கட்டப்பட்ட எளிய கட்டுமானங்களாகவே இருந்துள்ளன. பல்லவர் காலத்தில்தான் உறுதியான பாறைகளில் குடைவரைக் கோயில்கள், தேர்க் கோயில்கள், கட்டுமானக் கோயில்கள் போன்றவை உருவாக்கப்பட்டன. இந்தக் கட்டடக்கலையின் உருமாற்றம் குறித்த வரலாற்றுச் சாட்சியத்தை பல்லவமன்னன் மகேந்திரவர்மன் (கி. பி.7ஆம் நூற்றாண்டு) செய்வித்த மண்டகப்பட்டு கல்வெட்டு கூறுகின்றது (சோமசுந்தரம்பிள்ளை, ஜே.எம். 1964: 5-7). பல்லவர்களுடைய காலத்தில் கோயில்கள் தோற்றுவிக்கப்பட்டிருந்தாலும் அவை நெடிதுயர்ந்த கோபுரங்களையோ பெரும் வளாக அமைப்பையோ கொண்டிருக்கவில்லை. இதற்குப் பின்பான சோழர்கள், பாண்டியர்கள், அதியர், போசளர், நாயக்கர்கள் போன்றோருடைய ஆட்சிக்காலங்களில்தான் தற்காலத்தில் நாம் காணுகின்ற பெரும்கட்டுமான அமைப்புடையனவாக ஆகமக் கோயில்கள் உருவாகின (குடவாயில் பாலசுப்ரமணியன் 2005: 1-7).

இக்கோயில்களில் பணிபுரிந்த பூசகர்கள் யார் என்பது பற்றி ஆய்வுலகில் பல்வேறுவிதமான கருத்துக்கள் நிலவிவருகின்றன. இதுகுறித்த மேலதிக ஆய்வு வேண்டியுள்ளது. அதற்குமுன்பாக தமிழில் வழங்கும் பிராமணருக்கு இணையான பெயர்கள் பற்றி விவாதிப்பது பயனுடையதாகும்.

ஆரியரின் நால்வருண அமைப்பில் தலைமையாக விளங்கும் பிரிவினரின் பெயரே பிராமணர்கள் என்று சமற்கிருத மொழியிலுள்ள சமய, நீதி நூல்கள் பலவும் குறிப்பிடுகின்றன. தன்னளவில் பிராமணர் எனும் பெயர்சொல் ஒரு குறிப்பிட்ட வருணப்பிரிவை அழைப்பதற்குரியது. என்றாலும் நடைமுறையில் அது சாதிப்பிரிவைக் குறிக்கின்ற சொல்லாகவும் இன்று பயன்படுத்தப்பட்டு வருகிறது. இந்த பெயர் நம் தமிழ்மொழியின் செவ்விலக்கியங்களில் எதிலும் இல்லை என்பது கவனிக்கத்தக்கது. தென்னகத்துக்குப் புதிதாக குடியேற்றம் செய்த புரோகிதத்தொழில் செய்யும் இப்பிரிவினரைக் குறிப்பவையாக பார்ப்பனர், அந்தணர், நான்மறை முதல்வர், நான்மறை முனிவர் போன்ற சொற்கள் சங்க இலக்கியங்களில் பயன்படுத்தப்பட்டிருக்கின்றன (*புறம். 6,93,126,362; ஐங். 387; பதிற். 24; கலி. 5*). இவற்றுக்குப் பிற்பட்டதான பக்தி இலக்கிய நூல்களில் வேதியர் எனும் பெயரால் இவர்கள் சுட்டப்பட்டுள்ளனர். இதற்கு நால்வர் தேவாரம், பெரியபுராணம், திருமந்திரம் போன்றவை சான்று பகர்கின்றன. நம்முடைய விவாதத்தின் ஒருமைகருதி இக்குறிப்பிட்ட சொற்களுள் பார்ப்பனர், அந்தணர் எனும் இரண்டை மட்டுமே குவியப்படுத்திக் காட்ட இருக்கிறோம்.

பார்ப்பனர் எனும் சொல்பற்றி முதலில் நோக்குவோம். தொல்காப்பியத்தின் மரபியல் கூறும் இளமைப்பொருள் குறித்த பெயர்களுள் ஒன்றாக பார்ப்பு எனும் சொல் காணப்படுகின்றது. இதை,

> பார்ப்பும் பறழும் குட்டியும் குருளையும்...
> ஒன்பதும் குழவியொடு இளமைப் பெயரே *(1)*

எனும் நூற்பாவழி அறியலாம். இதற்கேற்ப இலக்கியங்கள், நிகண்டுகள் போன்றவையும் பறவை, ஊர்வன, விலங்கு ஆகியவற்றின் சிறுபருவத்தினைக் குறிப்பதாகவே இந்த பார்ப்பு எனும் சொல்லைப் பயன்படுத்தியுள்ளன. இக்குறிப்பிட்ட சொல்லை வைத்தே ஒரு சமூகக்குழுவினரையும் தொல்காப்பியர் குறிப்பிடுகின்றார். இதை,

காமநிலை யுரைத்தலும் தேர்தல்நிலை யுரைத்தலும்...
அன்னவை பிறவும் பார்ப்புக் குரிய (கற். 36)

எனும் நூற்பா விளக்கிநிற்கிறது. இதே குழுவினரை அவர் அந்தணர் எனும் பெயர்கொண்டும் சுட்டியுள்ளார் (மர. 7,68,80). இந்நூற்பாக்களை உற்று நோக்கினால் தூது செல்லல், அறிவுரை பகர்தல், நிமித்தம் கூறல், மறை ஓதல் போன்றவையே பார்ப்பனரின் பணிகளாக இருப்பதைக் கண்டுணரலாம். மற்றொருபுறம் சங்க இலக்கியங்கள் காட்டுவது போன்றே கோயில், உருவ வழிபாடு என்பவற்றோடு தொடர்பற்றவர்களாக ஆரியப்பார்ப்பனர் இருந்துள்ளனர் என்பதைத் தொல்காப்பியமும் உறுதிப்படுத்துகின்றது. அவ்வாறென்றால் கோயில் வழிபாட்டில் ஈடுபட்ட குழுவினர் யார் என்பதற்கான விடையை நாம் தேடவேண்டியுள்ளது.

பார்ப்பனர், அந்தணர் எனும் இரண்டு சொற்களும் ஒரே பொருளைக் கொண்டிருப்பதுபோல் தோன்றினாலும், இவற்றுக்கிடையே சில நுட்பமான வேறுபாடுகள் இருக்கின்றன. அதாவது பார்ப்பார் என்பது இளையோர் அல்லது புதியவர் எனும் பொருள்பட அமைந்த சொல்லாக உள்ளது. ஆகவே இச்சொல் ஏற்கனவே தமிழகத்தில் இருந்த மண்ணின் மைந்தர்களிடம் வந்துகலந்த ஒரு பிரிவினர் எனும் பொருண்மையைக் கொண்டதாக இருக்கிறது. அத்துடன் அது ஒரு குறிப்பிட்ட சாதிக்குரியது எனும் மாறாத அடையாளத்துடனே இன்றுவரை பயன்படுத்தப்பட்டு வருகின்றது. ஆனால் அந்தணர் எனும் சொல்லை இவ்வாறு கருதஇயலாது. காரணம், பார்ப்பார் என்பதைப் போன்று வேறுபடுத்தும் சொல்லாக அமையாமல் பொதுமையான அடையாளச் சொல்லாகவே இது இருந்துவருகின்றது.[11] மேலும் சாதி, சமய எல்லைகள் கடந்ததாகவும் ஒருவரின் தகுதிநிலை அல்லது மேன்மையை வெளிக்காட்டுவதாகவும் இச்சொல் பயன்படுத்தப்பட்டு வந்துள்ளதற்கு பல சான்றுகள் உள்ளன.

'இமைய வில்வாங்கிய ஈஞ்சடை அந்தணன்' (கலி. 38) எனும் சங்கப்பாடல் அடியானது சைவசமயக் கடவுளான சிவனைக் குறிக்கின்றது. அதேநேரம் திருக்குறளின் கடவுள்வாழ்த்துப் பகுதியில் வரும் 'அறவாழி அந்தணன் தாழ்சேர்ந்தார் கல்லால்' (8) எனும் அடியிலுள்ள அந்தணன் எனும் சொல் அருகக்கடவுளைச் சுட்டுகிறது. ஏனென்றால் அருகனுக்குரிய எண்வகைச் சிறப்புகளில் தருமச்சக்கரமும் (அறவாழி) ஒன்று என்பது காட்டுதற்குரியது.

இதனை 'ஆயற வாழி கொண்டேவென்ற அந்தணனே' (திருநூ. 27), 'அளிசேர் அறவாழி அண்ணல் இவன் என்பர்' (சீவக. 1611), 'ஆதியங் கடவுள் அறவாழி அந்தணன்' (திவா. 1: 11) எனும் தொடர்கள்கொண்டு உறுதிசெய்யலாம். இங்கே எடுத்துக்காட்டப்பட்டவை அனைத்தும் சமணநூல்கள் என்பது கவனத்திற்குரியதாகும். ஆகவே அந்தணன் எனும் சொல் வெவ்வேறு சமயக் கடவுளருக்கும் சிறப்பு அடையாக இருப்பதை உய்த்துணரலாம்.

அந்தணர் எனும் சொல் அடிப்படையில் துறவியற்குரியது என்பதையும் பிற்காலத்தில்தான் அது கடவுளரையும் சுட்டப் பயன்படுத்தப்பட்டது என்பதையும் முன்னரே எடுத்துக்காட்டியுள்ளோம். இருப்பினும் இதைச் சற்றுவிரிவாக விவாதிப்பது அவசியமாகும். திருக்குறளின் நீத்தார் பெருமை எனும் அதிகாரம்,

> அந்தணர் என்போர் அறவோர்மற் றெவ்வுயிர்க்கும்
> செந்தண்மை பூண்டொழுக லான் (30)

என்று அந்தணர் யார் என்பதற்கான வரையறையைத் தருகின்றது. அதாவது எல்லா உயிர்களுக்கும் அருளை மேற்கொண்டு நடக்கும் அறவோரே அந்தணர் ஆவார்கள் என்பதே இதன் பொருள். இதன்படி இந்த அறநெறியில் நடக்கின்ற எந்த சமயம், எந்த குலத்தைச் சேர்ந்த யாரும் அந்தணர் ஆகலாம் என்று இக்குறள் அழுத்தமாக வலியுறுத்துவதை உணர்ந்து கொள்ளலாம். இதை உறுதிசெய்ய வேறுசில சொற்களை ஒப்புமை காட்டி இவ்விடத்தில் விளக்கயிருக்கிறோம். முதலில் 'அடிகள்' என்பதை உதாரணமாக எடுத்துக்கொள்வோம். இது 'தொண்டர்' எனும் பொருளமைந்த சொல்லாக உள்ளது. இதனால் சமணம் (இளங்கோவடிகள், கவுந்தியடிகள்), பௌத்தம் (அறவணடிகள்), சைவம் (அப்பூதி அடிகள், பொன்னம்பல அடிகளார்), வைணவம் (தொண்டரடிப்பொடி), சாக்தம் (பங்காரு அடிகளார்), அய்யாவழி (பாலபிரஜாபதி அடிகளார்) போன்ற பல்வேறு சமயமரபுகளிலும் இந்தச் சொல் பயன்படுத்தப்பெறுவதைத் தெளிவாகப் பார்க்கலாம். இதேபோன்று முனிவர், குரவர், தவசி, ஐயன் போன்ற சொற்களையும் பொதுமையான நிலையிலேயே பயன்படுத்தி வருகின்றோம். அவ்வகையில் அந்தணர் என்னும் பெயரும் இதுவரை எடுத்துக்காட்டிய சொற்களை ஒத்ததாகவே இருக்கின்றது. இன்றும் பொதுநல நோக்கோடு பற்றற்று வாழும் அறிஞர்கள்,

சான்றோர் பெருமக்களை 'அருந்தமிழ் அந்தணர்' என்று பலர் அழைப்பதை இங்கே இணைத்து நோக்கலாம். இவற்றின்வழியாக பார்ப்பார் எனும் சொல்தான் பிராமணர் என்பதற்கு இணையான சொல்லாக இருக்கிறது என்பதைக் கண்டறிந்திருக்கிறோம். அத்துடன் பிராமணர் X பறையர் பகை, ஆகமக்கோயில் வழிபாடு போன்ற நம் ஆய்விற்குரிய தளங்களிலும் பார்ப்பார் எனும் அடையாளமே உள்ளடங்கியிருக்கிறது என்பதையும் நிறுவயிருக்கின்றோம்.

நாம் முன்பே விளக்கியவாறு சங்க இலக்கியத்தில் பார்ப்பனர்கள் இருக்கின்றனர். ஆனால் ஆகமக்கோயில்கள் இல்லை. ஆதலால் இக்காலகட்டத்தில் பண்பாட்டுமுரண் தோன்றியிருக்க சாத்தியம் கிடையாது. ஆகமக்கோயில்கள் பல்லவர் காலத்தில் உருவானவை என்பதால் சற்றே நாம் முன்னகர்ந்து செல்லலாம். பல்லவ மன்னர்களின் ஈடுபாட்டினால் காஞ்சி உள்ளிட்ட பல்வேறு இடங்களில் கோயில்கள் உருவாயின. இவற்றில் தொழிற்பட்ட அர்ச்சகர்களுக்கு நிலதானம் வழங்கப்பட்டது (பிள்ளை, கே.கே. 2009: 248). தமிழக வரலாற்றில் ஆகமக் கோயில்களுக்கென்றே பணிபுரிந்து பூசை செய்கின்ற இந்த பூசகர்களை 'தேவகன்மிகள்' எனப் பல்லவர் கல்வெட்டொன்று பதிவுசெய்துள்ளது.[12] இந்த புதியவகைப் புரோகிதர்கள் யார் என்பதற்கான கேள்விக்கு விடைகாண, ஆகமங்கள் குறித்து விவாதிப்பது கட்டாயமாகும்.

ஆகமம் என்ற சொல் 'பழமையிலிருந்து வந்தது', 'முற்றும் உணர்ந்த பெரியோர்களின் மெய்யுரை' (ஆப்தவசனம்) என்னும் பொருள்களை உடையது. அதேவேளையில் சிவ (மகேஸ்வரம், பாசுபதம்), வைணவ (பாகவதம், சாத்தவதம், பாஞ்சராத்ரம்), சக்தி (தந்திரம்) முதலான வழிபாட்டுநெறிகளை உணர்த்தும் புத்தகங்கள் என்பதே இதன் நடைமுறைப் பொருளாகும். பௌத்த, ஜைனர்களின் சமயக் கருத்துகளும் பழமையே உடையன என்பதால் இவர்களுடையதும் ஆகமங்கள் என்றே அழைக்கப்படுகின்றன. பண்டைய நாட்களில் வைதிக நெறியாளர்களுக்கும் ஆகம நெறியாளர்களுக்கும் இடையில் பெரும்பகை நிலவியது. ஆகம நெறியாளர்கள் கடவுள் பெயரால் பலிகொடுப்பதை வெளிப்படையாகவே கண்டித்தனர். குறிப்பாக, வேதசமயத்தினரின் மாட்டிறைச்சி உண்ணும் வழக்கத்தை எதிர்த்தனர். இதன் எதிரொலி மகாபாரதத்தில் கேட்கின்றது. மற்றொருபுறம் வேதாந்திகள் சைவ, வைணவ சமயங்கள் சார்ந்த கோயில் குருக்களை இழிகுலப்

பிராமணர்கள் என்றே மதித்தனர். பாதராயணர் தம்முடைய சூத்திரங்களில் பாசுபதர், பாஞ்சராத்ரர் ஆகிய இருபிரிவினரையும் வெளிப்படையாகவே பழித்துள்ளார்.

மகாபாரதப் போருக்குப் பின்னர் வேதவழிபாட்டுமுறை தனது செல்வாக்கை இழந்து மெதுவாக மறையத்தொடங்கியது. இப்படியான காலகட்டத்தில்தான் பிராமணசமய ஆசிரியர்கள் தங்கள் கவனத்தைப் பூர்வீகக்குடியினரின் உருவ வழிபாட்டின் பக்கம் திருப்பியிருக்கவேண்டும். ஏனென்றால் பெரும்பான்மை மக்கள் உணர்வுவயமான பக்திநெறியின்பால் பற்றுக்கொண்டிருந்தமையால் பிராமணர்கள் தங்களின் தொழில் ஆதாரத்தைத் தக்கவைப்பது அவசியமாயிற்று. ஆகவே இப்பிரிவினர் விஷ்ணுவின் பல்வேறு அவதாரங்களுக்கும் சிவனின் எண்ணற்ற திருவிளையாடல்களுக்கும் உருவம் கொடுத்து வளர்த்தனர். அத்துடன் 108 வைஷ்ணவ ஆகமங்களையும் 28 சைவ ஆகமங்களையும் அவர்கள் இயற்றினர். சக்தி வழிபாட்டிற்கான 77 ஆகமங்களும் பிற்காலத்தே வளர்ச்சிபெற்றன. சில நூற்றாண்டுகளின் இடைவெளியில் வேதாந்தநெறியும் ஆகமநெறியும் சிறிதுசிறிதாக ஒன்றையொன்று ஈர்க்கத்தொடங்கின. கி.பி.5, 6ஆம் நூற்றாண்டுகளில் இந்த ஆகம வழிபாட்டுநெறி தென்னிந்தியாவிலேயே முதலில் கால்கொண்டது. பின்னர் வடஇந்தியாவிற்கும் பரவிச்சென்று தற்போது இருந்துவரும் இந்துசமயமாகவும் மாற்றமடைந்துவிட்டது (சீனிவாச அய்யங்கார், பி.டி. 1989: 175-190).

மேற்கண்ட விளக்கங்களுள் நாம் கவனிக்க வேண்டியவை, ஆகமங்கள் முதலில் தென்னிந்தியாவில்தான் கால்கொண்டிருந்தன என்பதும் வைதீக பிராமணர்கள் பின்னாளில் ஆகம வழிபாட்டினராக மாறிவிட்டனர் என்பதும் ஆகும். இவற்றில் முதல்கருத்தோடு நாம் முரண்படுவதற்கு ஏதுமில்லை. ஆனால் இரண்டாவது கருத்து விவாதத்திற்குரியது. ஏனெனில் தமிழறிஞர்கள் பலரும் ஆகமங்கள் அனைத்தும் தமிழர்களால் இயற்றப்பட்டன என வாதிடுகின்றனர். கா.சு.பிள்ளை (1940: 101) பூசனை என்பது தமிழர் மரபிற்குரியதாகும் என்பார். மேலும் பழந்தமிழ்நாட்டில் அகத்தியர் உள்ளிட்ட முனிவர்கள் எழுதியவையே பிற்காலத்தில் வடமொழியில் தழுவி ஆக்கப்பெற்று தந்திரம், மந்திரம், ஆகமம் எனப் பெயர்பெற்றன என்றும் குறிப்பிடுகின்றார். இவரைப்போன்று யு.சுப்ரமணியனும் (2017: 127,129) ஆகம வழிபாட்டு முறையானது தமிழர்வேதம் எனப்பட்ட மறைநூல்களை அடிப்படையாகக் கொண்டது என்றும்

சங்க இலக்கியங்களில் கூறப்படும் அந்தணர் தமிழரே என்றும் விளக்குவார். இவ்வாறு அறிஞர்கள் முன்வைத்துள்ள இந்தக் கருத்துக்களை மேலாய்வின் மூலமே உறுதிசெய்யமுடியும். இது எவ்வாறிருப்பினும் ஆகம வழிபாடு தொடர்பாக இருவேறு பண்பாடுகளின் பின்புலம் உடைய புரோகிதக் குலங்களிடையே பகைமை இருந்தது என்பதை இவைத் தெளிவாக எடுத்துக்காட்டுகின்றன. இப்பகைமையின் தடயத்தை திருமூலரும் தனது இரண்டாம் தந்திரத்தில் பதிவுசெய்துள்ளார் என்பது கவனத்திற்குரியது.

> பேர்கொண்ட பார்ப்பான் பிரான்தன்னை அர்ச்சித்தால்
> போர்கொண்ட வேந்தர்க்குப் பொல்லா வியாதியாம்
> பார்கொண்ட நாட்டுக்குப் பஞ்சமு மாம்என்றே
> சீர்கொண்ட நந்தி தெரிந்துரைத் தானே (திரும. 519)

பார்ப்பான் எனும் பெயரை வைத்துக்கொண்டு மட்டுமே அர்ச்சனை எனும் ஆகம நெறியில் ஒருவன் ஈடுபட்டால் நாட்டிற்கும் அதை ஆள்வோருக்கும் பல கேடுகள் வருமென்று இப்பாடல் எச்சரிப்பதைப் பார்க்கின்றோம். மேலும் போலிப்பார்ப்பான் X உண்மைப்பார்ப்பான் எனும் முரண் உள்ளுறைந்திருப்பதையும் அவர்களுக்கிடையே பகைமை எதிரொலிப்பதையும் மேற்காணும் பாடல் காட்டுகிறது.

இந்தப் பார்ப்பார் அல்லது அந்தணர் குழுக்கள் யாராக இருப்பினும் அவர்கள் தற்காலத்திய இந்துமதம் என்ற சட்டகத்திற்குள் அடங்குபவர்கள் என்பது திண்ணம். மேலும் இப்பரப்பில் பறையர் சாதியின் இருப்புக்கான எவ்வித ஆதாரமும் புலப்படவில்லை. ஆகவே பிராமணர் X பறையர் பகைமை பற்றிய கேள்விக்கான விடையை இவ்விவாதக் களத்திலிருந்து நாம் பெறமுடியாது என்பது தெளிவாகின்றது. அவ்வாறென்றால் இந்த பகைமையின் வேர்மூலமானது வைதீக நெறிக்குப் புறம்பானதொரு சமயப் பிரிவிலிருந்துதான் வந்திருக்கக்கூடும் என யூகிக்க இடமுள்ளது. அது சமணமே என்பதை இனிவரும் பகுதி விளக்கும்.

வள்ளுவர் குலம் குறித்து இதுவரையிலான விவாதத்தில் குறிப்பிட்டுக்காட்டாத செய்தியொன்று நமது சிந்தையைப் பிடித்து நிறுத்துகின்றது. ஏனென்றால் பறையர்கள் பற்றி எட்கர் தர்ஸ்டன் எழுதிய விரிவான வரைவின் ஒரு பகுதியாக இது இடம்பெற்றுள்ளது. அக்குறிப்பிட்ட செய்தி வருமாறு:

> ...பிராமணர்கள் வருகைக்கு முன்னர், அதற்குப்பின் சிறிதுகாலம்கூட பல்லவ அரசர்களுக்கு வள்ளுவன்களே குலகுருவாக இருந்துள்ளனர் என திரு. ஸ்டூவர்ட் கூறுகின்றார். 'ஸ்ரீவள்ளுவன் புலவனான (பூவணவன்) உவச்சன் (கோயிலதிகாரி) நாளும் அறுவரைப் பணிக்கு அமர்த்தி கோயில் காரியங்களை நடத்தி வருவான்' என்ற குறிப்பினை உடைய இதுவரை வெளியிடப்படாத வட்டெழுத்துக் கல்வெட்டு ஒன்றினை அவர் இதற்கு ஆதாரமாகக் காட்டுகின்றார். இது வள்ளுவன் பூசாரி வகுப்பைச் சேர்ந்த செல்வாக்குடைய ஒருவனாவான் என்பதனைக் குறிப்பால் உணர்த்துவதாகும். அவனுக்கு 'ஸ்ரீ ' என்ற சிறப்பு அடை தரப்பட்டிருப்பதும் கருதத்தக்கது. *(2003 : 87)*

மேற்காணும் பகுதி நமக்கு ஒரு புதிய விளக்கத்தை அளிக்கின்றது. ஏனெனில், இங்கே ஸ்டூவர்ட் எடுத்துக்காட்டியுள்ள கல்வெட்டுச் சான்றானது பல்லவர் ஆட்சிக்குரியது என்பது சுட்டிக்காட்டத் தகுந்தது. இந்தப் பல்லவர் காலம்தான் ஆகமக் கோயில்களுடைய தோற்றுவாய் என்பதையும் இவற்றில் பணிபுரிந்த அர்ச்சகர்கள் பல்லவ அரசர்களால் ஆதரிக்கப்பட்டனர் என்பதையும் முன்னரே எடுத்துரைத்துள்ளோம். இதைவிட முக்கியமான செய்தி, இதில் வள்ளுவன் உவச்சரோடு இணைத்துக் காட்டப்பட்டுள்ளான் என்பதாகும்.

இங்கே காணும் உவச்சர் எனும் பெயர் தமிழ் பிராமி கல்வெட்டுகளில் சமணசமயப் பூசகராக இருப்பதை இவ்விடத்தில் நினைவுகூர்வோம். அவ்வாறு செய்தால் சமணப்பின்புலமுடைய வள்ளுவரோடு மற்றொரு சமணசமய ஆச்சாரியனான உவச்சனும் ஒன்றாக இணைந்திருப்பதை உணர்ந்துகொள்ளலாம். இத்துடன் பிடாரி வழிபாட்டு மரபில் பறையரைப் போன்று உவச்சர் சாதியினரும் சேர்ந்தே இடம்பெறுகின்றனர் என்பதையும் இங்கே ஒப்பிட்டுப் பார்க்க இயலும். இதன்வழியாக வள்ளுவர், உவச்சர் ஆகியோரின் இணைவுக்கான காரணம் சமணமே என்பதை அறிந்துகொள்ளலாம். பல்லவ அரசர்களில் ஒருசிலர் வெவ்வேறு காலகட்டங்களில் சமணத்தையும் ஆதரித்துள்ளனர் என்று மா.இராசமாணிக்கனார் *(2000: 159-161)* கூறுகின்ற வரலாற்றுச்செய்தி நமது வாதத்தை நன்கு வலுப்படுத்துகின்றது. இவ்வாறானதொரு காலகட்டத்தில்தான் பல்லவ மன்னர்களின் குலகுருக்களாகவும் கோயில் அதிகாரிகளாகவும் வள்ளுவர்கள் செயல்பட்டிருக்க

வேண்டும். இப்படிக்கூறுவது வெறும் யூகமன்று. ஏனென்றால் மேற்காணும் கல்வெட்டுச் செய்தியானது பறையரின் வாய்மொழித் தொன்மம் ஒன்றிலும் பழமொழி ஒன்றிலும் ஏறத்தாழ அப்படியே பிரதிபலித்திருக்கிறது. இதன் முக்கியத்துவம் கருதி அவற்றை இங்கே மீண்டும் எடுத்துக்காட்டலாம்.

'கோயில் வேலையை என் தம்பி பார்ப்பான் என அண்ணன் (பறையர்) கூறியதால் தம்பி பிராமணப் பூசகனாக மாறினான்' என்பதே அக்குறிப்பிட்ட கதைவடிவமாகும். 'பாப்பானுக்கு மூப்பான் பறையன். கேட்பார் இல்லாமல் கீழ்ச்சாதியானான்' எனும் பழமொழி இக்கதையின் பொருண்மைக்கு இணையான மற்றொரு வழக்காற்று வடிவமாக இருக்கிறது. இக்கதையாடல்களில் காட்டப்படுகின்ற அண்ணனானவர் தற்காலத்திய வள்ளுவப்பறையர் என்பதை மிகஎளிதாகக் கண்டுகொள்ளலாம். எவ்வாறென்றால் தற்போதும் பிராமணரைப்போல் பூணூல் அணிவது, புரோகிதம் செய்வது, சோதிடம் கூறுவது போன்ற பணிகளைச் செய்கின்ற தொழில்முறையாளர்களாக வள்ளுவர்கள் மட்டுமே இருக்கின்றனர். மேலும் கடந்த காலத்தில் யானைமீதேறி அரசுதொடர்பான தகவல்களை மட்டும் சொல்லும் சிறப்புநிலை செய்தி பரப்புநர், அரசரின் நிமித்திகர் (உள்படு கருமத்தலைவர்), கோயில் அதிகாரி போன்ற உயர்பதவிகளை இவர்கள் பெற்றிருந்தனர் என்பதை இலக்கியங்களும் கல்வெட்டுச்சான்றுளும் தெளிவுபடுத்தியுள்ளன. இத்தகைய ஆதாரங்களில் சிறப்பு அடையுடன் கூறப்படுகின்ற 'முதுகுடி பிறந்தோன்', 'செல்வச் சேகை வள்ளுவ முதுமகன்', 'ஸ்ரீவள்ளுவன்' போன்ற பெயர்கள் இவர்களுடைய குலத்தின் காலப்பழமையையும் சமூக உயர்நிலையையும் தெளிந்த நீரோடைபோல நமக்குக் காட்டுகின்றன. அத்துடன் இவர்களுக்கு இணையானதொரு குழுவினர் பறையர் சாதியின் உட்பிரிவுகள் எதிலும் காணப்படவில்லை என்று முன்னரே கூறியுள்ளோம். எனவே வள்ளுவ குலத்தினரே பிராமணர்களுடனான ஒரே தொழிற்களத்தினைப் பகிர்ந்துகொள்ளும் வரலாற்றிற்கு உரிமையுடையவர்கள் என்று ஆணித்தரமாக மீண்டும் உரைத்திடலாம். நாம் கண்டறிந்துள்ள இந்த முடிவினை இன்னும் நுட்பமாகப் புரிந்துகொள்ள வழக்காறுகளை மேலும் விளக்கமுயல்வோம்.

பறையரின் தொன்மத்தில் பறையரும் பிராமணரும் அண்ணன், தம்பிகளாகக் காட்டப்படுகின்றனர். இக்கூறு கல்வெட்டுச்

செய்தியோடு ஒத்திசைந்து இருப்பதைக் காணலாம். அதாவது பிராமணர் வருகைக்கு முன்னரே கோயில் அதிகாரத்தைக் கையில் வைத்திருந்த வள்ளுவர் - அண்ணன்; அப்பண்பாட்டுக் களத்திற்குப் பின்னர் வந்த பிராமணர் - தம்பி எனும் உருவகங்கள் உண்டாகின்றன. பிராமணர் என்பதற்கு இணையான ஒரே சொல் பார்ப்பனர் என்று முன்னரே நிறுவியுள்ளோம். இச்சொல்தான் பறையரின் கதையாடல்களிலும் பயன்படுத்தப்பட்டிருக்கிறது என்பதைக் கவனத்தில் கொள்ளவேண்டும். இத்தமிழ்ச் சொல்லிற்கு இளையவர் அல்லது புதியவர் என்று பொருளிருப்பதை இவ்விடத்தில் இணைத்துப்பார்க்க வழியேற்படுகிறது. இதன்படி இவ்விரண்டு சமூகப்பிரிவுகளுக்கு மட்டும் சிறப்புப் பெயர்களாகக் கூறப்படும் 'முதுமகன்' X 'பார்ப்பான்' எனும் சொற்கள் முறையே, 'மூத்தவன் / அண்ணன்' X 'இளையவன் / தம்பி' என்ற சமூக உறவுப்பெயர்களுக்கு மிகச்சரியாகப் பொருந்திநிற்கின்றன என்பது ஆர்வமூட்டுகிறது.

நாம் விளக்கியுள்ளவாறு கோயில் எனும் ஒரே தொழிற்களத்தினைப் பகிர்ந்துகொள்கிறவர்களாக வள்ளுவர் இருந்ததாலேயே வழக்காறுகள் பலவற்றில் 'பறையர் பார்ப்பனருக்குப் பங்காளிகள்' எனத் தங்களை வெளிப்படுத்திக் கொள்கின்றனர் போலும். இவர்களின் தொன்மத்தில் அண்ணன் (வள்ளுவர்) அவராகவே விட்டுக்கொடுத்ததால்தான் தம்பி (பார்ப்பான்) பூசாரியாக முடிந்தது எனும் கதைக்கூறு உள்ளடங்கியிருக்கிறது. ஆகவே இதில் 'ஒத்திசைவு உறவு' எனும் பண்பு வெளிப்படுகிறது. இதற்கடுத்தநிலையில் 'பாப்பானுக்கு மூப்பான் பறையன். கேட்பாருமில்லாமல் கீழ்சாதியானான்' எனும் பழமொழி தொன்மத்திலிருந்து வேறுபட்ட, தலைகீழான பொருளைத் தருவதாகவே கருதவேண்டியுள்ளது. ஏனென்றால் கதையானது அண்ணன் தானாக விட்டுக்கொடுத்தான் என்று கூற, பழமொழியோ கோயிலின் அதிகாரம் தனக்குப்பின் வந்த தம்பி (பார்ப்பனர்) எடுத்துக்கொண்டதால் மூத்தவனான நான் (வள்ளுவர்) வஞ்சிக்கப்பட்டுவிட்டேன் என்று கூறுகிறது. மேலும் எனக்கேற்பட்ட அநீதியை யாரும் தட்டிக்கேட்காததால் உயர்ந்தநிலையில் இருந்த நான் கீழ்ச்சாதி (பறையர்) ஆக்கப்பட்டுவிட்டேன் என்ற முறையீட்டையும் அப்பழமொழி காட்டுகிறது. எனவே இதில் 'முரண் உறவு' எனும் பண்பு வெளிப்படுவதாகக் கொள்ளலாம்.

ஒட்டுமொத்தத்தில் இவ்விரண்டு கதையாடல் வடிவங்களும் இருவேறு பண்புகளைக் கொண்டிருக்கின்றன. ஆகவே பறையர் எனும் ஒரே சமூகத்தினரது வழக்காறுகளிலேயே ஏன் இருவேறுபட்ட பண்புகள் உள்ளடங்கியிருக்கின்றன எனும் கேள்வி இவ்விடத்தில் மேலெழுகின்றது. சற்று சிந்தித்துப்பார்த்தால் பறையரது கதையாடல்களில் இத்தகைய வெளிப்பாட்டுமுறை என்பது வெகுஇயல்பானது எனப் புரியவரும். அதாவது பறையர் பிடாரிக்குத் தாலிகட்டுவது பற்றிய கதைகளிலும் இப்பண்பு உறைந்திருப்பதை இங்கே நினைவுகொள்வோம். அவற்றுள் 1.பிடாரி தெய்வம் கட்டாயத்தினால் பறையரை மணப்பது, 2.பிடாரியே பறையரைத் தனது கணவனாகும்படி விருப்பம் தெரிவிப்பது போன்ற முரண்பட்ட கூறுகள் இருப்பதை நாம் முன்னரே விளக்கியிருக்கிறோம். அவ்வாறென்றால் இவ்வகைப்பட்ட கதையாடல்களில் மறைந்திருக்கும் சமூக உளவியலைப் புரிந்துகொள்வது இன்றியமையாததாகும். இந்த முயல்விற்குக் கீழ்வரும் விளக்கங்கள் பக்கத்துணையாய் நிற்கின்றன.

தொன்மங்கள் போன்ற வெளிப்பாடுகள் ஓர் இனத்தாரின் கூட்டுமனம்; கூட்டுத் தன்முனைப்பு; தங்களைப்பற்றிய முழு அர்த்தப்பாடு என்பதாக விளங்கக்கூடியவை. பிராமணர் உள்ளிட்ட பல உயர்சாதியினரின் தொன்மங்கள் கடவுளால் தோற்றுவிக்கப்பட்டதாகக் கூறப்படுகின்றன. ஆனால் பறையரின் தொன்மத்தில் புறச்சாதியாக மாறும் முடிவினை இறைவன் தரவில்லை. மாறாக அண்ணன்தான் (பறையர்) முடிவு செய்கின்றார். அண்ணனுக்குச் சோதனை ஏற்படுத்தித் தகுதியிழக்கச் செய்யும் தம்பியின் (பிராமணர்) விளைவானது தோற்றத் தொன்மங்கள் அல்லாத தொன்மங்களிலும் காணத்தக்கவையாகவே உள்ளன. இது மூத்தவர் மரபுரிமை பெறும் (primo geniture) சமூகங்களின் தொன்மங்களில் வெளிப்படும் ஓர் உளவியல் நிகழ்வு. இதனைத் தலைகீழாக்கம் (role reversal) எனலாம். இவ்வாறான மாற்றத்தை அவை உட்கிடையாக வெளிப்படுத்துகின்றன. அதாவது வாழ்தளத்தின் முரண்பாடுகளையும் இருதலைக்கொள்ளி போன்ற இரட்டைநிலைச் சிக்கல்களையும் எதிர்கொள்வதற்குத் தொன்மங்கள் உதவுகின்றன என்று நுக்கோல்ஸ் விளக்கியுள்ளதற்கு ஏற்பவே இந்தப் பறையரின் தோற்றத் தொன்மங்களின் பண்புகள் அமைந்திருக்கின்றன (பக்தவத்சல பாரதி 2012: 111,120-121).

இந்த விளக்கப்பகுதியானது, பறையரின் கதையாடல்களில் வெளிப்பட்டுள்ள கூட்டுமனத்தின் உளவியல் நுட்பங்களைப் பகுத்தாராய்ந்து நமக்கு வெளிச்சமளிக்கின்றது. இதன்வழியே வள்ளுவப்பறையர் வரலாற்றுக்களத்தில் எதிர்கொண்ட மாறுதல்களையும் அதற்கான சமூக, அரசியல் காரணிகளையும் உருப்படிவமாகக் காட்டும் கண்ணாடி போல பறையரின் தொன்மங்கள் விளங்குவதைப் புரிந்துகொள்ளலாம். எதிர்ப்புணர்ச்சியையும் உரிமைக்கான கலகக்குரலையும் கொண்டிருக்கும் இந்த தொன்மங்கள் அனைத்துப் பிரிவுகளைச் சார்ந்த பறையர்களாலும் வழங்கப்படுகின்றன என்பது நோக்குதற்குரியது.[13] இதற்குக் காரணம் பிராமணியத்தின் சாதியக் கோட்பாடுகளாலும் நடைமுறைகளாலும் வள்ளுவ குலத்தினரைப் போன்று இவர்கள் அனைவரும் பாதிக்கப்பட்டிருக்கின்றனர். மேலும் பறையர் எனும் சமூக அடையாளத்திற்குள்ளும் ஒன்றிணைந்திருக்கின்றனர். ஆகவே பிராமண எதிர்ப்புணர்வு எனும் புள்ளியில் இவர்கள் ஒன்றுபட்டு நிற்கின்றனர். ஆனால் பறையரின் சடங்கியல் குருக்களாகவும் அச்சாதிப்பிரிவுகளில் ஒருவராகவும் மாறிவிட்ட வள்ளுவ குலத்தினரே இக்குறிப்பிட்ட தொன்மங்களின் கருத்துநிலையை (ideology) வடிவமைத்தவர்களாக இருந்துள்ளனர் என்பதை நாம் கவனத்தில் கொள்ளவேண்டும். இதை நாம் தெளிவாக்கிக் கொள்வதற்குரிய ஒரு சான்றை இங்கே காணலாம்.

> *...பிராமணர்களைப் பறையர்கள் தங்கள் பங்காளிகள் எனக் கூறுவர். இதன்காரணமாக இவர்கள் தங்கள் திருமணத்தின்போதும், சாவுச்சடங்கின் போதும் பூணூல் அணிந்து கொள்கின்றனர். கிராம தேவதைகளின் திருவிழாக்களின்போது இவர்கள் தங்கள் சாதியினைப் பின்வருமாறு வானளாவப் புகழ்ந்து கூறிக்கொள்வர். பறையர்களே முதன்முதலில் உலகில் தோன்றியவர்கள். முதன்முதலில் பூணூல் அணிந்து கொண்டவர்களும் பறையர்களே. சமூகத்தில் மிக உயர்ந்தவர்கள். சாதிகளின் வேறுபாடுகள் உணர்ந்தவர்கள். பெரும் புகழினைப் பெற்றவர்கள். வெள்ளை யானையின் மீது அமர்த்தப்பட்டவர்கள் பறையர்கள். வீரசாம்பவான் இவர்கள் வெற்றியினை ஊரறிய முரசடிப்பான். (தர்ஸ்டன் 2003: 90)*

எட்கர் தர்ஸ்டனின் இந்த சித்திரிப்பு எல்லாப்பிரிவு பறையர்களுக்கும் பொதுமையானது எனும்படி அமைந்திருக்கின்றது.

ஆனால் சற்றே கூர்ந்து கவனித்தால் இதிலுள்ள 1. பிராமணர்களுக்குப் பங்காளிகள், 2. பூணூல் அணிவது, 3. தாங்களே முதலில் தோன்றியவர்கள் (முதுகுடிப்பிறந்தோன் / முதுமகன் / மூத்த பறையன் / பெரும் பறையன்), 4. சமூக உயர்நிலை, பெரும்புகழ் போன்றவற்றை பெற்றிருந்தவர்கள், 5. சாதிகளின் தன்மை (சாத்திரங்கள்) அறிந்தவர்கள், 6. யானையின் மீதமர்ந்து முரசடிப்பவர்கள் ஆகிய அனைத்துக் கூறுகளும் அப்படியே வள்ளுவ குடியினருக்குப் பொருந்திப்போவதை அவதானிக்கலாம். இதன்வழியாக வள்ளுவரின் தகுதிநிலை, பிராமணப் பகைமையுணர்வு போன்றவை மற்றபிரிவு பறையர்களின் கூட்டுமனத்திலும் பண்பாட்டு நடத்தையிலும் வெளிப்படுகின்றது எனும் நமது வாதம் மிகச்சரியானது என்பதை உணர்ந்துகொள்ளலாம். அந்தவகையில் பிடாரிக்குத் தாலிகட்டுதல் எனும் மரபும் வள்ளுவர்குலம் அமைத்த சாலைதான் என்பதையும் அதில் பிறபறையர்கள் பின்தொடர்ந்து பயணிப்பவர்களாக இருக்கின்றனர் என்பதையும் இனிவரும் பகுதிகள்வழி அறிய உள்ளோம். இதற்குத் திருக்குறளின் ஆசிரியரான திருவள்ளுவர் பற்றி இலக்கியப்பரப்பில் வழங்கப்படும் கதைகளே பெரும்தூண்டுகோலாக அமைகின்றன.

8.2.2. திருவள்ளுவரும் வள்ளுவகுலமும்

தமிழர்கள் பெற்றிருக்கும் இலக்கிய வளம் என்பது தனித்துவமானது. அவற்றுள் தலைசிறந்த இலக்கிய நூல்கள் பல இருப்பினும் முப்பால் எனப்படும் திருக்குறள் கொண்டுள்ள பரிமாணங்கள் எண்ணிறைந்தவையாகும்.[14] இத்தகைய சிறப்புப்பெற்ற திருக்குறளின் ஆசிரியரான திருவள்ளுவருடைய வரலாறு குறித்த சர்ச்சைகள் நீண்டகாலமாகவே புலமைப்பரப்பில் நிகழ்ந்து வருகின்றன. இவற்றுள் திருவள்ளுவரின் பிறப்பிடம், பெற்றோர், வாழ்க்கைத்துணை, சாதி, சமயம் போன்றவை குறித்த புனைவுகளும் இவற்றையொட்டிய மாறுபட்ட கருத்துகளும் பல்கிப்பெருகி வந்துகொண்டே இருக்கின்றன. திருவள்ளுவர் தொடர்புடைய இந்தக் களங்கள் மிகப்பரந்தவை. ஆதலால் நமது ஆய்வோடு தொடர்புடைய திருவள்ளுவரின் பிறப்புக்கதை குறித்து மட்டுமே இங்கு ஆராயவுள்ளோம். இதன்வழியாக அவர்மீது படிந்திருக்கிற சாதி, சமய அடையாளங்கள் மீதான மேலாய்வை நிகழ்த்திடமுடியும்.

பிற்காலத்தைச் சேர்ந்த சில தமிழிலக்கிய நூல்கள்தான் திருக்குறள் பற்றிய புகழுரைகளையும் திருவள்ளுவர் பற்றிய வாழ்க்கைச் சித்திரங்களையும் நமக்குக் காணத்தருகின்றன. இதைத் திறனாய்வு செய்வதற்கு முன்னர் அறிவுலகினரின் பார்வைகளைத் தொகுத்துக்காண்பது இன்றியமையாதது. தமிழக வரலாற்றில் கி.பி. 18,19ஆம் நூற்றாண்டுகளின் காலகட்டம்தான் பண்டைய தமிழிலக்கியங்கள் புத்துயிர்ப்பு பெற்ற பகுதியாக விளங்குகிறது.[15] அப்போது அச்சுவடிவம்பெற்ற பல தமிழ்நூல்கள் மேலைப்புலத்தினரின் உள்ளங்களைத் தன்பால் ஈர்த்துவைத்துக்கொண்டன. அவற்றுள் திருவள்ளுவரின் திருக்குறளே முதன்மையாக விளங்குகிறது. இந்தக் காலனியப் புலமையாளர்களின் முன்னெடுப்புகளே வரலாற்று மறதியால் மங்கிப்போயிருந்த திருவள்ளுவரின் திருவுருவினை மேலும் துலக்கம்பெறச் செய்தன.

அந்தவகையில் திருவள்ளுவர் மீதான கவனக்குவிப்பை 19ஆம் நூற்றாண்டின் ஆரம்பத்தில் காலனிய அதிகாரியான எல்லீஸ் துரை தொடங்கிவைத்தார். ஜார்ஜ் ஆரிங்டனிடம் பட்லராக பணிபுரிந்த அயோத்திதாசரின் பாட்டனாரான கந்தப்பரிடமிருந்து திருக்குறளின் ஓலைச்சுவடியைப் பெற்ற எல்லீஸ் அவர்கள் அறத்துப்பாலின் முதல் 13 அதிகாரங்களை முதன்முதலாக ஆங்கிலத்தில் மொழிபெயர்த்து அச்சிட்டிருக்கிறார். சென்னையில் அவர் வெட்டிய குடிநீர் கிணற்றில் திருக்குறளைப் பொறிக்கச் செய்துள்ளார். இவை மட்டுமின்றி திருவள்ளுவருக்கு உருவம் பொறித்த தங்கக்காசுகளையும் வெளியிடச் செய்ததன்மூலம் எல்லீஸ் அவர்கள் திருவள்ளுவருக்கு மேலும் புகழ்சேர்த்தார்.[16] (வேங்கடாசலபதி, ஆ.இரா. 2016: 38).

இதற்கிடையில் திருவள்ளுவர் எந்த சாதியைச் சேர்ந்தவர் என்ற விவாதம் காலனிய அறிஞர்கள் நடுவே எழுந்தது. இதன்மூலம் பறையர் / வள்ளுவர் சாதியினருடைய பண்பாட்டு அடையாளங்கள் முன்னுக்குக் கொண்டுவரப்பட்டன. திராவிட மொழிக்குடும்பம் பற்றிய ஆய்வுநூலை எழுதிய ராபர்ட் கால்டுவெல் அவர்கள் திருவள்ளுவரைப் 'புனிதமான வள்ளுவப் பறையன்' என்று குறிப்பிட்டுள்ளார். இந்த வள்ளுவர் மரபைப் பிராமண எதிர்ப்பு என்ற கண்ணோட்டத்துடனே அணுகினார். மேலும் பறையர்கள் பிராமணருடனான இனக்கலப்பால் உருவானவர்கள் எனும் வாதத்தையும் பொய்யென்று நிராகரித்தார்.

கால்டுவெல்லின் பார்வைக்கோணத்தையே அவருடைய சமகாலத்தைச் சார்ந்த எட்வர்ட் ஜூவிட் ராபின்சன், சார்லஸ் கோவர் போன்றோரும் பின்பற்றிச் சென்றுள்ளனர். ட்ரெமன்னீரே என்பவர், வள்ளுவன் சமூகத்துக்கு அக்காலகட்டத்தில் மிகுந்த மரியாதையான இடம் இருந்திராவிட்டால், திருவள்ளுவருக்கு இவ்வளவு புகழும் மதிப்பும் கிடைத்திருக்காது என்று கருதினார். இதன்பொருட்டுத் திருவள்ளுவரைத் 'தெய்வீகப் பறையர்' எனவும் அவர் குறிப்பிடுகின்றார். ஜி.யு.போப் 'உலகிலேயே மிகச்சிறந்த நூல் குறள் என தமிழர்கள் கூறுவார்கள் என்றும் அந்நூலை எழுதியவர் ஒரு பறையர் என்றும்' எழுதியுள்ளார் (ராஜ் சேகர் பாசு 2016: 81-85).

திருவள்ளுவர் தொடர்பாக மேலைநாட்டினர் கொண்டிருந்த பார்வைகளை இதுவரை கண்டோம். ஆனால் இதைவிட மிகப்பெரும் விவாதக்களம் ஒன்றை நம்முடைய உள்ளூர் புலமையாளர்கள் கட்டமைத்துள்ளனர் என்பதை இனி பார்க்க இருக்கிறோம். இதுபற்றிய உரையாடல் திருக்குறள் அச்சுவடிவத்திற்கு மாறுகின்ற காலகட்டத்தில் கூர்மையடைந்தது. திருவள்ளுவரை மையமாக வைத்துத் தனித்தனி நபர்கள் எழுதிய ஆய்வுகள் ஒருபுறமிருக்க தொடர் விவாதங்களும் குழு விவாதங்களும் மற்றொருபுறம் நடந்துவந்துள்ளன. இதுபற்றிய முக்கியமான வரலாற்றுச் சான்றை கி.வா.ஜகந்நாதன் தன்னுடைய *வள்ளுவரும் குறளும்* (1999) நூலில் பதிவுசெய்திருக்கின்றார்.[17] இதையொத்த நிகழ்வுகள் அறிவுலகம், அரசியல் களம், ஊடக வெளி போன்றவற்றில் தற்போதும் நடந்துவருவதைப் பார்க்கிறோம். ஒருவகையில் இவை அனைத்தும் திருக்குறளின் நிகரற்ற பெருமையை உலகிற்கு உணர்த்துவதாகவே கருதவைக்கின்றன.

தமிழறிஞர்களில் பலரும் திருக்குறளில் ஈடுபாடு கொண்டிருந்தனர் என்பதால், திருவள்ளுவரின் வரலாற்றை ஆராய்வதிலும் தங்கள் கவனத்தைச் செலுத்தினர். இதில் முக்கியப் பங்கு வகித்தவராக அயோத்திதாசப் பண்டிதர் இருந்துள்ளார். அவரின் கருத்துகள் வருமாறு: வள்ளுவர், சாக்கையர், நிமித்திகர் என்போர் பௌத்தமார்க்க அரசர்களுக்கும் குடிகளுக்குமே கருமகுருக்களாக இருந்தவர்கள் ஆவர். ஆகவே வள்ளுவர் என்பது செயல் பற்றிய பெயராகும். இத்தகைய கருமத் தலைவர்களின் வம்சவரிசையில் தோன்றிய கச்சன் எனும் அரசனுக்கும் உபகேசி எனும் இராக்கினிக்கும் பிறந்தவரே திருவள்ளுவ நாயனார் ஆவார். பின்பு புத்தசங்கத்தில் சேர்ந்து புத்தர் அருளிய திரிபிடகத்தின் வழிநூலாகத் திருக்குறளை இயற்றினார்.

இதனை அறியாது வெவ்வேறு சமயவாதிகளும் திருவள்ளுவரைத் தங்களுடைய மதத்தவர் என்று பொய்யுரைக்கின்றனர். திருவள்ளுவருக்கு மதம் என்பது கிடையாது. திரிக்குறள் திருவள்ளுவர் தன்மம் என்றே கூறத்தகுந்தது. இதற்கு ஆதாரம் திருவள்ளூர் வீரராகவப் பெருமாள் கோவிலில் கிடைத்த சிலாசாஸனப் பெயர்ப்பான, நல்லுரையூரர் நாயனாரைச் சிந்தித்த தியான பஞ்சரத்தினப்பா ஆகும். முன்பு பௌத்த வியாரமாக இருந்ததையே தற்போது வைணவக் கோயிலாக மாற்றிவிட்டனர். மேலும் அங்கிருந்த சிலாசாசனத்தையும் மறைத்துவிட்டனர். இத்துடன் திருக்குறளை எல்லீஸ் துரையவர்களின் பதிப்பிற்கு பின்னால் அச்சிட்ட விசாகப் பெருமாளையர், சரவணப் பெருமாளையர், முத்துவீரப்பிள்ளை, வேதகிரி முதலியார் போன்றோர் திருவள்ளுவர் மீது ஏராளமான பொய்க்கதைகளை ஏற்றிவிட்டனர். அவற்றில் ஒன்று ஆதி என்னும் பறைச்சிக்கும் பகவன் என்னும் பிராமணனுக்கும் தவறான உறவால் பிறந்த ஏழு பிள்ளைகளில் திருவள்ளுவரும் ஒருவர் என்பதாகும் (அயோத். II 2011: 455-462).

அயோத்திதாசர் தன்னுடைய விளக்கங்களில் வள்ளுவரைப் பௌத்த நெறியினராகக் காட்ட முற்படுவதைப் பார்க்கலாம். இதற்கு மறுதலையாக மு.இராகவையங்கார் (2010: 205-208) திருவள்ளுவரை வைதிக மரபிற்குரியவர் என வாதிடுகின்றார். இதன்படி உலகில் தர்மத்தை மீண்டும் நிலைநாட்ட பிரமதேவர் லட்சம் அத்தியாயங்கள் கொண்ட திரிவர்க்கம் எனும் பெருநூலை இயற்றினார் என்றும் இந்நூலை சுருக்கியே திருவள்ளுவர் தமது முப்பால் எனும் படைப்பைத் தமிழுலகிற்கு வழங்கினார் என்றும் மு.இராகவையங்கார் கூறுகின்றார். அதேபோன்று ஸ்ரீவல்லபர் எனும் வடமொழிச்சொல்லே வள்ளுவர் என்று தமிழில் திரிந்து நிற்கின்றது என்பதும் அவருடைய கருத்தாகும். தி.த.கனகசுந்தரம் பிள்ளை (1919: 9-20) வள்ளுவர் என்பது காரணப் பெயரோ, சாதிப் பெயரோ கிடையாது; அது இயற்பெயரே ஆகும் என்பார். திருக்குறளில் காணப்படும் வடமொழிப் புலமையைக் கருத்தில் கொண்டால் திருவள்ளுவர் வடமொழியைக் கற்கும் நிலையிலிருந்த உயர்குலத்தவராகவே இருந்திருக்கமுடியும் எனவும் அவர் உரைக்கின்றார்.

மேற்காணுகின்ற மூன்று அறிஞர்களின் கருத்துகளில் வேறுபட்ட தன்மைகள் வெளிப்படுகின்றன. ஒருபகுதியினர் வள்ளுவரை

அவைதீக மரபைச் சேர்ந்தவராகக்கூற பிறர் வைதீகச் சார்பாளர் என்று வாதிடுகின்றனர். இதற்கு அவர்கள் இருவரும் ஆதாரமாகக் காட்டுவது திருவள்ளுவமாலை எனும் நூலைத்தான் என்பதை மனதிற்பதித்துக் கொள்ளவேண்டும். திருவள்ளுவரின் மதச்சார்பு பற்றிய விவாதங்கள் இவ்வாறிருக்க, அவர் 1. பறையர், 2. பிராமணர் எனும் இரண்டு சாதிகளுடன் மட்டுமே எப்பொழுதும் இணைத்துக்காட்டப்படுகின்றார் என்பது முக்கியமானதாகும். இவ்வாறான கருத்துக் குழப்பங்களுக்கு எவ்வாறு தீர்வுகாண்பது? பிற்காலத்தைச் சேர்ந்த சில தமிழிலக்கிய நூல்களில்தான் இதற்குரிய விடை அடங்கியிருக்கின்றது. ஆகவே இனி அவை குறித்து விவாதிக்கத் தொடங்குவோம்.

திருவள்ளுவர் எழுதியுள்ள திருக்குறள் எனும் நூலிலிருந்தோ இதற்கு எழுந்துள்ள பழமையான உரைகளிலிருந்தோ அவர் பற்றிய எந்தவிதமான வரலாற்றுக் குறிப்புகளையும் அறியமுடியவில்லை என்பது உள்ளங்கை நெல்லிக்கனி. *திருவள்ளுவமாலை, கபிலர் அகவல், ஞானவெட்டியான், ஞானாமிர்தம், சோமேசர் முதுமொழி வெண்பா, வலங்கைச் சரித்திரம், வள்ளுவர் நேரிசை* போன்ற நூல்களே திருவள்ளுவரைப் பற்றியும் திருக்குறளைப் பற்றியும் பேசுகின்றன. இவற்றுள் காணப்படுகின்ற திருவள்ளுவரின் பிறப்புக்கதைகள் மூன்றுவிதமான வடிவங்களில் காணக்கிடைக்கின்றன.[18]

திருவள்ளுவரை வைதீக இந்துமதக் கடவுளரோடு இணைத்துச் சித்திரிக்கும் நூலாகத் *திருவள்ளுவமாலை* விளங்குகிறது. ஒருபுறம் அசரீரி, நாமகள், இறையனார் போன்ற கடவுளர்கள் திருவள்ளுவரின் பெருமைகளைப் பாடியதாக இந்நூல் (1,2,3) பதிவுசெய்துள்ளது. மற்றொருபுறம் உக்கிரபெருவழுதியார் (4), காவிரிப்பூம்பட்டினத்துக் காரிக்கண்ணனார் (28) போன்ற பெயர்கள் கொண்ட புலவர்களின் பாடல்கள் திருவள்ளுவரை பிரம்மதேவரின் அவதாரமாகக் காட்டுகின்றன. இந்தப் பாக்கள் கூறும் 'அவதாரக் கதைகளை' அடிப்படையாகக் கொண்டே திருவள்ளுவருக்கு தெய்வப்புலவர், நான்முகனார் எனும் வேறுபெயர்களும் வழங்கப்படுகின்றன.

அடுத்ததாக யாளிதத்தன் எனும் பிராமணத் தந்தைக்கும் ஆதப்புலைச்சி என்ற பெண்ணிற்கும் முறையற்றுப் பிறந்த ஏழு குழந்தைகளுள் திருவள்ளுவரும் ஒருவர் எனும் கதையை ஞானாமிர்தம் (32. 21-23) எனும் சைவசமய நூல் கூறுகின்றது. ஆனால் இப்பாடலில் திருவள்ளுவர் உள்ளிட்ட ஏழு பிள்ளைகளின்

பெயர்கள் ஏதும் காட்டப்பெறவில்லை. இந்நூலுக்கு எழுந்த உரைகளில்தான் அப்பெயர்கள் சுட்டப்பட்டுள்ளன.[19] அதேநேரம் இக்கதைவடிவிலும் பார்ப்பனசாதித் தந்தை – பறையர்சாதித் தாய், அவர்களுக்கு ஏழு பிள்ளைகள் எனும் கதைக்கூறுகள் இடம்பெற்றிருப்பது கவனத்திற்குரியதாகும். ஞானாமிர்த நூலில் காட்டப்பட்ட இக்கதையே *வள்ளுவர் நேரிசையிலும் (6:4)* பதிவாகியுள்ளது.

தமிழ் இலக்கிய உலகில் அதிகமும் பயன்படுத்தப்படும் கதைவடிவமாக இருப்பது, திருவள்ளுவர் ஆதி எனும் பறையர் பெண்ணிற்கும் பகவன் எனும் பிராமணத் தந்தைக்கும் பிறந்த ஏழு பிள்ளைகளுள் ஒருவர் என்பதாகும். இக்கதை வடிவம் *கபிலர் அகவல், சோமேசர் முதுமொழி வெண்பா, வலங்கை சரித்திரம்* போன்ற நூல்களில் காணப்படுகின்றது. இவற்றுள் *சோமேசர் முதுமொழி வெண்பாவானது (41)*, திருவள்ளுவர் தாழ்த்தப்பட்ட குலத்தில் பிறந்தவர் என்பதை குறிப்பாக மட்டுமே காட்டுகிறது. பிற இரண்டு நூல்களிலும் இக்கதை விரிவாக கூறப்பட்டுள்ளது. இருப்பினும் *கபிலர் அகவல்* நூலே இக்கதையின் உற்பத்தியிடம் என்று அறிஞர்கள் சிலர் கருதுகின்றனர். எனவே இந்நூலிருந்து அக்கதையைக் காட்டவுள்ளோம்.

அருந்தவ மாமுனி யாம்பக வற்குக்
கருவூர்ப் பெரும்பதிக் கட்பெரும் புலைச்சி
ஆதி வயிற்றினி லன்றவ தரித்த
கான்முளை யாகிய கபிலனும் யானே
என்னுடன் பிறந்தவ ரெத்தனை பேரெனில்
ஆண்பான் மூவர் பெண்பா னால்வர்
யாமவளர் திறஞ்சிறி தியம்புவல் கேண்மின்
ஊற்றுக் காடெனு மூர்தனிற் றங்கியே
வண்ணா ரகத்தில் உப்பை வளர்ந்தனள்
காவிரிப்பூம் பட்டினத்திற் கள்விலைஞர் சேரியில்
சான்றா ரகந்தனில் உறுவை வளர்ந்தனள்
நரப்புக் கருவியோர் நண்ணிடு சேரியில்
பாண ரகத்தில் ஔவை வளர்ந்தனள்
குறவர் கோமான் கொய்தினை புனஞ்சூழ்
வண்மலை சாரலில் வள்ளி வளர்ந்தனள்
தொண்டைமண் டலத்தில் வண்டமிழ் மயிலைப்
பறையரிடத்தில் வள்ளுவர் வளர்ந்தனர்
அரும்பார் சோலை சுரும்பார் வஞ்சி

அதிக னில்லிடை அதிகமான் வளர்ந்தனன்
பாரூர் நீர்நாட் டாரூர் தன்னில்
அந்தணர் வளர்க்க யானும் வளர்ந்தேன் (102-122)

கபிலர் அகவல் நூலின் முக்கியத்துவம் கருதியே இக்கதையினை விரிவாக இங்கே எடுத்துக்காட்டியிருக்கிறோம். இது கூறுவதன்படி, பகவன் எனும் பார்ப்பனருக்கும் ஆதி எனும் புலைச்சிக்கும் ஏழுபேர் பிறந்தார்கள். அவர்களில் கபிலர், வள்ளுவர், அதிகமான் என ஆண்மக்கள் மூவரும் உப்பை, உறுவை, ஔவை, வள்ளி என பெண்மக்கள் நால்வரும் அடக்கம். இவர்கள் ஒவ்வொருவரும் வெவ்வேறு ஊர்களில் பல்வேறு சாதியினரால் எடுத்து வளர்க்கப்பட்டார்கள் என இச்செய்யுள்பகுதி விளக்குகின்றது. இதில் நமது கவனத்திற்குரியது, திருவள்ளுவர் பறையர் சாதியினரால் வளர்க்கப்பட்டார் எனும் செய்தியாகும்.

பொதுவாக *திருவள்ளுவமாலை, கபிலர் அகவல்* எனும் இரண்டு நூல்களையே தமிழ்ப் புலமையாளர்கள் அதிகமும் எடுத்தாளுகின்றனர். ஆனாலும் இவற்றை அணுகுவதில் மூன்றுவிதமான போக்குகள் உள்ளன. அவை: 1. இரண்டு நூல்கள் கூறும் செய்தியை எந்த மறுப்புமின்றி அவ்வாறே ஏற்றுக்கொள்வது, 2. இவ்விரண்டில் ஒரு நூலைமட்டும் ஏற்றுக்கொண்டு மற்றொன்றைப் போலிநூல் என்று நிராகரிப்பது, 3. இந்த இரண்டையும் போலி நூல்கள் என ஒதுக்கித்தள்ளுவது. இவற்றுள் முதலாவது அணுகுமுறை மரபார்ந்த தமிழறிஞர்கள் கைகொண்டிருப்பதாக உள்ளது. இது ஒருவிதமான சமயநம்பிக்கை போன்று விளங்குவதால் இதைப்பற்றி விவாதிக்க ஒன்றுமில்லை.

முதலாவதைப்போன்றே இரண்டாவது அணுகுமுறையிலும் அறிவியல்நோக்குக் காணக்கிடைக்கவில்லை. ஏனென்றால் மேற்குறித்த நூல்களுள் ஏதாவதொன்றை தேர்வு செய்வதில் அறிஞர்களிடம் ஒரு கருத்தியல் சாய்வு இருப்பதாகவே தோன்றுகிறது. உதாரணத்திற்கு இங்கே அயோத்திதாசரை எடுத்துக்கொள்வோம். திருவள்ளுவமாலையிலுள்ள நல்கூர்வேள்வியாரின் பாடலை ஆதாரமாக ஏற்றுக்கொண்டு திருவள்ளுவர் மாமதுரை கச்சன் எனும் தந்தைக்கும் உபகேசி எனும் தாய்க்கும் பிறந்தவர் என்று அயோத்திதாசர் கூறுகின்றார் (அயோத். II 2011: 459). உண்மையில் அந்தப் பாடலின் எந்த இடத்திலும் கச்சன் எனும் பெயர் இடம்பெறவில்லை. அப்பாடல் கூறவரும் செய்தியானது, ‘உபகேசியை மணந்தவனான

கண்ணபிரான் வடதிசையிலுள்ள மதுரா நகருக்கு அச்சாவான்; அதேபோன்று மாதானுபங்கியை மணந்த செந்நாப்போதரான திருவள்ளுவர் புனற்கூடல் அல்லது முக்கூடல் என்றழைக்கப்படும் தென்மதுரை நகருக்கு அச்சு போன்றவராவார்' (21) என்பதாகும். இப்பாடலில் பயின்றுவரும் 'உத்தர மாமதுரைக் கச்சென்ப' எனும் தொடரைத் தனக்கேற்றவகையில் அவர் மாற்றிப்பொருள் கண்டுள்ளார். இங்கே நாம் எழுப்ப விரும்பும் ஒரேகேள்வி இதுதான்: திருவள்ளுவமாலை எனும் போலி நூலை ஏற்றுக்கொள்ளும் அயோத்திதாசர் ஏன் மற்றொரு போலி நூலான கபிலர் அகவலை மறுதலிக்கின்றார்? இதற்குரிய காரணத்தைப் புரிந்துகொள்ள *கபிலர் அகவல்* எனும் நூலை நமது தமிழ் அறிவுலகினர் எவ்வாறு எதிர்கொண்டனர் என்பதைக் குறித்து மேலும் விவாதிக்க வேண்டியுள்ளது.

திருவள்ளுவமாலையில் திருவள்ளுவர் இந்துமதம் சார்ந்தே அடையாளப்படுத்தப்படுகின்றார். இதற்கு அப்படியே நேர்மாறாக *கபிலர் அகவல்* நூலில் திருவள்ளுவர் இரண்டு சாதிகளோடு தொடர்புபடுத்தப்படுகின்றார். இதன்படி *கபிலர் அகவல்* கூறும் பகவன் என்ற பிராமணத் தந்தைக்கும் ஆதி என்ற பறையரினத் தாய்க்கும் பிறந்தவரே திருவள்ளுவர் எனும் கதையினை இரண்டுப் படிநிலைப் பிளவுகளாகவே அறிவுலகினர் எதிர்கொண்டனர். அதாவது தமிழர் மரபினைப் முன்னிறுத்தும் திருவள்ளுவரை ஒரு பிராமண வித்துக்குப் பிறந்தவராக ஏற்றுக்கொள்ள திராவிட தேசியம், தமிழ்த் தேசியம், ஒடுக்கப்பட்டோர் அரசியல் பேசும் கொள்கை நிலைப்பாட்டினர் மறுத்தார்கள். அவ்வகையில் இக்கதையாடலானது, அவர்களுக்கு ஒரு ஒவ்வாமை உணர்வாகவே என்றும் இருந்துவருகின்றது. மற்றொருபுறம் திருவள்ளுவரை பறையர் சமூகத்தவர் என ஒப்புக்கொள்ளவும் அறிவுலகம் தயங்கியது. இன்னும் கூறப்போனால், தமிழின் தலைசிறந்த படைப்பாளியை பறையராகக் காட்டும் கபிலர் அகவலின் முயற்சியானது பிராமணர்களின் சதிச்செயல் என்பதாகக்கூட கருத்துக்கள் முன்வைக்கப்பட்டன. இதன்பொருட்டுத் திருவள்ளுவர் என்பவர் வள்ளுவர் குலத்தைச் சேர்ந்தவர் என்றும் இந்த வள்ளுவர்கள் ஒருகாலத்தில் சமூக உயர்நிலையில் இருந்தவர் என்றும் ஆகவே திருவள்ளுவர் தாழ்த்தப்பட்ட சாதியைச் சேர்ந்தவராக இருக்கமுடியாது என்றும் சில சமாதானம்கூறும் விளக்கங்களை ஒருபிரிவினர் தரத்தொடங்கினர். இத்தகைய விளக்கங்களின் ஏற்புத்தன்மை எவ்வாறிருப்பினும்

திருவள்ளுவமாலை, கபிலர் அகவல் எனும் நூல்களின் பின்புலத்தை இவை வெளிச்சமிட்டுக்காட்டத் தவறிவிட்டன என்றே கருதவேண்டியுள்ளது.

மூன்றாவது அணுகுமுறை முன்னிரண்டிற்கும் மாறானதாக இருக்கிறது. காரணம், இப்பார்வையானது முழுவதும் தர்க்கப்பூர்வமான சிந்தனையை அடித்தளமாகப் பெற்றிருக்கிறது. இதைப் புரிந்துகொள்ள முதலில் 'போலிநூல்' எனும் சுட்டுகைக்குரிய பொருளை விளக்குவது அவசியமாகும். ஒரு படைப்பாளன் தன்னுடைய உண்மையான பெயரடையாளத்தையும் தன் சமகாலத்தையும் மறைத்துவிட்டு கடந்தகாலத்தின் முக்கியமான படைப்பாளிகள் பெயரால் ஒரு பனுவலை எழுதுவதையே போலிநூல் என்று வரையறை செய்யலாம். மு.அருணாசலம் (2005: xvi) அவர்களும் 'பிற்காலப் புலவரொருவர் பல செய்திகளைப் பழைய நூல் எனக் கருதும்படி பாடி வைப்பதைப் போலிநூல்' என்று குறிப்பிடுவது நமது விளக்கத்தை அரண்செய்கின்றது. இதற்கேற்ப திருவள்ளுவமாலையில் திருவள்ளுவரின் காலத்திற்கு முற்பட்ட கபிலர், பரணர், நக்கீரர், மாங்குடி மருதனார் உள்ளிட்ட புலவர்களும் மூன்று கடவுளரும் திருக்குறளைப் பலப்பட புகழ்ந்து பாடியுள்ளதாக காட்டப்பட்டுள்ளது. இதேபோன்று கபிலர் அகவலிலும் திருவள்ளுவருடன் கபிலர், ஔவை, அதிகமான் ஆகியோரும் அத்துடன் மூன்று தெய்வங்களும் உடன்பிறந்தவர்களாகச் சித்திரிக்கப்பட்டுள்ளது. இவற்றை மேலோட்டமாக நோக்கினாலே இக்கதைகள் எந்தவிதமான வரலாற்று அடிப்படையும் கொண்டிராதவை என்பது புரியவரும்.

திருவள்ளுவமாலை, கபிலர் அகவல் ஆகிய இரண்டும் போலி நூல்கள் என மேலே தெளிவுபடுத்தியுள்ளோம். அதாவது அவற்றை எழுதிய ஆசிரியர்கள் தங்கள்மீது அணிந்துகொண்டிருக்கிற முகமூடிகளைக் கருதியே இவ்வாறு அழைக்கின்றோம். இந்த முகமூடிகளுக்குள் ஒளிந்துகொண்டுள்ள ஆசிரியர்களின் உண்மையான பெயரைக் கண்டறிவது தற்போதுள்ள நிலையில் சாத்தியமில்லை. ஆனால் எந்தவொரு போலிநூலாக இருந்தாலும் அதனுள் மறைந்திருக்கிற கருத்தியல் சார்பையும் ஊடிழைப் பிரதிகளையும் பிரித்தறிய முடிந்தால் அந்நூலாசிரியர்களின் சமூக அடையாளத்தை அல்லது பின்புலத்தை எளிதாக அறிந்துகொள்ளலாம். ஆகவே நாம் இதற்கான முயற்சியைத் தொடரவேண்டியவர்களாக இருக்கிறோம்.

திருவள்ளுவமாலை நூலானது திருவள்ளுவர் பிரம்மனின் அவதாரம் என கூறுவதோடு மட்டும் நிற்கவில்லை. பல்வேறு பாடல்களில் (24,37,43) திருக்குறளை வேதத்தின் பொருள் என்கிறது. இதேபோன்று *மகாபாரதம், இராமாயணம், மனுநீதி,* நான்மறை ஆகியவையே திருக்குறளுக்கு நிகரான நூல்கள் எனவும் ஒப்பிட்டுக்காட்டுகின்றது (30). இங்கு காட்டியுள்ள சான்றுகளே திருவள்ளுவமாலையின் சார்பை விளக்கப் போதுமானவை. இதன்வழி திருவள்ளுவமாலை நூலைப் படைத்தவர், ஒரு வைதீக பிராமணராகவே இருக்கவேண்டும் என்பதை உணர்ந்து கொள்ளலாம். இதில் கண்டதுபோன்ற தடயங்கள் கபிலர் அகவலில் உள்ளதா என ஆராய்வோம்.

கபிலர் அகவலை வெறும் போலி நூல் என்று முத்திரையிட்டு மற்றவர்களைப் போல் ஒதுக்கிவிடாமல் அதன் சமூகவியல் முக்கியத்துவத்தை முதன்முதலாக உணர்த்தியதில் மார்க்சிய அறிஞரான நா.வானமாமலை அவர்களின் பங்கு குறிப்பிடத்தகுந்தது. அவருடைய விளக்கங்களின் சாராம்சம் வருமாறு:

பிராமணியத்தின் மேலாதிக்கத்தைத் தகர்க்கவும் பிராமணர்களுக்குத் தாங்களும் சமமானவர்கள்தான் என்பதைக் காட்டவும் பல்வேறு சாதியினர் தங்களின் வரலாற்றைக் கூறும் நூல்களைப் பிற்காலத்தில் எழுதத் தலைப்பட்டனர். இவர்களுடைய சாதி சமத்துவப் போராட்டக் கருத்துக்களுக்கு *மணிமேகலை, நீலகேசி, திருமந்திரம், சித்தர்பாடல்கள், பாய்ச்சலூர் பதிகம்* போன்ற நூல்கள் வலுவளித்தன. இவற்றிற்கெல்லாம் மேலாக 18ஆம் நூற்றாண்டின் ஆரம்பத்தில் தோன்றிய *கபிலரகவல்* என்ற பாடல் இவர்களுக்குப் பெருந்துணையாக இருந்தது. இப்பாடலானது பிறப்பால் உயர்வு, தாழ்வு இல்லை; கல்வி முதலிய தன்மைகளாலேயே இவை உண்டாகின்றன எனும் கருத்துக்களை உரக்கப்பேசுகின்றது (1999: 15-16).

நா.வானமாமலை கூறியுள்ள கருத்துகளின்மூலம் நாம் செல்லவேண்டிய பாதைக்கு சற்றே வெளிச்சம் கிடைக்கின்றது. இதைப் பயன்படுத்தி *கபிலரகவல்* நூல் எந்த சமூகத்தவரால் எழுதப்பட்டுள்ளது என்பதற்கும் இதிலுள்ள ஆதி, பகவன் எனும் பெற்றோரின் கதை உண்மையில் புலவர்களின் வரலாற்றைப் பேசுகின்றதா என்பதற்கும் சேர்த்தே விடை காணமுயல்வோம். இதன்பொருட்டு ஆய்வுலகம் இதுவரைக் கேட்கத்தவறிய சில அடிப்படையான வினாக்களை எழுப்பிக்கொள்வது அவசியமானதாகும்.

1. கபிலரின் கூற்றாக இப்பாடல் அமைந்திருந்தும் அவருடன் பிறந்தவர்களாக ஆறுபேர் காட்டப்பட்டிருந்தும் இக்கதை ஏன் திருவள்ளுவரை மையப்படுத்தியே பேசப்படுகின்றது?
2. பெற்றோர் பெயர்கள், உடன்பிறந்தோர் பெயர்கள் போன்றவற்றில் சில வேறுபாடுகள் இருந்தாலும் எல்லாக்கதைகளிலும் உடன்பிறந்தோரின் எண்ணிக்கைக் கணக்கு ஏழாக மட்டுமே காட்டப்படுவதன் உட்பொருள் என்ன?
3. திருவள்ளுவருடன் பிறந்தவர்களில் மூன்றுபேர் பெண்தெய்வங்களாக இருப்பது ஏன்? அதிலும் குறிப்பாக உப்பை (மாரியம்மன்), உறுவை (பிடாரி அல்லது காளி) எனும் இரண்டு செல்வாக்குமிக்க நாட்டார் தெய்வங்கள் இடம்பெற்றிருப்பது எதற்காக?
4. ஒரு பிராமண தந்தைக்கும் பறையரினத் தாய்க்கும் பிறந்தவராக வள்ளுவர் காட்டப்பட்டிருப்பதன் சமூகப் பொருண்மை என்ன?

மேலே நாம் எழுப்பியுள்ள நான்கு வினாக்களையும் உன்னிப்பாக நோக்கினாலே திருவள்ளுவர் எனும் புலவரின் சித்திரம் மறைந்து வள்ளுவப்பறையரும் அவர்களுக்குரிய சடங்கும் மங்கலாகத் தெரியத் தொடங்குவதைப் பார்க்கலாம். இதை மேலும் தெளிவாக்குவதற்கு கீழேகாணும் விவாதங்கள் உதவியிருக்கின்றன. இப்பொழுது முதல் கேள்வியிலிருந்து இவ்வுரையாடலைத் தொடங்குவோம்.

திருவள்ளுவரோடு சேர்த்து ஏழுபேர் பிறந்ததாக *கபிலர் அகவல்* காட்டியிருந்தாலும், அவர்களின் பெற்றோராக ஆதி, பகவன் எனும் இருபெயர்களே குறிப்பிடப்பட்டுள்ளன. உண்மையில் இவை ‘ஆதிபகவன்’ என்ற ஒரே சொல்லாகவே கருதப்படவேண்டும். இந்த குறிப்பிட்ட பெயர்ச்சொல் திருவள்ளுவர் இயற்றிய நூலின் முதல் அதிகாரமான கடவுள்வாழ்த்தில் (ஆதிபகவன் முதற்றே யுலகு.1) பயன்படுத்தப்பட்டுள்ள சொல்லாகும். ஆக ஏழுபேர் இக்கதையில் இருந்தாலும், அக்குறிப்பிட்ட பெயர்களானது திருவள்ளுவரோடு மட்டுமே இயைந்து வருகின்றது. எனவேதான் இந்த பிறப்புக் கதையில் திருவள்ளுவர் முதன்மையானவராக மாற்றப்பட்டிருக்கின்றார் என அறிந்துகொள்ளலாம். அதேவேளையில் திருவள்ளுவர் எனும் பெயர் திருக்குறளாசிரியருக்கு

மட்டுமே உரித்தானதல்ல என்பதை நாம் மறந்துவிடக்கூடாது. ஏனென்றால் வள்ளுவ குலத்தினர் கல்வெட்டில் 'ஸ்ரீவள்ளுவன்' என்றும் அரசாங்கத்தின் சாதிப்பட்டியலில் 'திருவள்ளுவர்' என்றும் சுட்டப்பட்டிருப்பதை இவ்விடத்தில் பொருத்திப் பார்க்கவேண்டும். அவ்வாறு செய்தால் இக்கதையில் காணப்படுபவர் புலவர் திருவள்ளுவர் அல்ல, வள்ளுவப்பறையரே என்று கூறுவதற்குரிய மற்றொரு சாத்தியத்தை கண்டறியலாம். இது வெற்று யூகமல்ல என்பதை அடுத்தடுத்த விளக்கங்கள் தெளிவுபடுத்தும்.

இரண்டாவது, மூன்றாவது வினாக்கள் தங்களுக்குள் ஒருமைத் தன்மையுடன் நிற்கின்றன. எவ்வாறென்றால், இக்கதையில் வருகின்ற ஏழுபேர் உடன்பிறந்தவர்கள் எனும் குறியீடு அப்படியே சப்தமாதர் அல்லது சப்தகன்னியர் எனும் தெய்வகணத்தினை ஒத்தமைகின்றது. இதை உறுதிப்படுத்துவது போன்று இக்கதைகூறும் ஏழுபேர் பட்டியலில் மாரியம்மனும் பிடாரியம்மனும் இடம்பெற்றுள்ளனர். இதிலுள்ள மாரி எனும் பெயர் கர்நாடகத்தில் சப்தமாதருக்குப் பொதுமையான பெயராக இருப்பதையும் பிடாரி எனும் பெயர் தமிழகத்திலுள்ள சப்தமாதருக்குப் பொதுப்பெயராக வழங்கப்பட்டு வருவதையும் உரிய சான்றுகளுடன் நாம் முன்னரே விளக்கியிருக்கின்றோம். அதேபோன்று நாட்டார் சமயத்தில் சப்தகன்னியர்களில் ஒருவராகக் கருதப்படும் இந்த மாரிக்கும் பிடாரிக்கும் பறையர்கள் தாலிகட்டும் சடங்குகள் செய்துவருகின்றனர் என்பதையும் வழக்காறுகள் பலவற்றை கொண்டு நிறுவியிருக்கின்றோம். ஆகவே இவற்றை ஒட்டுமொத்தமாக இணைத்துப் பார்க்கும்போது *கபிலர் அகவல்* கூறும் கதையில் காணப்பெறும் ஏழு உடன்பிறந்தோரின் பெயர்பட்டியல் செயற்கையானது என்பது தெரியவரும். அத்துடன் சப்தகன்னியர் கணத்தின் உருத்திரிக்கப்பட்ட வடிவமே இதுவென்பதையும் அறிந்துகொள்ளலாம்.

இப்பொழுது முதல் மூன்று வினாக்களுக்குரிய விடைகளை ஒருங்கிணைத்தால் பிடாரிக்கும் மாரிக்கும் தாலிகட்டும் மரபு வள்ளுவர்களுக்கே உரியதென்று விளங்கிவிடும். இதை உறுதிசெய்ய பல்லவர் கல்வெட்டில் வள்ளுவர்களோடு உவச்சர் இணைந்திருக்கும் செய்தியை இங்கே நினைவூட்டிக்கொள்ளலாம். பறையர் சமூகம் அல்லாமல் பிடாரி வழிபாட்டுடன் நீண்டகாலமாக தொடர்பு கொண்டிருப்பவர்கள் இந்த உவச்சர்களே என்று

முன்னரே விளக்கியுள்ளோம். ஆகவே இவர்களோடு பண்பாட்டு ஒருமை கொண்டிருக்கும் இந்த வள்ளுவர்களே பிடாரிக்குரிய தாந்திரீக வழிபாட்டினை முன்னெடுத்துள்ளனர் என்பதையும் இவர்கள் வழியாகவே பிறபிரிவு பறையர்களுக்கும் இந்த மரபு பரவிச்சென்றிருக்க வேண்டும் என்பதையும் நாம் புரிந்துகொள்ளலாம்.

இறுதியாக நான்காவது வினாவிற்கு விடைகாண இருக்கிறோம். மேலே கண்டதன்படி, *கபிலர் அகவல்* கூறும் கதையில் இருப்பது புலவரான திருவள்ளுவர் அல்ல, வள்ளுவப் பறையரே என்பதை தெளிவுபடுத்தியிருக்கிறோம். அவ்வாறென்றால் இக்கதையில் திருவள்ளுவர் மீது பூசப்பட்டுள்ள பார்ப்பனருக்கும் பறையர் இனப்பெண்ணுக்கும் பிறந்தவர் எனும் சாதிய அடையாளப் படிவை எவ்வாறு விளங்கிக்கொள்வது எனும் சிந்தனை தோன்றுகிறது. இதற்கு விடைகாண சில தமிழ் நூல்களில் வள்ளுவ குலத்தவரோடு இணைந்து காணப்படுகின்ற சாக்கையர், உவச்சர் ஆகிய பிரிவினரின் சமூக அடையாளத்தைப் புரிந்துகொள்வது அவசியமாகும். டி.கே.கோபாலபணிக்கரை மேற்கோள்காட்டி மு.இராகவையங்கார் தருகின்ற கீழ்க்காணும் விளக்கப்பகுதியானது இவ்விடயம் பற்றிச் சிறிது தெளிவுபெற உதவுகிறது.

> ...சாக்கையர் ஒரு விநோதமான குலத்தைச் சார்ந்தவர். அவர் பிராமணப் பெற்றோர்க்கு பேஷ்டாகால ஸம்ஸர்க்கத்திற் பிறந்த சந்ததியார் என்று சொல்லப்படுகின்றனர். அதனால் அவர் தாழ்பிறப்பினராவர். *(2010: 453)*

இங்கே டி.கே.கோபாலபணிக்கர் காட்டுகின்ற சாக்கையர்[20] பற்றிய இந்தச் சித்திரம் ஏறத்தாழ சிலப்பதிகார வரிகளான ‘பார்த்தரு நால்வகை மறையோர் பறையூர்க் கூத்தசாக்கையன்’ என்பவற்றோடு ஒத்துச்செல்கிறது. இதன்பொருளானது ‘பகுத்தற்கு அரிதான நான்குமறைகளை உடைய அந்தணர்கள் வாழும் பறையூரின்கண் உள்ளனவாகிய கூத்தசாக்கையன்’ என்பதாகும். வேதம் ஓதும் பார்ப்பனர்கள் இருக்கும் ஊருக்குப் பறையூர் என்று பெயரிருப்பதும் அந்த ஊரில் வாழும் கூத்தராக சாக்கையன் குறிப்பிட்டுக் காட்டப்பட்டிருப்பதும் நம்மை சிந்திக்கத் தூண்டுகின்றன.

இது ஒருபுறமிருக்க மேற்கோள் பகுதியில் பயன்படுத்தப்பட்டுள்ள ‘ஸம்ஸர்க்கம்’ எனும் வடமொழிச்சொல் இவ்விடத்தில் நம் கவனத்தைக் கோருகின்றது. ஏனென்றால் இந்த சம்சர்க்கம் எனும் சொல்லுக்குச் ‘சேர்க்கை’, ‘புணர்ச்சி’ ஆகிய பொருள்களைத்

தமிழ்ப்பேரகராதி காட்டுகின்றது. *தமிழ் இலக்கிய அகராதியானது* 'கலப்பு' எனும் பொருள் தருகின்றது. இவற்றின்வழியாக நோக்கினால் சமூகத்தகுதியில் பிராமணர் எனும் உயர்நிலையிலிருந்த ஒரு குழுவினர் கீழ்நிலையிலிருக்கும் வேறுபிரிவினரோடு ஒன்றுகலந்ததன்மூலம் அவர்களின் 'இனத்தூய்மை' கெட்டுப்போய்விட்டது. ஆகவே இவர்களுக்குப் பிறந்த பிரிவினரும் தாழ்த்தப்பட்ட சாதியாகப் படிநிலை இறக்கம் செய்யப்பட்டுவிட்டனர் எனும் விளக்கம் கிடைக்கின்றது.

நாம் அனுமானித்துள்ள இந்த விளக்கமானது கற்பனை சார்ந்ததல்ல. ஏனென்றால் உவச்சருக்கும் இதே கலப்பின சாதிக்குரிய பட்டங்களில் ஒன்றான பாரசவன் எனும் பெயர் உண்டாகியிருப்பதை முந்தைய பகுதியில் எடுத்துக்காட்டியுள்ளோம். ஆகவே இவ்வழக்கம் இந்திய சாதியப் பண்பாட்டின் நடைமுறைகளில் ஒன்றென்பதை நினைவில் இருத்தவேண்டும். அதாவது சாதிய நிறுவனங்களின் புனிதத்தை மீறுகின்ற எந்தவொரு தனிநபரோ, குழுவோ 'சாதி பிரஸ்டம் அல்லது குலவிலக்கம்' எனும் தண்டனைக்கு உள்ளாக்கப்படுவர் என்பது வரலாற்றுண்மையாகும். இதுபற்றிய சட்டதிட்டங்களை *மனுஸ்மிருதி* விளக்கமாகத் தந்துள்ளது. இவற்றுள் 'அனுலோமசாதி' பற்றிய வரையறையே இவ்விடத்தில் தேவையான ஒன்றாக இருக்கிறது.

> இப்போது சொன்னது அடுத்த தாழ்ந்த ஜாதி ஸ்திரீயினிடத்துப் பிறந்த அநுலோம ஜாதிகளின் விஷயம் இனி ஒன்றுவிட்டும் இரண்டுவிட்டும் தாழ்ந்த சாதி ஸ்திரீயினிடத்துப் பிறந்தவன் விதியைத் தருமமாக சொல்லுகிறேன் கேளுங்கள் *(10: 7)*
>
> பிராமணனுக்குத் தனக்குத் தாழ்ந்த மூன்று ஜாதியிலும் சத்திரியனுக்குத் தனக்குத் தாழ்ந்த இரண்டு ஜாதியிலும் வைசியனுக்கு தனக்குத் தாழ்ந்த ஒருஜாதியிலும் பிறக்கிறவர்களான இந்த ஆறுபேர்களும் தன்ஜாதி மனையாளிடத்தில் பிறந்தவர்களைப் பார்க்கிலும் நிகிருஷ்டாளாகையால் அபசதானென்று *(ஸாரமில்லாதவன்)* சொல்லப்படுவர் *(10: 10)*

மனுஸ்மிருதி மேலே கூறியுள்ள விதிகளின்படி ஒரு பிராமணன் பிறிதொரு தாழ்ந்தசாதிப் பெண்ணிடம் சேருவது சம்சர்க்கம் என்று கருதப்படும். இவ்வாறு பிறந்த மக்கட்பிரிவினரே தாழ்ந்தசாதியராகக் கருதப்பட்டு சமூகவிலக்குக்கு ஆளாவார்கள்.

இதுகுறித்த நமது விவாதத்தை கல்வெட்டுக் கலைச்சொல் அகரமுதலியும் வலுவாக்குகிறது. ஏனென்றால் பிறசாதியினரின் சேர்க்கையால் தாழ்த்தப்பட்டோரை இந்நூல் (1987: 179) 'சம்சர்க்கப்பதிதர்' என்று சுட்டிக்காட்டுகின்றது.

> சம்சர்க்கப்பதிதரை ப்ராயஸ்சித்தம் செய்யுமளவும் குடவோலை இடாததாகவும் (உத்திரமேரூர் கல்வெட்டு-முதல் பராந்தகன் கி.பி.921)

இந்தக் கல்வெட்டுத் தொடர் காட்டுகின்றபடி கலப்புச்சாதியினருக்குப் பிராயசித்தம் விதிக்கப்பட்டுள்ளது எனவும், அதை நிறைவேற்றாதவரை அவர்கள் தேர்தல் நடைமுறையில் பங்கேற்கத் தடைசெய்யப்பட்டுள்ளனர் எனவும் அறிந்துகொள்ளலாம். இத்தகைய செய்திகள், மனுஸ்மிருதியின் சட்டதிட்டங்களானவை சாதிய நிறுவனத்தின் மீது எவ்வாறு தாக்கம் செலுத்தியுள்ளன என்பதற்குச் சில எடுத்துக்காட்டுகளாக விளங்குகின்றன.

மேலே உள்ளதுபோன்று உண்மையான பிராமணர்கள் மீது மட்டுமல்லாமல் தங்களை பிராமணர்களுக்கு இணையாகக் கருதி செயல்படுகின்ற பிற சாதியினர்மீதும் இத்தகைய சமூக நடைமுறை திணிக்கப்பட்டதற்கான சான்றுகள் காணக்கிடைக்கின்றன. திருவாரூரிலுள்ள 12ஆம் நூற்றாண்டுக் கல்வெட்டு ஒன்று தச்சர்களைப் பற்றி விரிவாகப் பேசுகின்றது. இவர்களின் தொழில், கல்வி போன்றவற்றை ஆராய்ந்த பாண்டிய குலாந்தகச் சதுர்வேதி மங்கலத்து அந்தணர்களால் இக்கல்வெட்டு எழுதிவைக்கப்பட்டுள்ளது. இதில் 'ரதகாரர்கள்' எனப்படும் தச்சர்கள் கலப்பின சாதியராகக் கூறப்பட்டுள்ளனர். இவற்றில் அனுலோமர் (உயர்குலத்தந்தை + தாழ்குலத்தாய்), பிரதிலோமர் (தாழ்குலத்தந்தை + உயர்குலத்தாய்) என்ற இருபிரிவினர் இருந்தனர். அதேநேரம் சில நூற்கள் ரதகாரர்களை உயர்குடி பிறந்தவர்கள் என்று கூறுகின்றன. வலங்கைமான் வட்டத்திலுள்ள ஆலங்குடியில் இருக்கும் கல்வெட்டு ஒன்று, தச்சர்களின் பெருமையைக் கூறும் மெய்க்கீர்த்தியுடன் காணப்படுகிறது (இராசேந்திரன், பொ. மற்றும் பலர் 2000: 10). இதற்கேற்ப தச்சர் அல்லது ஆசாரி சாதியினர் தங்களை விஸ்வகர்ம குலத்தினராக அடையாளப்படுத்திக் கொள்வதும் பிராமணர்களைப் போன்று பூணூல் அணிந்துகொள்வதும் இங்கே குறிக்கத்தக்க செய்திகளாகும். ஆகவே கலப்பின சாதியராகக் கருதப்பட்டவர்கள் இருவேறு சமூகப் படிநிலை அடையாளங்களுடன் காணப்படுகின்றனர்

என்பதை உணர்ந்துகொள்ளலாம். இவ்வாறான கலப்புச்சாதியினர் (அனுலோமர்) எனும் இழிவான அடையாளம் வள்ளுவக் குடியினர் மீதும் சுமத்தப்பட்டது என்பது கவனத்திற்குரியதாகும். இதற்கான ஒரு வரலாற்றுச்சான்றை இவ்விடத்தில் காண்போம்.

சோழப் பெருமன்னர்கள் காலத்தில் இறைவன் திருமேனி விழாக்காலங்களில் வீதிவலம் வரும் முன்னர்த் திருப்பறையறிவித்தல் என்பது முக்கிய நிகழ்ச்சியாகும். இதுபற்றித் தஞ்சைப் பெருங்கோயில் கல்வெட்டுக்கள் சிறப்பாகப் பேசுகின்றன. இதனைச் செய்த ஊழியர்களைப் பிற்கால இருண்ட சமுதாயம் தாழ்நிலைப்படுத்தியது. ஏற்றத்தாழ்வுகளால் புரையோடிய சமுதாயத்தை நெறிப்படுத்தத் திருக்கோயில்களும், அறிஞர்களும் பலமுறை முயன்றுள்ளனர். இதற்கு 12ஆம் நூற்றாண்டு திருவாரூர்க் கல்வெட்டு ஒன்றே சான்றாக உள்ளது (தி.க.எண்.47). இக்காலகட்ட சமுதாயத்தில் பல கலப்பினங்கள் (அனுலோமா, பிரதிலோமா) தோன்றின. இதன்பொருட்டு பல அறிஞர்கள் ஆரூர்த் திருக்கோயிலில் கூடி ஸ்மிருதிகள், உபநிஷத்துக்கள் போன்றவற்றை ஆராய்ந்து அவற்றின் அடிப்படையில் கலப்பின மக்களுக்கு உயரிய அங்கீகாரம் கொடுத்தனர். அத்துடன் திருக்கோயில்களில் பணிபுரியவும் அவர்களுக்கு உரிமை அளித்தனர். இத்தகைய பிரிவினருள் திருப்பறை சேவை செய்தவர்களும் ஒருவராவர். இவர்களின் தாழ்நிலையை உணர்ந்த ஆரூர்க் கோயிலிலிருந்த அறிஞர்கள் முசுகுந்த புராணத்தோடு தொடர்புடைய ஒரு புதிய நெறியை வகுத்தனர். அதுவே ‘யானை ஏறும் பெரும்பறையர்’ மரபாகும்.

தியாகப்பெருமானின் திருமேனி இந்திரனால் பூசிக்கப்பெற்றது. முசுகுந்தனின் வேண்டுகோளுக்காக இந்திரன் திருமேனியை அவனிடம் அளித்தான். பின்னர் ஆரூரில் அதனை முசுகுந்தன் ‘தியாகராஜனாக’ தாபித்ததாகவும் அந்த ஆவணம் குறிப்பிடுகிறது. இவ்வாறு ஆரூரனை வழிபட்டு வந்த வானவர் தலைவன், நாளடைவில் தியாகரையே மறந்துவிட்டான். இதனால் அவனுக்கு இன்னல்கள் பல விளைந்தன. இறுதியாகச் சாபவிமோசனம் பெறப் பூலோகத்தில் மனிதனாகப் பிறந்தான். அவன் அவ்வாறு பிறந்த குலமே திருப்பறை கொட்டும் மரபினர். இவ்வாறு பூவுலகில் பிறந்த இந்திரன் தன் சாபவிமோசனம் பெறத் தியாகரைத் தரிசிக்க விரும்பினான். ஆனால் உயர்குடியினர் இவனை இழிகுலத்தவன் என்றுகூறி தடுத்துவிட்டனர். எப்படியாவது தனது கண்களால்

இறைவனை தரிசித்துவிட விரும்பிய இந்திரன் இறுதியாகக் கண்ணாடி ஒன்றின் மூலமாக சிவனுடைய திருமேனியின் பிரதிபலிப்பைக் கண்டுவணங்கினான். உடனே அவனது சாபம் நீங்கியது. பின்பு முப்பத்து முக்கோடி தேவர்களுடன் சேர்ந்து வெள்ளை யானைமீது அமர்ந்து, திருவாரூர் வீதிகளில் தியாகப்பெருமானின் திருமேனியை எழுந்தருளச் செய்து இந்திரன் பவனி வந்தான். இவ்வாறு மனிதனாகப் பிறந்து ஆரூரனுக்கு விழா எடுப்பதற்காக ஐராவதத்தில் பவனிவந்த இந்திரனின் நினைவாக நடத்தப்பெறுவதே ‘யானைஏறும்’ நிகழ்ச்சியாகும்.

இந்தப் புராணக்கதை அடிப்படையில் திருவாரூர்க்கோயிலின் பெரிய திருவிழாவின்பொழுது யானை ஏறும் மரபினரைக் கோயிலுக்குள் அழைத்துச்சென்று சிவபெருமானின் திருமேனியைக் கண்ணாடியில் தரிசிக்கச்செய்யும் நிகழ்ச்சி நடைபெறுகிறது. இதன்பின்னர் இந்த திருப்பறைகொட்டும் பிரிவினருள் ஒருவருக்குக் (காணியாளர்) கோயில் சார்பில் பரிவட்டம் கட்டி, யானைமீது வெண்கொற்றக் குடையின்கீழ் அமரச்செய்து ஊர்வலம் வருவார்கள். அத்துடன் இவர்களுக்குரிய திருக்கல்யாண நிகழ்ச்சியும் ஆண்டுதோறும் நிகழ்த்தப்பட்டு வருகின்றது (குடவாயில் பாலசுப்ரமணியன் 2012: 201-202).

இந்த விரிவான விவரணையிலிருந்து வள்ளுவர்கள் கலப்பின சாதியினராக உருவான விதத்தையும் அவர்கள் எதிர்கொண்ட புதிய பண்பாட்டு அடையாள மாற்றங்களையும் அறிந்துகொள்கிறோம். குறிப்பாகத் திருப்பறை கொட்டும் பிரிவினராக மாற்றப்பட்டுவிட்ட இவர்களே பெரும்பறையர்கள் என்பது இதன்வழி உறுதியாகின்றது. ஏனென்றால் பறையரில் பெரியவனும் (முதுமகன்) யானை ஏறும் தகுதியுடையவனும் வள்ளுவக் குடியினனே என்பதை நாம் முன்னரே நிறுவியிருக்கிறோம். ஆக தாழ்நிலைக்குத் தள்ளப்பட்டுவிட்ட இந்த வள்ளுவக் குடியினரை இந்திரனின் பிறப்பாக புராணமயப்படுத்தி சைவமரபின் ஒருபகுதி ஆக்கியுள்ளனர் என்பதை ஐயத்திற்கு இடமின்றி உணர்ந்துகொள்ளலாம்.[21]

ஆதிக்கமரபோடு முரண்படுகின்ற பிரிவினர் தங்களின் எதிர்ப்புணர்வை வலுவாகக் காட்டத்தொடங்கும்போது அவர்களை சமரசப்படுத்தும்பொருட்டு இவ்வாறான சிறப்புரிமையைத் தந்து தங்களது பண்பாட்டின் ஒரு கூறாக உள்ளிழுத்துக் கொள்வது காலங்காலமாகப் பின்பற்றப்படும் ஓர் உத்திதான் என்பதை நினைவில்கொள்வது அவசியம். அதேநேரம் இத்தகைய

விதிவிலக்காக அமையும் சடங்கியல் சமாதானங்களால் பிறபகுதிகளில் இருக்கும் எதிர்மரபினரின் கலகக்குரலை முற்றிலும் ஒடுக்கிவிட முடியாது என்பதும் மற்றொரு நிதர்சனமாக உள்ளது. இந்த வரலாற்றுப் பின்புலத்தை மனதில்கொண்டு நோக்கும்போது *கபிலர் அகவல்* எனும் பெட்டகத்தின் உள்ளடுக்கைத் திறப்பதற்குரிய இன்னுமொரு திறவுகோல் நமக்கு கிடைத்துவிடுகிறது. அதாவது கபிலர் அகவலில் பிராமணத் தந்தை – பறையரினத் தாய் எனும் குறியீடு உள்ளது. இது வள்ளுவ குலத்தினரின் மீது பிராமணீயம் கூறிய சாதிக்கலப்பு எனும் குற்றச்சாட்டின் கதையுருவமாகும். இதை வலியுறுத்துவது போன்று பிராமணத் தந்தைக்கும் பறையர் தாய்க்கும் ஏற்பட்ட முறையற்ற உறவாலேயே ஏழு பிள்ளைகள் பிறந்தார்கள் என்று நாம் கண்ட கதைகள் கூறுகின்றன. இந்த வாதத்தை நிறுவுவதற்குரிய அகச்சான்றுகள் இதே *கபிலர் அகவல்* நூலில் காணக்கிடைக்கின்றன. அவற்றை இனி பகுப்பாய்வு செய்யத்தொடங்குவோம்.

கபிலர் அகவல் சாதியத்தை விமர்சனம் செய்கின்ற நூலாக இருக்கிறது என்று கண்டோம். ஆனால் இதுவொரு பொத்தாம்பொதுவான சமூக விமர்சனமாக இல்லையென்பதைக் கவனத்தில் கொள்ளவேண்டும். ‘பார்ப்பன மாந்தர்காள் பகர்வது கேண்மின்’ (56) எனப் பிராமணர்களை நேருக்குநேராக விளிப்பதன்மூலம் இந்நூல் யாருடன் உரையாட விரும்புகிறது என்பதை அறிந்துகொள்ளலாம். இதுமட்டுமன்றி பகுத்தறிவு சார்ந்த வினாக்கள்மூலம் அவர்களின் சடங்குகள், புராணங்கள் மீதான புனிதத்தைக் கலைத்துப் போடுகின்றது. இவற்றைவிட முக்கியமானது, பல்வேறு பிராமண முனிவர்களின் பிறப்புக்கதைகளை எடுத்துக்காட்டி அவர்களின் ரிஷிமூலத்தை மிகநுட்பமாக கேள்விக்குட்படுத்துகின்றது. இதைக் காட்டும் பாடல்பகுதி வருமாறு:

சேற்றிற் பிறந்த செங்கழுநீர் போலப்
பிரமற்குக்
கூத்தி வயிற்றிற் பிறந்த வசிட்டரும்
வசிட்டர்க்குச்
சண்டாளி வயிற்றிற் பிறந்த சத்தியரும்
சத்தியர்க்கு
புலைச்சிதோள் சேர்ந்து பிறந்த பராசரும்
பராசருக்குமீன்

> வாணிச்சி வயிற்றிற் பிறந்த வியாசரும்
> இந்நால்வரும்
> வேதங்க ளோதி மேன்மைப் பட்டு
> மாதவ ராகி வயங்கின ரன்றோ? (90-101)

இப்பாடல் வரிகள் காட்டுகின்ற பிராமணர்களின் பிறப்புக்கதைகளை ஆழ்ந்துநோக்கினால், அவையனைத்தும் மனுதர்மம் கூறும் கலப்புமண (சம்சர்க்கம்) முறைப்படி அமைந்திருக்கின்றன என்பது புரிந்துவிடும். அதாவது உயர்சாதித் தந்தைக்கும் தாழ்த்தப்பட்ட சாதி தாய்க்கும் பிறந்தவர்களே மேற்கூறிய பிராமணரிஷிகள் என்பதை அது குவியப்படுத்திக்காட்டுகிறது.

இத்தகைய கேள்விகளை எழுப்பிய பின்னரே, கபிலரானவர் தானும் தன் உடன்பிறந்தவர்களும் பகவன் எனும் பிராமணனுக்கும் ஆதி எனும் புலைச்சிக்கும் பிறந்தவர்கள் என்கிற கதையைக் கூறும்விதமாக *கபிலர் அகவல்* அமைக்கப்பட்டுள்ளது. இவ்வாறு இருவேறு வகைப்பட்ட கதைகளை ஒப்பிட்டுக் காட்டுவதன்மூலம் இந்த நூல் என்னக் கூற வருகின்றது? இந்த இடத்தில் *கபிலர் அகவல்* ஒரு போலிநூல் என்பதையும் அதனுள் உலவுகின்ற கபிலரும் திருவள்ளுவரும் வெறும் முகமூடிகளே என்பதையும் நினைவுபடுத்திக்கொள்வோம். இதனுடன் வள்ளுவப் பறையர் சமூகத்தினைச் சேர்ந்த ஒருவரே இந்நூலின் உண்மையான ஆசிரியர் எனும் விடையையும் இணைத்துக்காண்போம். இவ்வாறு செய்தால் நமக்கொரு திட்டவட்டமான பதிலொன்று கிடைத்துவிடுகிறது. அது, 'பிராமண குலத்தின் முன்னோர்களாக விளங்கும் தலைசிறந்த முனிவர்கள் அத்தனைபேரும் கலப்புமணத்தால் பிறந்தவர்களாக இருந்தாலும் அவர்களைப் புனிதமிக்கவர்களாகவே உங்கள் பிராமணீய சட்டதிட்டங்கள் அங்கீகரிக்கின்றன. ஆனால் இதேவகையில் பிறந்த வள்ளுவ குலத்தவரான எங்களை மட்டும் ஏன் கீழ்ச்சாதி என்று தாழ்த்துகிறீர்கள்?' என்பதாகும். இன்னும் தெளிவாகக் கூறினால், 'சமணசமய அந்தணர்' என்னும் தகுதிநிலையோடு இருந்த எங்களை எதற்காக உங்களின் பிராமணீயச் சட்டத்தால் (அனுலோமா) பறையராக்கினீர்கள் என்ற எதிர்ப்புக்குரலாகும். இது ஒருவகையில் எதிராளியின் விரலைக்கொண்டே அவனது கண்ணைக் குத்துகின்ற வித்தைபோல் தோன்றுகிறது. அதாவது ஆதிக்க மரபான பிராமணீயம் எழுதிவைத்துள்ள கதைகளை முன்வைத்தே அவர்களின் ஓரவஞ்சகத்தை இந்த வள்ளுவர்குலம் குறுக்குவிசாரணை

செய்கின்றது எனப் புரிந்துகொள்ளலாம். கபிலர் அகவலின் இந்த வழிமுறையைப் பின்பற்றிதான் 19ஆம் நூற்றாண்டில் எழுதப்பட்ட பறையன் பாட்டு எனும் பெயரமைந்த முச்சந்தி இலக்கியங்கள் பல உருவாகியுள்ளன என்பது குறிப்பிடத்தக்கது.

அந்தவிதத்தில் கபிலர் அகவல் கூறும் செய்தியையே '(வள்ளுவப்) பறையன் கேட்பாரில்லாமல் கீழ்ச்சாதியானான்' என்ற பழமொழியும் வலியுறுத்துகிறது எனலாம். ஏற்கெனவே தாங்கள் பெற்றிருந்த பண்பாட்டு அதிகாரத்தைப் பிராமணர்களிடம் இழந்த வள்ளுவர்கள், பின்னர் கலப்புமணம் பற்றிய பிராமணீயச் சட்டங்களால் கீழ்படுத்தப்பட்ட சாதியினராகவும் ஆக்கப்பட்ட வரலாற்றையே மேற்காணும் பழமொழியும், பறையர் தொன்மங்களும், கபிலர் அகவல் கதையும் வெவ்வேறு வடிவங்களில் வெளிப்படுத்துகின்றன என அறுதியிட்டு கூறலாம். நாம் கண்டவகையில் வள்ளுவர், உவச்சர் உள்ளிட்ட பல்வேறு பிரிவினரும் இத்தகைய சாதிவிலக்க நடைமுறைக்கு ஆளாக்கப்பட்டது சோழர்களின் ஆட்சிக்காலத்தில்தான் என்பது தெளிவு. இதற்கேற்ப பிற இந்தியப்பகுதிகளோடு ஒப்பிட்டால் 'தீண்டாமை' எனும் செயலாக்கம் தமிழகத்தில் கி.பி.11ஆம் நூற்றாண்டளவில்தான் தோன்றியிருக்கிறது என்பார் ரவிக்குமார் (2020: 11-20). இவரின் இக்கருத்து நம்முடைய நோக்கை வலுப்படுத்துகிறது. இவற்றின்வழி வள்ளுவர்கள்மீது சுமத்தப்பட்ட இத்தகைய வரலாற்றுத் துயரத்தின் கூட்டுநினைவும் இதன்பொருட்டு எழுந்த எதிர்ப்புணர்ச்சியுமே பிராமணர் X பறையர் பகைமை வடிவில் தொடர்ந்துவந்துள்ளது என்று விளங்கிக்கொள்ளமுடிகின்றது.

இந்த எதிர்ப்புணர்வு குறித்த பிறிதொரு சான்றினைத் தொ.பரமசிவன் அவர்கள் நமக்கு அளிக்கின்றார். அது 'மத்தியானப் பறையர்' எனும் வழக்காறாகும். யானை ஏறும் மரபினராகிய வள்ளுவகுலத்தினர் எதிர்கொண்ட சமூக அடையாள மாற்றமானது (அனுலோம சாதி) தீர்மானிக்கப்பட்ட இடம் திருவாரூர் திருக்கோயில்; தீர்மானித்தவர்கள் அத்தலத்துப் பார்ப்பனர்கள் எனும் வரலாற்றை முன்னரே எடுத்துக்காட்டியுள்ளோம். இந்த கோயிலில் அண்மைக்காலம்வரை பின்பற்றப்பட்டு வந்த ஒரு நடைமுறையே 'நண்பகல் நேரத்தில் மட்டும் பிராமணப் பூசகர்கள் பறையர்களாக மாறிவிடுகின்றனர்' என்பதாகும். இதற்கு அடிப்படையாக அமையும் தொன்மக்கதை வருமாறு: ஒருநாள் திருவாரூர் கோயில் பார்ப்பனர்கள் யாகம் செய்து

கொண்டிருந்தபொழுது சிவபெருமான் ஒரு பறைமகன் வேடத்தில் செத்த கன்றுக்குட்டியைத் தோளில் சுமந்து கொண்டு வேள்விக் கூடத்திற்குள் வந்துவிட்டார். வந்தது சிவனென்று உணராத பார்ப்பனர்கள் 'பறையன் வந்ததால் வேள்வி தீட்டுப்பட்டு விட்டது' எனக் கூறியவாறே வெளியே ஓடிவிட்டனர். இதனால் சினங்கொண்ட சிவபிரான் 'நீங்களும் பறையன் ஆகுங்கள்' என சாபம் இட்டுவிட்டார். சாபவிமோசனம் கேட்டு பார்ப்பனர்கள் கெஞ்ச சிவன் சற்றே மனமிறங்கினார். அதனால் 'நீங்கள் நிரந்தரமாகப் பறையனாவதற்குப் பதிலாக நாள்தோறும் நண்பகல் முதல் ஒரு நாழிகை நேரம் மட்டும் பறையனாக இருப்பீர்கள்' என சாபவிமோசனம் அளித்தார். இந்த நம்பிக்கையின் காரணமாகவே திருவாரூர் கோயில் பார்ப்பனர்களுக்கு 'மத்தியானப் பறையர்' என்ற பெயர் ஏற்பட்டது (2013: 66). இங்கு காணும் தொன்மமும் சடங்கும் ஒரு எதிர்கதையாடல் உத்தி என்பதை மிக எளிதாக உணர்ந்து கொள்ளலாம். அதாவது வள்ளுவ அந்தணரானத் தங்களை 'நிரந்தர பறையராக்கியதற்கு' எதிர்ப்பாகவே அக்கோயிலின் பார்ப்பனர்களைத் 'தற்காலிகப் பறையராக்கி' இருக்கின்றனர் என்பது தெளிவுபடும். இதுமட்டுமன்றி சைவப் பெருவெளிக்குள் இழுக்கப்பட்டுவிட்ட இவர்களின் எதிர் கதையாடலால் சிவபெருமானும் பறையனாக (சாம்பசிவன்) உருமாறி நிற்பதைக் காண்கிறோம். 'சாம்பசிவமூர்த்தியர்க்கே பட்டமது ஸ்தாபித்த சாம்புவன் நான்காணும்' (30), 'ஆண்டையே கேள் சாதியில் ஈனென சாற்றுகிறீர்... ஔவையார் குலத்தில் வந்த வள்ளுவனெனும் ஆதிபீடமும் நான்காணும்' (31) என சாதிமறுப்புக் குரலெழுப்பும் ஞானவெட்டியான் நூலும் இக்குறிப்பிட்ட வாதத்தை வலுச்செய்கிறது. அந்தவகையில் இந்நூல் கபிலரகவலோடு ஒத்திசைந்து நிற்பதைக் காணலாம். ஆகவே இப்பொழுது நாம் மீண்டும் கபிலர் அகவலைநோக்கி திரும்புவோம்.

இதுவரையில் கபிலர் அகவலினுள்ளே மறைந்திருக்கும் வெவ்வேறு சமூக நினைவுகளையும் வரலாற்று இழைகளையும் ஓரளவு விளக்குவதற்கு முயன்றிருக்கிறோம். ஆனால் இன்னுமொரு வினா மிச்சமிருக்கின்றது. அது என்னவென்றால், 'கபிலர் அகவலின் உண்மை ஆசிரியரான வள்ளுவப்பறையர் ஏன் திருக்குறளையும் திருவள்ளுவரையும் தங்களது பிரதிபிம்பமாக முன்னிறுத்தியுள்ளார்?' எனும் கேள்வியாகும். சில தமிழறிஞர்கள் இதுதொடர்பாக விடையளிக்க முயன்றுள்ளனர். அவற்றின்

சாராம்சம் என்பது, 'திருவள்ளுவர் எனும் புலவர் வள்ளுவ குலத்தில் பிறந்தவராவார்' எனும் வகையிலேயே இருக்கின்றது. இரண்டுக்கும் உள்ள பெயர் ஒற்றுமையைக் கொண்டு பார்த்தால் இது ஓரளவு சரியான அனுமானமாகக்கூட இருக்கலாம். என்றாலும் இதை நிரூபணம் செய்ய மேலதிகமான அக, புற சான்றுகள் தேவை. இங்கே நாம் கூறவிரும்புவது, 'புலவரான திருவள்ளுவருக்கும் வள்ளுவகுலத்தினருக்கும் இடையேயுள்ள தொடர்புக்கண்ணியானது சாதி சார்ந்ததல்ல; சமயம் சார்ந்தது' என்பதாகும். இதை விளங்கிக்கொள்வதற்குத் திருவள்ளுவரின் சமயம் பற்றிய விவாதத்திற்குள் செல்லவேண்டும்.

திருக்குறள் எனும் நூலையும் அதன் ஆசிரியரான திருவள்ளுவரையும் வெவ்வேறு சமயங்களைச் சேர்ந்த தமிழறிஞர்களும் தங்களுக்கு என்று உரிமை கொண்டாடினார்கள் எனும் வரலாற்றை முற்பகுதியிலேயே எடுத்துக்காட்டியுள்ளோம். மற்றொருபுறம் உலகப்பொதுமறை என்றும் அந்நூல் அடையாளப்படுத்தப்பட்டு விட்டதும் நாம் காணும் யதார்த்தமாகும். ஆனால் ஒரு நூலாசிரியர் சமயப்பொறையுடமை கொண்டவராக இருப்பதாலேயே அவர் ஒரு குறிப்பிட்ட சமயத்தைப் பின்பற்றியிருக்கமாட்டார் என்று கருதுவது தருக்கத்திற்குப் பொருந்துவதாக இல்லை. அவ்வாறென்றால் திருவள்ளுவரின் சமயநெறியும் முற்குறிப்பிட்டவற்றுள் ஏதேனும் ஒன்றாகத்தான் இருக்கும் எனக் கூறுவதில் பிழையிருக்கமுடியாது. திருக்குறளில் காணும் அகச்சான்றுகள் பெரும்பான்மையும் இந்நூலானது சமணமதத்தின் அடிப்படைக் கொள்கைகளை விளக்க எழுந்ததை உறுதிசெய்யும் என்பார் அ.சக்கரவர்த்தி நயினார் (2009: 27-36). இந்த அகச்சான்றுகளைத் தவிர திருக்குறளின் சமணத்தொடர்பை உறுதிசெய்யும் புறவயமான ஆதாரங்களும் இருக்கின்றன என்பது கவனத்திற்குரியது. இதற்கான புரிதலுக்கு திரு.வி.கல்யாணசுந்தரனார் அவர்களின் கருத்துக்களையே நாட உள்ளோம்.

திருவள்ளுவரை இன்று சைவ, வைணவ சமயத்தவர்கள் பலரும் உரிமை பாராட்டுகின்றார்கள். இதைக்கொண்டே அவரை இந்த சமயங்களின் வட்டத்திற்குள் அடக்கிவிடமுடியாது. ஏனென்றால், இச்சமயத்தவர்கள் எல்லாம் பழங்காலம் தொட்டே திருவள்ளுவரைப் போற்றி வந்ததற்கான சான்றுகள் இல்லை. இன்னும் விரிவாகக் கூறினால் சைவ, வைணவக் கோயில்களில் வள்ளுவரின் திருவுருவம் கிடையாது. இதேபோன்று சைவ, வைணவம்

தொடர்பான நூல்களில்காணும் அடியவர்கள் பற்றிய எந்த வாழ்த்துப்பாக்களிலும் இவர் பெயர் சேர்க்கப்படவில்லை. திருக்குறளின் பாக்கள் எதுவும் இச்சமயத்து கோயில்களின் வழிபாடுகளில் ஓதப்படுவதில்லை. இவற்றின்வழி மிகப்பிற்காலத்தில்தான் இவர்கள் திருக்குறளையும் திருவள்ளுவரையும் தங்களது உடைமையாகக் கூறி வாதம் புரிகிறார்கள் என்பது விளங்கும்.

மேற்காண்பதற்கு முற்றிலும் மாறாக சமணர் மட்டுமே திருவள்ளுவரை அன்றுதொட்டு இன்றுவரைப் போற்றி வருகிறார்கள். திருவள்ளுவரை குந்தகுந்தாச்சாரியார் என்றும் ஏலாச்சாரியார் என்றும் ஏற்றித் தொழுகின்ற மரபு சமணர்களிடமே இருக்கிறது என்பது கண்கூடானதாகும். இதுமட்டுமின்றி சமண முனிவர்களிடம் இருந்த சம்பிரதாயங்களில் ஒன்றும் மேற்காண்பதை வலியுறுத்துகிறது. அதாவது, இம்முனிவர்கள் தங்களது நூல்களில் முன்னோர் பொருளை எடுத்துக்காட்ட நேரும்போதெல்லாம், அது பிறசமயத்தவர்களுடையதாக இருப்பின் அதன் ஆக்கியோன் பெயரைப் பதிவுசெய்வார்கள். அதேவேளையில் அம்மொழிப்பொருள் தங்களது சமயத்தவருடையதாக இருந்தால் 'எம் ஒத்து' என்று குறிப்பிடுவார்கள். இம்மரபுப்படி அந்நாளில் எழுந்த சமணநூல்களில் திருக்குறளானது, 'தங்கள் ஒத்து' என்றே குறிக்கப்பட்டிருக்கிறது. இதனை விரிவாக அறிந்துகொள்ள நீலகேசியுரை உள்ளிட்ட ஜைன நூல்களைக் காணலாம்.

பிரபோத சந்திரோதயம் என்றொரு வேதாந்த நாடக நூல், வடமொழியிலும் தமிழ்மொழியிலும் காணக்கிடைக்கிறது. இதில் பல்வேறு சமயக் கூத்தர்கள் நடிக்கின்றனர். அவர்கள் நாடகமேடை ஏறுகையில் தங்கள்தங்கள் சமயமந்திரங்களை ஓதிச்செல்வதாக காட்சியுள்ளது. இவர்களில் சமணர் வடமொழியில் 'அஹிம்ஸா பரமோதர்மா' எனும் வாசகத்தையும் தமிழில் 'அவிசொரிந் தாயிரம் வேட்டலின் ஒன்றன் உயிர்செகுத் துண்ணாமை நன்று' எனும் குறளையும் ஓதுவதாக எழுதப்பட்டுள்ளது. ஆக இதன்வழியும் *திருக்குறள்* சமணத்தோடு கொண்டுள்ள நெருக்கம் புலனாகும் *(2009: 18-19)*.

மேலேகாணும் திரு.வி.க. அவர்களின் அரிதான விவரணைகள் இந்தப் பரப்பின்மீது வெளிச்சத்தைப் பாய்ச்சுகின்றன. இவ்வொளியின்மூலம் சமணர்கள் தங்களது எழுத்துகளிலும் ஐதீகங்களிலும் திருவள்ளுவரையும் திருக்குறளையும்

இடம்பெறச்செய்வது அவர்களுக்குரிய மரபாகவுள்ளது என்ற உண்மையை உணர்கின்றோம். இதன்வழி நோக்கினால் கபிலர் அகவலில் ஏன் திருவள்ளுவர் ஒரு பாத்திரமாகவும் திருக்குறளில் உள்ள ஆதிபகவன் எனும் சொல் பாத்திரங்களின் பெயர்களாகவும் பதிவுசெய்யப்பட்டுள்ளன என்பது புரியவரும். அதாவது வள்ளுவகுலத்தினர் இன்று பெயரளவிற்கு இந்துமதத்தினராக இருந்துவந்தாலும் அவர்களின் கடந்தகாலம் என்பது சமணசமயமே என்கிற சமூகநினைவையும் மரபுத்தொடர்ச்சியையும் அவர்கள் முற்றிலுமாக இழந்துவிடவில்லை. ஆகவேதான் அவர்களின் உருவாக்கமான கபிலர் அகவலில் திருவள்ளுவரும் திருக்குறளும் அழுத்தமாக இடம்பெற்றுள்ளன. இதேபோன்று 'பிறப்பொக்கும் எல்லா உயிர்க்கும் சிறப்பொவ்வா செய்தொழில் வேற்றுமை யான்' (97: 2) எனும் திருக்குறளின் முதல் சாதி எதிர்ப்பு பிரகடனத்தையே *கபிலர் அகவல்* 'சிறப்புஞ் சீலமு மல்லாது பிறப்பு நலந்தருமோ பேதை யீரே' (141-142) என்று வழிமொழிவது இவற்றுக்கிடையே உள்ளார்ந்த மரபுத்தொடர்ச்சி இருப்பதைக் காட்டுகிறது. தற்காலத்திலும் திருவள்ளுவர் எங்களின் குலத்தவர் என்றும் மூதாதையர் என்றும் வள்ளுவப் பறையர்கள் உரிமைகொண்டாடி வருகின்றனர் என்பதையும் இங்கே குறிப்பிடவேண்டியுள்ளது.

இதுவரைக் கண்ட விவாதங்களின் ஊடே வெறும் போலி நூலாக எண்ணி ஒதுக்கப்பட்ட கபிலர் அகவலானது வைதீகம் *X* சமணம், பார்ப்பனர் *X* வள்ளுவப்பறையர் ஆகியவற்றுக்கிடையே நிகழ்ந்த பண்பாட்டுப் போராட்டத்தின் வரலாற்றுத் தடயமாக உருமாற்றம் பெறுகிறது எனக் கண்டுள்ளோம். அதுமட்டுமல்லாமல் வள்ளுவர்கள் எவ்வாறு கீழ்படுத்தப்பட்ட சாதியானார்கள் என்பதற்கான விடையையும் அவர்கள் பின்பற்றிவந்த பிடாரி வழிபாடென்னும் தாந்திரீகச் சடங்கை *கபிலர் அகவல்* தனக்குள் குறியீடுகளாகப் புதைத்துவைத்துக் கொண்டுள்ளதையும் அறிந்துகொண்டோம். அந்தவகையில் அதிகாரமற்று விளிம்புக்குத் தள்ளப்பட்டுவிட்ட தங்களின் குரலை கபிலரின் குரல்போன்று ஒப்புப்போலி (mimicry) செய்து வரலாற்று உருவகக் கதையாக (historical metaphor) சொல்லப்பட்ட ஒரு வள்ளுவப்பறையரின் எடுத்துரைப்புகளே இந்தக் *கபிலர் அகவல்* நூல் என அறுதியிட்டுக் கூறலாம். இதையொத்த மாற்று வடிவங்களாகவே பறையரின் தோற்றத் தொன்மங்களும் பழமொழிகளும் விளங்குகின்றன என்பதில் ஐயமேதுமில்லை.

8.3. சடங்கியலில் முற்போக்கும் சாதியமும்

பிடாரி வழிபாடு குறித்த வரலாற்றில் பல்வேறு சாதியினர் இடம்பிடித்துள்ளனர் என்பது பற்றி பதிவு செய்திருக்கின்றோம். இப்பொழுது இவற்றை ஒருங்கே தொகுத்து நோக்கலாம். முதலில் வள்ளுவப் பறையருக்கும் உவச்சருக்கும் இடையே காணலாகும் ஒப்புமைக்கூறுகளை ஆராய்வது அவசியமாகும்.

1. உவச்சர், வள்ளுவர் ஆகிய இருவரும் தொடக்கத்தில் சமணசமயப் பின்புலம் கொண்டவர்களாக இருந்துள்ளனர். உவச்சர் பிரிவினர் தமிழ் பிராமிக் கல்வெட்டுக்களில் சமணமத ஆச்சாரியராகக் காணப்படுகின்றனர். வள்ளுவரும் சமணம் தொடர்புடைய நூல்களில் நிமித்திகர் உள்ளிட்ட பணிகளை செய்பவர்களாக குறிப்பிடப்பட்டுள்ளனர். ஆகவே இவ்விருவருக்கும் 'சாத்திரங்கள் அறிந்த குருக்கள்' (அந்தணர்) எனும் தகுதிநிலை பொருந்துமாறுள்ளது.

2. பல்லவர் காலக் கல்வெட்டில் 'ஸ்ரீவள்ளுவன் பூவணவன் உவச்சன்' என்று இவர்களின் பெயர்கள் இணைந்து காணப்படுகின்றன. ஸ்டூவர்ட் குறிப்பிட்டுள்ள இந்த கல்வெட்டுத் தொடரை சந்தேகம் கொள்வதற்கு இயலாதபடி இவ்விரண்டு பிரிவினரும் இன்றுவரை பண்பாட்டுத்தளத்தின் சில புள்ளிகளில் ஒன்றுபட்டுள்ளனர்.

3. இவர்கள் இருவருக்கும் இசைக்கலைஞர்கள் எனும் அடையாளம் இருக்கின்றது. வள்ளுவர்கள் 'முரசினை' இசைப்பவர்களாகவும் உவச்சர்கள் 'மட்டுகம்' அல்லது 'குடமுழவு' எனும் கருவியை வாசிப்பவர்களாகவும் இருந்துவந்துள்ளனர்.

4. பிடாரியை வழிபடுவதில் இருவரும் தாந்திரீக நெறியையே பின்பற்றுகின்றனர். சிவன் கோயில் திருவிழாக்களில் திக்பலி கொடுப்பது, மந்திரச்சடங்குகள் போன்றவற்றைச் செய்வதிலும் இந்த இருபிரிவினரின் பங்கேற்பும் உள்ளது. இந்த உவச்சரும் வள்ளுவரும் சமணம் என்ற ஒரே பண்பாட்டு மூலத்திலிருந்து வந்தவர்களாக இருக்கின்றனர். ஆகமக் கோயில்களின் பரிவார தேவதையாக சமண இயக்கியான பிடாரி உள்ளிழுக்கப்பட்டபொழுது, அதன் பூசகர்களும் சடங்குகள்வழி இணைக்கப்பட்டது வியப்பிற்குரியதல்ல.

5. அதேவேளையில் இவர்கள் பிடாரி வழிபாட்டிலும் ஆகமக்கோயில் திருவிழாச் சடங்குகளிலும் இணைகோடுகளாக பயணிக்கின்றனரே அல்லாமல் எங்காவது ஒரே புள்ளியில்

இணைந்திருக்கின்றனரா எனும் ஐயம் எவருக்கும் தோன்றக்கூடும். இதற்கான பதிலை வரலாற்று ஆய்வாளர் குடவாயில் பாலசுப்ரமணியன் அவர்கள் எழுதியுள்ள *திருவாரூர் திருக்கோயில்* (2017) எனும் நூலிலிருந்து பெறமுடிகிறது. இதில் உவச்சர் அல்லது பாரசைவர் பிரிவினைச் சேர்ந்த கலைஞர்கள் பல நூற்றாண்டுகளாக திருவாரூர் தியாகராஜர் கோயிலில் பூசைகள், தாண்டவங்கள், விழாக்கள் போன்றவற்றின்போது இசைக்கருவிகளை வாசிப்பவர்களாக இருந்துள்ளனர் என்றும் இத்துடன் ஆரூரின் எல்லைத் தெய்வமான பிடாரிதேவியின் பூசை உரிமையைப் பெற்றவர்கள் என்றும் குறிப்பிட்டுள்ளார். இதே கோயிலின் புகழ்பெற்ற தேர்த் திருவிழாவின்பொழுது சுவாமியின் முன்பு பெரும்பறையர் யானைமீதேறி கவரிவீசிச் செல்வார் எனும் சம்பிரதாயம் இன்றும் கடைபிடிக்கப்பட்டு வருகிறது எனும் செய்தியையும் அவர் பதிவுசெய்துள்ளார் (2017: 200-202). இந்த பெரும்பறையர் மாரியெனும் பிடாரிக்கு தாலிகட்டுவார்கள் என்பதை *அபிதான சிந்தாமணி* (2002: 1062) கூறுவதையும் கண்டோம். இவற்றிலிருந்து ஒரே ஊரிலுள்ள சைவப் பெருங்கோயிலின் பண்பாட்டுவெளி, பிடாரி மரபு ஆகிய இரண்டிலும் உவச்சர், வள்ளுவர் ஆகிய இருவரும் ஒன்றுபட்டிருப்பதை உறுதிசெய்யலாம்.

6. இந்த இருபிரிவினரும் பிற்காலச் சோழர்களின் ஆட்சியில் சாதியடையாளத்திற்குள் நுழைக்கப்பட்டிருக்கின்றனர். இதற்கு இவர்கள் மீது கலப்பின சாதியினர் எனும் முத்திரையிடப்பட்டதே காரணமாக இருந்துள்ளது.

7. தமிழகத்தில் இருக்கின்ற நூற்றுக்கணக்கான சாதிப்பிரிவுகளில் வேறெதற்கும் இல்லாத பெருமை இந்த இரண்டு பிரிவினற்கு உள்ளது. அதாவது தமிழ்மொழியின் தலைசிறந்த படைப்பாளிகளின் பெயர்களை இவர்கள் தங்களுடைய அடையாளமாகக் கொண்டுள்ளனர். வள்ளுவப்பறையர் திருவள்ளுவர் எனும் பிறிதொரு பெயரையும் பெற்றுள்ளனர். இதேபோல் உவச்சரில் கம்பர் எனும் தனிப்பிரிவு ஒன்று இருக்கின்றது. இவ்வாறு தங்களுடைய அடையாளப் பெயர்களில் மட்டுமின்றி தங்களுடைய கதைகள், நம்பிக்கைகள், சடங்குகள் போன்றவற்றிலும் அப்புலவர்களுக்கு பேரிடம் அளித்திருக்கின்றனர்.

மேலேகண்டவை அனைத்தும் உவச்சர், வள்ளுவப்பறையர் ஆகியோரை பெருமளவு ஒன்றிணைத்தே காட்டியுள்ளன என்பது புலப்படும். ஆனால் அவர்கள் இருவரும் சமூக,

பண்பாட்டுத்தளங்களில் பல பருண்மையான வேறுபாடுகளைக் கொண்டிருப்பவர்களாக உள்ளனர் என்பதையும் மறந்துவிடக்கூடாது. எனவே இவ்வேறுபாடுகள் குறித்தும் விவாதிப்பது முக்கியம். முதலில் ‘பிடாரிக்கு உவச்சர், வள்ளுவப்பறையர் செய்கின்ற சடங்குகள் தாந்திரீக நெறிப்படி அமைந்திருந்தாலும் அவற்றினது வடிவங்கள் ஏன் வேறுபட்டுள்ளன?’ எனும் வினாவிற்கு விடைகாணலாம். உவச்சரும் வள்ளுவப்பறையரும் சோழர்கள் காலத்தில் தனித்தனி சாதிய நிறுவனங்களாக மாற்றப்பட்டுவிட்டனர் என்ற வரலாற்றுண்மையே மேற்குறித்த வினாவுக்கு விளக்கமளிக்கப் போதுமானதாகும். இதன்படி ஒடுக்கப்பட்ட பறையர் எனும் உட்பிரிவுகளுக்குள் ஒன்றாக வள்ளுவர்கள் வந்துவிட்டதனால் இவர்களின் பண்பாட்டு வடிவமும் பெருங்கோயில் மரபின் ஓரங்கமாக மாறிவிட்ட உவச்சர்களின் பண்பாட்டு வடிவமும் ஒன்றாக இருக்க சாத்தியமில்லை என்ற உண்மை தெளிவாகிறது. ஆகவேதான் உவச்சர் அல்லது பாரசைவர் ‘யாமள தந்திரம்’ எனும் எழுத்துமரபு சார்ந்த தாந்திரீகச் சடங்கையும் வள்ளுவப்பறையர் ‘தாலிகட்டுதல்’ எனும் நாட்டார் சமயத்திற்குரியத் தாந்திரீகச் சடங்கையும் செய்யவேண்டியதாயிற்று என்பது புலனாகும். ஒருவகையில் வரலாற்றுப் போக்கினூடாக நிகழ்ந்த சமூக மாற்றங்கள், பண்பாட்டு அசைவுகள் ஆகியவற்றின் பரிமாணங்களையே இவை காட்டிநிற்கின்றன.

மேலே நாம் எழுப்பியுள்ளதை ஒத்த மற்றொரு கேள்வி, ‘சமணப் பின்புலத்திலிருந்து இவர்கள் இருவரும் வந்திருந்தாலும், வள்ளுவப் பறையரிடம் காணப்படும் பிராமணப் பகையுணர்ச்சி உவச்சரிடம் ஏன் இல்லை?’. இதற்குரிய பதில்: பாரசைவர் எனும் சமற்கிருதமயமாக்கப்பட்ட அடையாளம் புதியதாக வழங்கப்பட்டுவிட்டதால் இவர்கள் இந்துமதக் கட்டமைப்பின் ஒருபகுதி ஆகிவிட்டனர். ஆகவே, சாக்த வழிபாட்டில் ஒரு காலும் சைவப் பண்பாட்டில் ஒருகாலும் வைத்துக்கொண்டே இவர்கள் பயணித்துவருகின்றனர். இத்தகையநிலையில் இவர்களிடம் பிராமணப் பகையுணர்வு எழுந்திருக்க சாத்தியமில்லை என்பதை உணர்ந்துகொள்ளலாம். ஆனால் ஒருசில இடங்களில் தங்களைப் பிராமணர்க்கு இணையானவர்கள் என்றுகூறும் மனநிலையை வெளிப்படுத்துகின்றனர். இதற்கு முற்றிலும் மாறுபாடாக, வள்ளுவப் பறையர்கள் ஆகமக்கோயில் பண்பாட்டிலிருந்தும் இந்துமதத்தின் நால்வர்ண அமைப்பிலிருந்தும் (பஞ்சமர்) வெளியே

தள்ளப்பட்டுவிட்டதால் இந்தப் பகையுணர்ச்சி மட்டுப்படாமல் இருந்துள்ளது எனலாம். அத்துடன் இந்த விரோத உணர்வை தங்களைக் குருமாராக ஏற்றுக்கொண்ட பிறபிரிவு பறையர்களிடமும் இவர்களால் கடத்தமுடிந்திருக்கின்றது. அதேபோன்று, ஒருகாலத்தில் வள்ளுவர் மட்டுமே செய்துவந்த தாந்திரீகச் சடங்கைக் காலத்தேவைக்கேற்ப மற்றபிரிவு பறையரும் செய்யத்தலைப்பட்டனர் எனலாம். இதிலிருந்து தேவை கருதி ஒன்றன் இடத்தை மற்றொன்று நிரப்பியதால் உருவான சடங்கியல் பெருக்கமே ஆகமக்கோயிலுடன் மற்றபிரிவு பறையர் சாதியினரும் இணைக்கப்பட்டதற்குக் காரணமாக இருக்கலாம்.

இதுவரை விவாதித்த வள்ளுவப்பறையர், உவச்சர் பற்றிய கருத்துக்களிலிருந்து இவ்விருவரும் வரலாற்றினூடே பிடாரி வழிபாடு, ஆகமக்கோயில் தொடர்பு ஆகிய இருவிதமான பண்பாட்டுக் கூறுகளுடனும் இணைந்துவிட்டனர் என்பதைக் கண்டறிந்துள்ளோம். அதேநேரம் பிடாரி வழிபாட்டு நெறியில் இந்த இரண்டு சமூகங்கள் மட்டுமே இடம்பெற்றிருக்கவில்லை என்பதை நாம் நினைவில் கொள்ளவேண்டியுள்ளது. ஏனென்றால் முத்தரையர் அல்லது முத்துராசா சமூகத்தினர் பல்லவர்காலம்தொட்டு இன்றுவரையில் பிடாரி வழிபாட்டுக்கு முக்கியத்துவம் அளித்துவருகின்றனர் என்று முன்பே எடுத்துக்காட்டியிருக்கிறோம்.

மற்றொருபுறம் இருளர் சமூகத்தினர் பறையரின் பிடாரிக்குத் தாலிகட்டும் சடங்கிற்கு இணையான கன்னியம்மனுக்கு மாலை-மாங்கல்யம் சூடுதல் எனும் சடங்கினைச் செய்துவருகின்றனர் எனும் செய்தியையும் பார்த்தோம். இதுதொடர்பான மேலாய்வை மேற்கொண்டால் இருளரின் அறியப்படாத வரலாற்றுப் பக்கங்களை அறிந்துகொள்வதற்கு வாய்ப்புண்டாகும் எனத் தோன்றுகிறது. காரணம், ‘பிடாரன்’ எனும் சொல்லுக்கு ‘பாம்பு பிடிப்போன்’ என்றும் ‘பிடாரவைத்தியன்’ எனும் சொல்லுக்கு ‘விஷவைத்தியன்’ என்றும் *தமிழ்ப்பேரகராதி* பொருள்தருகின்றது. இதே விளக்கத்தை வேறுசில அகராதிகளும் தந்துள்ளன என்பது குறிப்பிடத்தக்கது. தமிழகத்தில் பாம்புபிடிக்கும் நுட்பத்திலும் அதற்குரிய மருத்துவமுறையிலும் கைதேர்ந்தவர்கள் இருளர்கள் என்பது யாவரும் அறிந்த செய்தியாகும். ஆக, கன்னியம்மனுக்கு (பிடாரி) மாங்கல்யம் சூடும் இவர்கள் பிடாரன் எனும் பெயரால் அழைக்கப்படுவது நம்மை மேலும் சிந்திக்கத்தூண்டுகிறது.

ஆகவேதான் இவர்களின் இப்பண்பாட்டு வடிவத்தை அடுத்தகட்ட ஆய்வு செய்வதற்கு வலியுறுத்துகின்றோம்.

இதேபோன்று பட்டாரியர் எனும் சொல் சமணசமயப் பெண்துறவிகளையும் பெண்தெய்வங்களையும் குறிப்பிடும் பெயர்களில் ஒன்றாக இருந்தது என்பதை உரிய சான்றுகளுடன் விளக்கியிருக்கின்றோம். இவ்வாறிருக்கையில் இதே பட்டாரியார் என்ற பெயருடைய ஒரு சாதிப்பிரிவினர் தென்குமரியில் வசித்துவருகின்றனர் என்பதையும் இவர்கள் பிராட்டியம்மன் உள்ளிட்ட பல்வேறு பெண்தெய்வ வணக்கமுடையவர்கள் என்பதையும் அ.கா.பெருமாள் (2014: 289) எடுத்துரைத்துள்ளார். எனவே இவைபோன்ற சமூகங்களின் பண்பாட்டு வரலாற்றை அலசுவதன்மூலம் பிடாரி வழிபாட்டின் வேறுசில பரிணாமங்களை நாம் விளங்கிக்கொள்ள வழியேற்படும்.

இதற்கடுத்ததாக பறையரின் தாலிகட்டும் சடங்கு பற்றிய தேடலின் பிறிதொரு பகுதிக்குள் இனி நுழையலாம். தாலிகட்டுதல் எனும் வழக்கம் தாந்திரீக நெறியின் எளிய நிலையிலான குறியீட்டுவடிவம் என்று கண்டோம். இதற்கு இணையான வடிவங்களே ஆண்-பெண் காப்புகள் கட்டுதல், மாலை-மாங்கல்யம் சூடுதல், ஆண்-பெண் கரகங்கள் தலைகூடுதல் என்பதையும் முன்னரே விளக்கியுள்ளோம். இவ்வகைச் சடங்குகளில் காணப்படும் ஒரு தனித்துவமான கூறு இவை பறையர், இருளர் ஆகிய அடித்தள மக்களிடமே இன்றும் உயிர்ப்புடன் காணப்படுகின்றன என்பதாகும். மறுபுறம் அரிதாகவே பிராமணர், வெள்ளாளர், நாயக்கர், வன்னியர், முத்துராசா போன்ற சாதியினர் இத்தகைய சடங்குகளில் பங்குபெறுகின்றனர். இப்படியாக அடித்தள மக்கள் தவிர்த்துப் பிற சமூகத்தவர் இவற்றில் பூசகர்களாகப் பங்கேற்பது, பிந்தைய காலகட்டங்களில் ஏற்பட்ட மாற்றம் என்பதைச் சடங்கின் மூலவடிவமும் களத்தரவுகளும் உறுதிப்படுத்துகின்றன. எனில் இதற்குரிய வரலாற்றுப் பின்னணியை எவ்வாறு புரிந்துகொள்வது எனும் கேள்வி எழும்புகின்றது. இதற்கு நாம் ஏற்கெனவே துணைக்கு அழைத்த சட்டோபாத்யாயாவின் பார்வையே இங்கும் விடைகாண உதவுகின்றது.

இயல்பில் தாந்திரீகம் என்பது தேகதத்துவத்தை அடிப்படையாகக் கொண்டது. இதன்படி பேரண்டமானது பாலுணர்ச்சி (காமம்) மூலம்தான் தோன்றியது. அது ஒரு பெண், ஆணுடன்

இணையும்போது அவளிடமிருந்து தோன்றுகிறது (வாமோத்பவா). வேளாண் மந்திர நம்பிக்கையின் விரிவாக்கமே தேக தத்துவமாகும். ஆகவே, தாந்திரீகர்கள் மானுட உடல்பால் காட்டிய ஆர்வமும், அவர்களுடைய பொருள்முதல்வாதக் கண்ணோட்டமும் அவர்களின் விஞ்ஞானப் பார்வையை வளர்க்க உதவியது. இதனால் இந்தியாவில் இரசவாதம், இரசாயனம் ஆகியவை வளர்ச்சிபெற்றன. இதற்கு மாறுபட்ட நிலையில் வைதிகம் உள்ளிட்ட மரபான தரிசனங்களில் ஆன்மா அல்லது சுயத்தைப் பற்றிய தேடலே அதிகமிருந்ததால் அதைப் பின்பற்றியோரால் மனித உடல் பற்றி ஆர்வம்செலுத்த முடியவில்லை. அந்தவிதத்தில் அடித்தளச் சாதியினரான டோம்கள், சண்டாளர்கள், ஹடிஸ்கள் மட்டுமே பிணத்தைப் புதைக்கும் செயலைச் செய்தனர். மேல்சாதியினரோ இதைத் தீட்டு என்று கருதினர். ஆகவே, தாந்திரீகத்தில் பிணத்தைக் கொண்டு செய்யப்படும் 'சவசாதனைச் சடங்குகள்' வழி மனிதர்களின் உடல் பற்றி அதிகம் தெரிந்துகொள்ள தாந்திரீகர்களுக்கு வாய்ப்பிருந்தது. இவற்றின் மூலமாக வேளாண்மையோடும் உடல் உழைப்போடும் இழிவாகக் கருதப்பட்ட தொழில்களோடும் தொடர்புடைய அடித்தட்டுச் சாதியினரே தாந்திரீக நெறியுடன் அதிகமும் நெருங்கியிருந்தனர் என்ற உண்மையை அறியலாம்.

இன்னும் சிறப்பாகக் கூறுவதானால் தாந்திரீகத்தில் சாதிவேறுபாடுகள், மேலாதிக்கம் ஆகியவற்றுக்கு மதிப்பில்லை. தாந்திரீகக் குழுக்கள் பொதுவாகச் சாதிகளை எதிர்ப்பவை. மேலும் இவர்கள் ஆண்கள், பெண்கள் ஆகியோருக்கு இடையே சமத்துவத்தை வலியுறுத்தியதோடு பாரம்பரியமான திருமண ஒழுக்கம், ஆண் - பெண் உறவுமுறைகளை மறுத்தனர். அவ்வகையில் இது வேதப் பாரம்பரியத்துக்கு முற்றிலும் எதிரான முற்போக்கான நெறியாகும். சாதி சமத்துவம் கொண்ட இம்மரபு தாழ்த்தப்பட்ட சாதியினருக்குத் தனது பண்பாட்டில் முக்கிய இடமளித்தது. இதற்குப் பல்வேறு உதாரணங்கள் உண்டு. தந்திர நூல்களில் பேரிடம் பெற்றுள்ள சண்டாளி, டோம்பி, ரஜகி, சவரி போன்ற தெய்வங்களின் பெயர்கள் மேட்டிமையோரால் வெறுத்து ஒதுக்கப்பட்ட சாதி மக்களுக்கு உரியவையாகும். குப்ஜிகப் பிரிவுத் தந்திரம் கீழ்ப்படுத்தப்பட்ட சாதிகளுள் ஒன்றான குயவர்களிடமிருந்து பிறந்ததாகும். இதற்குரிய சடங்குகள் ஒரு குயவனது வீட்டில்தான் நடத்தப்படவேண்டும் என்ற விதியை அத்தந்திர நூல் வலியுறுத்துகிறது. மேலும், தாந்திரீக நடைமுறைகளில் பூசாரியாகச்

செயல்படுவது தாழ்த்தப்பட்ட சாதியைச் சார்ந்த ஒருவராவார் என்பது கவனத்திற்குரியது (தேவிபிரசாத் சட்டோபாத்யாய 2010: 428-434). அதேபோன்று மகாநிர்வாண தந்திரம் எனும் நூல் குலதர்மத்தில் பறையர், பெண்கள் முதலான அனைவரும் சமமே என்பதை வலியுறுத்துகிறது (டோனிகர் 2016: 521).

மேற்காணும் கருத்துகளிலிருந்து தாந்திரீக மரபானது அடித்தட்டுச் சாதியினருடனும் பெண்களுடனுமே நெருக்கமான உறவு கொண்டிருக்கிறது என்பதைப் புரிந்துகொள்கிறோம். இதுகுறித்து மேலேகண்ட தரவுகள் பெரிதும் வடஇந்தியாவை மையமிட்டே இருக்கின்றன என்பது சொல்லாமலே விளங்கும். அதேநேரம் தமிழகத்திலும் இவ்வாறான தன்மைகொண்ட பண்பாட்டுக் கூறுகள் உள்ளன என்பது குறிப்பிடத்தக்கது. அவற்றுள் இடங்கை X வலங்கை பூசல் முக்கிய இடம்பெறுவதாகும். சோழப்பெருவேந்தர் ஆட்சியில் வலங்கை - இடங்கை வகுப்பினரிடையே பூசல்கள் விளைந்து கொண்டிருந்தன என்பதற்கு கல்வெட்டுச் சான்றுகள் இருக்கின்றன (அனுமந்தன், கி.ர. & திருமாவளவன், கோ. ஆண்டு இல்லை: 65). இந்த மோதல்களில் தொன்மங்களும் முக்கிய இடம்பெற்றன. இதன்படி வித்தியாதர முனிவர்கள் சப்தகன்னிகளுடன் கூடியதால் வலங்கையர் பிறந்தனரென்று வலங்கைநூல் கதை கூறுகின்றது. மேலும், காளி அல்லது பத்திரகாளியே இவர்களுக்கு வலங்கையர் எனும் பெயரைச் சூட்டினாள் என்றும் அவளே பாலூட்டினாள் என்றும் அக்கதை தெரிவிக்கின்றது. இதனால் வலங்கைப் பிரிவினர் காளியை முதன்மைப்படுத்தித் தங்களைத் தாய்வழிச் சமூகத்தினராக சித்திரிக்கின்றனர். இதன்வழி அன்றைய நிலையில் ஒடுக்கப்பட்டிருந்த நாடார், பறையர் போன்ற சாதியினரின் மேல்நிலையாக்க முயற்சியைத்தான் இக்கதைகள் பிரதிபலிக்கின்றன எனலாம் (ஜெகதீசன், தெ.வே. 2004: 60).

பறையரின் சடங்கு, தொன்மம் போன்றவற்றில் பிடாரி அல்லது காளி, சப்தகன்னியர் ஆகியோருக்கு இணையாக மாரியம்மனும் இடம்பெற்றிருக்கிறாள் என்பதை முன்பே விளக்கியிருக்கின்றோம். இந்த ஒத்ததன்மையை வலங்கையர் பற்றிய கதைகளிலும் பார்க்கலாம். கண்ணபுரம் மாரியம்மன் கோயிலை மையமாகக் கொண்டு வலங்கை, இடங்கை சாதிகளுக்கிடையே நிலவும் உறவு, முரண்பாடு ஆகியவற்றைத் தன்னுடைய கொங்குவட்டாரம் குறித்த ஆய்வில் பிரண்டா பெக் (Brenda Beck) அவர்கள் நுட்பமாக

விளக்கியிருக்கின்றார். இச்சாதிய உறவுகளுக்கு அடிப்படையாக அமைந்த தொன்மக்கதைகளும் அவரால் எடுத்துக்காட்டப்பட்டுள்ளன. இதன்படி கண்ணபுரம் மாரியம்மன் கோவில் விழாவில் பங்கெடுக்கும் அனைத்து வலங்கைக் கிளைச்சாதிகளும் மாரியம்மனின் மகன்கள் என்றும் சிவன் மாரிக்குத் தந்த அக்கினிச்சட்டியிலிருந்தே இந்த வலங்கையர் குழந்தைகளாகப் பிறந்தனர் என்றும் அக்கதைகள் கூறுகின்றன (பெக் 2019: 146-148).

வரலாற்றில் முன்பு வலங்கையருக்கும், இடங்கையருக்கும் இடையில் உண்டான பகைமையின் எச்சத்தைத் தற்காலத்திலும் காண்கிறோம். பழனிக்கு அருகிலுள்ள பழைய ஆயக்குடி எனும் கிராமத்தில் மேற்குக் காளியம்மன் கோவில், கிழக்குக் காளியம்மன் கோயில் எனும் பெயரமைந்த வழிபாட்டிடங்கள் ஒரேமாதிரியான தோற்றத்துடன் காணப்படுகின்றன. இந்த ஊரின் குடியிருப்பு, கோயில்கள், வழிபடுவோர் ஆகிய அனைத்திலும் பண்டைய இடங்கை, வலங்கை பிரிவினையின் தாக்கம் உள்ளது. மேலே குறிப்பிட்டவற்றுள் வலங்கையருக்கு உரித்தானதாகக் கருதப்படும் மேற்கு காளியம்மன் கோயிலில் இருக்கும் அம்மனின் பெயரானது, ‘ஊமைக்காளி’ அல்லது ‘பறைக்காளி’ என்பதாகும் (தங்கவேல், ஈரோடு தி. 2015: 95-96).

இதுகாறும்கண்ட தரவுகளில் இருந்து அடித்தட்டு சாதியினருக்கும், தாய்த்தெய்வ வழிபாட்டிற்கும் உண்டான உறவை அறிந்தோம். இதிலும் தமிழகம் சார்ந்த செய்திகள் நம் கவனத்தை அதிகம் ஈர்க்கின்றன. காரணம், வலங்கையர் பிரிவுகளுள் ஒருவராகத்தான் பறையர் சாதியினர் இருந்தனர் எனும் வரலாற்று உண்மை ஆகும். இதனோடு வலங்கையர் புராணக் கதைகளில் காணப்படும் காளி, சப்தகன்னியர் ஆகிய தெய்வங்களுக்கு உரிய முதன்மையிடம், பறைக்காளி எனும்பெயர் ஆகியவற்றை பிடாரி வழிபாட்டோடு இணைத்து நோக்கினால் நம்முடைய ஆய்வின் வாதங்கள் வலுப்பெறுகின்றன. ஏனெனில் நாம் முன்பே கண்டவாறு பறையரின் தொன்மங்கள், சடங்குகள் ஆகியவற்றில் காளியான பிடாரியும், சப்தமாதரும் தனித்துவமான இடத்தைப் பெற்றுள்ளனர் என்பது குறிப்பிடத்தக்கதாகும்.

இத்தகைய காளி அல்லது பிடாரி வழிபாடானது, இடைக்காலத்தில் சைவ சமயத்தின் ஒருபகுதியாக்கப்பட்டுவிட்ட வரலாற்றைத் தக்கசான்றுகளுடன் நாம் முந்தைய பகுதிகளில் எடுத்துக்காட்டியுள்ளோம். வரலாற்று யதார்த்தம்

இவ்வாறிருக்கையில், பறையரின் சமய அடையாளத்தைச் சைவமாகக் காட்டுகின்ற முன்னெடுப்பை சில ஆய்வாளர்கள் செய்துவந்துள்ளனர். *ஆதிதிராவிடர் வரலாறு* (1922) என்ற நூலை எழுதியுள்ள திரிசிரபுரம் ஆ.பெருமாள்பிள்ளை இவ்வாறு குறிப்பிடுகின்றார்.

> ...அன்னோரைப் பண்டைய அரச இனத்தவரென்று வலியுறுத்தற் பாலதாம் என்க. அங்ஙனே தற்போதும் ஆதிதிராவிடர் தமது திருமணகாலத்தில் அரச சின்னங்களாகிய கொடிமரம் முதலிய விருதுகளுடன் குதிரை மீதேறி ஊர்வலம் வருதலும்; உலகுக்கு முதலாவது கடவுள், இரண்டாவது அரசன் என்ற விசுவாசத்தின்படித் தஞ்சாவூரின் சிவன் ஊர்வலமாம் போது பறையனும் சிவனோடு வாகனரூடனாய வருதலுமே போதிய சான்றாம். பின்னும் ஆதிதிராவிடர்கள் பண்டைய தமிழர் என்பதற்கு திருக்குறள் அருளிய திருவள்ளுவர், கபிலர் யென்பவர்களே சான்றாம். இவர்கள் சைவ சமயிகளேயென்றும் முன்னரே குறித்துள்ளோம். இத்தகையாளரைச் சைவத்துக்குப் புறம்பானவரென்றும், காளி முதலிய தேவதை வணக்கமுடையவர்களென்றும் கூறுவர் சிலர். *(1922: 89-90)*

ஒடுக்கப்பட்டோரின் வரலாற்றை உயர்நிலையாக்கம் செய்யும்போது ஏற்படும் வரலாறெழுதியலின் கோளாறையே மேற்காணும் பகுதியில் பார்க்கிறோம். பறையர்கள் சைவசமயம் தொடர்புடைய தொன்மம், சடங்குகள் சிலவற்றில் இணைந்திருப்பது நிகழ்கால நிதர்சனம் என்றாலும் இதுவே எக்காலத்திற்குமுரிய உண்மை என்று முடிவுகட்டுவது வரலாற்றைத் துண்டுபடுத்திப் பார்ப்பதாகும். இத்தகு நோக்குமுறையால் கடந்தகாலத்தின் காட்சிகள் பலவும் நமக்குப் புலப்படாமல் போகும் சாத்தியமிருக்கின்றது. ஆகவேதான் இந்நூலாசிரியருக்கு அவைதிக மரபைச் சேர்ந்த திருவள்ளுவரும் சைவராகக் காட்சியளிக்கின்றார். அதேபோல் பறையருக்கு உரிமையுடைய சமணசமய யட்சியான பிடாரி அல்லது காளி வழிபாடும் அவருக்கு இழிவானதாகத் தோன்றுகிறது.

அவைதீக மரபு, சாதிய மேலாண்மை மறுப்பு போன்ற முற்போக்குப் பண்புகளைக் கொண்டிருந்த சமயங்களில் ஒன்றான சமணத்தின் குருமார்களாக விளங்கிய உவச்சரும் வள்ளுவரும் பிற்காலத்தில் வைதீக இந்துமதத்தின் வெவ்வேறு சாதிப்படிநிலைகளுக்குள் அடைக்கப்பட்டது ஓர் வரலாற்று

நகைமுரணாகும். இதுமட்டுமல்லாமல் இவர்கள் வணங்கிய தாய்த்தெய்வத்தையும் ஆகமக்கோயில்களின் காவல் பணியாளர்களாக உருமாற்றிவிட்டனர். அவ்வகையில் உவச்சர், வள்ளுவப் பறையர் ஆகிய இருவருமே அடையாளம் இழந்துவிட்டனர் என்பது மெய்மையாகும். அதேநேரம் இவ்விருவருள் உவச்சர் சாதி பிற்படுத்தப்பட்டோர் பிரிவாக இருப்பதால் ஓரளவு சமூகமதிப்பும் சடங்கியல் உரிமையும் பெற்றிருக்கின்றது. இதற்குமாறாக, (வள்ளுவப்) பறையர் ஒடுக்கப்பட்ட சாதிப்பிரிவாக இருப்பதனால் இந்த உரிமையையும் அடையாளத்தையும் முழுவதுமாக இழந்துநிற்கின்றனர். இதை ஆகமக் கோயில் வழிபாடு, நாட்டார் சமய வழிபாடு ஆகிய இருதளங்களிலுமே காணலாம்.

நாம் தொடக்கத்தில் கண்ட சின்னமனூர் பிடாரியம்மனுக்கான சடங்கைக் கொண்டே மேற்காண்பதை விளக்கமுடியும். தற்போதைய பிடாரிகோயில் பூசாரி, அவர்சார்ந்த பறையர் சமூகத்தவர் ஆகியோரின் கூற்றுப்படி, சென்ற தலைமுறையினருக்கு அளிக்கப்பட்டுவந்த முக்கியத்துவமும் மரியாதையும் இப்போது வெகுவாகக் குறைக்கப்பட்டு விட்டது என்பதை அறிகிறோம். உண்மையில் சடங்கு செய்ய வேண்டியவரான பறையர் பூசாரி கோயிலின் கருவறைக்குள் செல்லமுடியாதவாறு தடுக்கப்பட்டுள்ளார். மேலும் இவர் அம்மனுக்கு அணிவிக்க வேண்டிய தாலியும் வெறும் காப்பு அல்லது கங்கணமாக உருமாற்றப்பட்டுவிட்டது. இவருக்குப் பதிலாக சிவாச்சாரியாரே காப்புக்கட்டுகின்றார். இந்தப் பறையரின் மணமகன் எனும் சடங்கியல் பாத்திரம் மணமகள் என்பதாக மாற்றப்பட்டுவிட்டது. இதுமட்டுமில்லாமல் அவர்கள் நீண்டகாலமாக கொடுத்துவந்த எருமைக்கிடா, ஆட்டுக்கிடா பலிகள் தடுக்கப்பட்டு இன்று வெள்ளைப்பூசணியை வெட்டிக் குங்குமம் தடவும் சைவப் பலியாக நிறைவேற்றப்படுகிறது. இவ்வாறு பிராமணியச் சட்டகத்திற்கேற்ப பிடாரிக்குத் தற்போது 'போலித்திருமணமும்' 'போலிப்பலியுமே' நிகழ்த்தப்பட்டுவருகின்றன.

வேறுசில ஆகமக் கோயில்களுக்கு உட்பட்ட பிடாரி கோயில்களில் பிராமணப் பூசகரோடு பிற்படுத்தப்பட்ட சாதியினரும் பறையருக்குச் 'சடங்கியல் பங்காளி'களாக மாறியுள்ளதைப் பார்க்கலாம். இதற்குச் சான்றாக, திருவானைக்கோவிலில் உள்ள பிடாரி இரணியம்மனுக்கு நடைபெறுகின்ற சடங்கைக் காட்டலாம். இங்கு நடைபெறும்

காப்புக்கட்டும் விழாவில் பிராமணப் பூசகர் மூன்று மஞ்சள் கயிறுகளை வழங்குகிறார். வேளாளர் ஒருவர் கருவறையின் பிரகாரத் தூணிற்கும், முத்துராசா சாதியைச் சார்ந்தவர் கொடிமரத்தின் முன்னால் உள்ள பலிபீடத்திற்கும், பறையர்சாதி பூசாரி கோயிலுக்கு வெளியில் உள்ள பலிபீடத்திற்கும் காப்புகளைக் கட்டுகின்றனர். இங்கும் பிராமணப் பூசகர் மட்டுமே கருவறைக்குள் காப்புக்கட்டுகின்றார். ஒருவகையில் இன்றைய சாதியப் படிநிலைக்கேற்ப கருவறை முதல் வாயிலிலுள்ள பலிபீடம் வரை கட்டமைக்கப்பட்ட சடங்கியல் வெளியாகவே இதைக் கருதவேண்டியுள்ளது.[22]

நாட்டார் கோயில்களைப் பொறுத்தவரை பிராமணப் பூசகர்களின் ஆதிக்கம் பெரும்பாலும் இல்லை. ஆனால் அங்கு இடைநிலைச் சாதியினரின் பண்பாட்டு மேலாண்மை நிலவுகின்றது. இதற்குக் காரணமாக, காலப்போக்கில் பிடாரி கோயில்களை நிர்வகித்துவந்த இடைநிலைச் சாதியினரே பூசக உரிமையைப் பெற்றுவிட்டதைக் கூறலாம். இதனால் தாலிகட்டுதல், காப்புக்கட்டுதல் போன்ற உரிமைகள் பறையருக்குக் கிடைப்பதில்லை. திருச்சி வட்டாரக் கோயில்களில் பிடாரியம்மனுக்கும் பறையருக்கும் இடையிலான சடங்கியல் தொடர்பை இல்லாமல் ஆக்குவதற்கு செய்யப்படுகின்ற ஒரு வழிமுறையைக் களத்தில் காணமுடிந்தது. இதன்படி மலைக்கோட்டை பிடாரி மருதாயி அம்மன், நங்கவரம் பிடாரி சாத்தாயி அம்மன் போன்ற கோயில்களின் நுழைவாயிலுக்கு அருகில் முறையே ‘கள்ளுக்குடிசாமி என்ற சாம்பான் சாமி’, ‘பறையன் சாமி’ எனும் பெயருடைய ஆண்தெய்வங்களுக்கான சிலை அல்லது பீடம் அமைக்கப்பட்டுள்ளன. விழா நாட்களில் பறையர் சாதியினர் இத்தெய்வங்களுக்கு மட்டுமே பூசைகள் புரிய அனுமதிக்கப்படுகின்றனர். அங்குள்ள பிடாரி அம்மன் சிலைகளுக்குச் சோழிய வெள்ளாளர் சமூகத்துப் பூசாரிகளே சடங்குகள் செய்கின்றனர்.

இவ்வாறு பறையர் பூசாரிகளின் ஒட்டுமொத்த பங்களிப்பையும் நீக்கிவிடாமல், சடங்குகளில் சிறிய இடத்தை மட்டும் தருகின்ற உத்தியே மேற்காண்பவையாகும். இதற்கு மற்றுமொரு சான்று, தொண்டமாநத்தம் பிடாரி மீனாட்சி அம்மன் கோயில் சடங்காகும். இது சமீபத்தில் மேல்நிலையாக்கம் பெற்ற நாட்டார்சமயக் கோயிலாக உள்ளது. இங்கு நடைபெறும் விழாவில் பிடாரிக்குத்

தாலி கட்டுவது, புதிதாக நியமிக்கப்பட்டுள்ள பிராமணப் பூசகர் ஆவார். தேரோட்டத்தில் ஆடு பலிகொடுப்பது (பொலிப்பூசாரி) வன்னியர் ஆவார். பறையர் பூசாரிகள் ஆண், பெண் காப்புகள் மட்டும் கட்டுகின்றனர். மற்றொருபுறம் பல்வேறு பிடாரி கோயில்களில் பறையரின் சடங்கியல்வெளி முற்றிலும் அடைக்கப்பட்டுவிட்டதை களத்தில் ஆய்வாளரால் காணமுடிந்தது. இதற்குக் குடுமியான்மலையில் உள்ள பிடாரி கோயில் உதாரணமாகும்.

மேலேகண்ட தரவுகள் பறையரின் சமய உரிமைகள் பல்வேறுவிதங்களில் பறிக்கப்பட்டுள்ளதைக் காட்டுகின்றன. குறிப்பாக சாதிய மேலாண்மை நேரடியாகச் செலுத்தப்படும் நாட்டார் பண்பாட்டில் பறையரின் சடங்கியல் பங்களிப்பு இரட்டைநிலைப்பண்பு கொண்டிருக்கிறது. அதாவது, விழா நடக்கின்ற நேரங்களில் மட்டும் கிடைக்கின்ற தற்காலிகமான முக்கியத்துவமும் மற்ற நாட்களில் எதிர்கொள்கின்ற சாதியத்தின் உண்மைத்தன்மையும் பறையர் பூசாரிகளின் மனதிற்குள் 'குழப்பம்மிக்க உளவியலைக்' கட்டமைக்கின்றன. ஆகமக்கோயில்கள் பெரும்பாலும் சிறுநகரங்கள் சார்ந்து இருப்பதால் இந்நிலைமை சற்று வேறுமாதிரி உள்ளது. ஆனால், நாட்டார் கோயில்கள் இருக்கும் கிராமங்களின் சமூக அமைப்பு 'மூடுண்ட தன்மை' கொண்டிருப்பதால் இங்கு அச்சிக்கல் சற்று கூர்மையடைகின்றது.

இங்குக் கண்டதற்கு இயைபானதொரு பறையர் பூசாரியின் மனவோட்டத்தை மையமாகவும் பிடாரிக்கு நடைபெறும் திருவிழாவைப் பின்புலமாகவும் கொண்டு தமிழ்ப்புனைகதை ஆசிரியரான காலபைரவன் 'சூலப்பிடாரி' எனும் சிறுகதையைப் படைத்துள்ளார். சடங்கியல்வெளிக்கும் சாதியவெளிக்கும் இடையில்நிற்கும் ஒடுக்கப்பட்ட சமூகத்தவரான பறையர் பூசாரி மீதான கரிசனமும் நம் சமூக உளவியலின் இரட்டைநிலை பற்றிய உள்ளடங்கிய விமர்சனக்குரலும் இக்கதையில் சிறப்பாக வெளிப்படுத்தப்பட்டிருக்கின்றன. அந்தவகையில் பிடாரியின் கணவர்களான ஒட்டுமொத்தப் பறையர் பூசாரிகளும் இக்கதையில் காட்டப்படும் பூசாரியின் நிலையொத்தவர்களாக உள்ளனர் என்பதே நாம் களத்தில்காணும் எதார்த்தமாக இருக்கின்றது.

9

கண்டது மொழிதல்: குவியமாய் சில...

- தமிழகத்தில் பரவலாக வழிபடப்பட்டு வருகின்ற பிடாரி அம்மன் தனித்துவமான பண்பாடும் வரலாற்று முக்கியத்துவமும் உள்ள சமய மரபைப் பிரதிநிதித்துவம் செய்பவளாக இருக்கின்றாள்.

- பிடாரிக்குரிய வழக்காறுகள் பலவற்றில் மாரி, சப்தமாதர், ஐயனார் முதலான நாட்டார் தெய்வங்களின் இருப்பைப் பார்க்கலாம். அதேபோன்று தமிழகம் மட்டுமல்லாமல் தென்னிந்தியா தழுவியநிலையில் இம்மரபின் வேர்கள் பரவியிருக்கின்றன.

- தமிழகத்தின் பெண்தெய்வங்கள் அனைத்தையும் குறிக்கும் பொதுப்பெயராக 'பிடாரி' எனும் சொல் வழங்கப்பட்டு வருகின்றது. இது சப்தமாதர் கணத்துக்கும் பொருந்தும். ஆனால் 'பிடாரி' என்பது மூலப்பெயரோ, பொதுப்பெயரோ அல்ல. காளி என்பதன் இணைப்பெயரே பிடாரி ஆகும். இந்தக் காளி இன்றைய இந்துசமயத்திற்குரிய தெய்வமல்ல. மாறாக சமண இயக்கியருள் ஒருத்தியான காளியாவாள்.

- இந்த காளி இயக்கியை முதலில் பட்டராகிகள் எனும் பெயருடைய சமணப் பெண்துறவிகள் தாந்திரீக நெறிப்படி வழிபட்டுவந்தனர். பின்னர் வள்ளுவர், உவச்சர் போன்ற சமணசமய ஆச்சாரியர்களால் இம்மரபு கைகொள்ளப்பட்டிருக்கிறது என்பதை தற்காலத்திய சடங்குகளின் தொல்லெச்சங்கள் உணர்த்துகின்றன.

- இதற்கேற்ப இன்று பிடாரிக்குச் செய்யப்படுகின்ற தாலிகட்டுதல், கரகங்கள் தலைகூடுதல் உள்ளிட்ட பல்வேறு வகையான சடங்குகள் தாந்திரீகம் எனப்படும் வளமை வழிபாட்டின் அடிப்படைகளைக் கொண்டமைந்திருக்கின்றன.

- தமிழகத்தின் அரசியல் மாற்றங்களாலும் பண்பாட்டு ஊடாட்டங்களாலும் இந்தப் பிடாரி வழிபாடு ஒருகட்டத்தில் சைவசமயத்துடன் கலந்துவிட்டது. இதனால் பிடாரி சைவ ஆகமக் கோயில்களின் பரிவார தெய்வங்களில் ஒன்றாக ஆக்கப்பட்டாள்.

- சோழப்பெருவேந்தர் காலத்தில் உவச்சரும் வள்ளுவரும் கலப்பினசாதியர் (அனுலோமர்) எனும் முத்திரையிடும் பிராமணீய சட்டத்தால் தாழ்நிலைப்படுத்தப்பட்டு சாதியத்தின் வெவ்வேறு அடுக்குக்குள் தள்ளப்பட்டுவிட்டனர். இதுவே இவர்களின் சமய, சமூக அடையாள மாற்றங்களுக்கு அடித்தளமாக அமைந்துவிட்டது.
- இவர்களுள் உவச்சர்கள் பாரசைவர் என்னும் பெயருடன் இந்த சைவ ஆகமக் கோயில்களில் முட்டுக்காரப் பணியை செய்பவர்களாக மாறினர். இன்னொரு பிரிவினரான வள்ளுவர்கள் ‘இந்திரகுலம்’ என புராணமயப்படுத்தப்பட்டு யானை ஏறும் பெரும்பறையர் ஆயினர். மற்றொருபுறம் இவ்விரு பிரிவினரும் நாட்டார் சமய மரபிலும் வலுவாகக் காலூன்றியிருக்கின்றனர். ஆகவே இவர்கள் ஒட்டுநிலை அடையாளத்தை உடையவர்களாக தற்காலத்தில் காணப்படுகின்றனர்.
- சமண சமயத்து ஆச்சார்யர்களான இந்த உவச்சரும் வள்ளுவரும் ஒன்றாக இணைந்திருக்கும் இடமாக திருவாரூர் தியாகராசர் கோயில் இருக்கின்றது. இதே தலத்தில்தான் அந்தணரான வள்ளுவர் பெரும்பறையராக்கப்பட்ட வரலாற்றுச் செய்தியும் வைதீகப் பார்ப்பனர்கள் மத்தியானப் பறையராக்கப்பட்டது பற்றிய வழக்காறும் ஒருங்கேக் காணக்கிடைக்கின்றன. ஆகவே சமணம் *X* வைதீகம், பறையர் *X* பார்ப்பனர் முரண்கள் குறித்த சமய, சமூக வரலாற்று ஆய்வுகளுக்குரிய களமாக இந்த சைவப் பெருங்கோயில் திகழுவதைக் கண்டுணரலாம்.
- வள்ளுவர்கள் இன்று ஒடுக்கப்பட்டவர்களாக வைதீக இந்துமதச் சட்டகத்திற்குள் அடைக்கப்பட்டிருந்தாலும் அவர்களுடைய கடந்தகால வரலாற்றின் நினைவுகள் இலக்கிய வடிவிலும் வாய்மொழி வழக்காறுகளின் வடிவிலும் எதிர்ப்புக்குரலாக வெளிப்பட்டுக்கொண்டே இருக்கின்றன.
- இந்த மெய்ம்மைகளின் அடிப்படையில் அறிவுலகினுள்ளே வழங்கிவரும் இரண்டுவகையான கோட்பாடுகளை நாம் மறுபரிசீலனை செய்ய வேண்டியுள்ளது. அவை:

1. பறையர்கள் அனைவரும் பௌத்தர்களே என்பதும் பிராமணர் *X* பறையர் பகைக்குக் காரணம் வைதீகத்துடனான பௌத்தத்தின் பண்பாட்டு முரணே என்பதும் முதல் கோட்பாட்டில் அடங்குபவையாகும். ஆனால் சமணர்களான வள்ளுவர்கள் அதிகாரம் இழந்ததாலும் கலப்புச்சாதியர் பட்டம் சூட்டித் தாழ்த்தப்பட்டதாலும் உருவான

எதிர்ப்புணர்வே இன்றைய பறையர் X பிராமணர் பகையாக நிலவிவருகின்றது என்பதே உண்மை.

2. வைதீகத்திற்கு எதிர்நிலையில் நின்ற அவைதீகர்கள் அனைவரும் சாதியத்தின் கீழடுக்கில் தள்ளப்பட்டனர் என்பது இரண்டாவது கோட்பாடாகும். இதன் ஒருபகுதி உண்மைதான் என்றாலும், சமணர்களான உவச்சர்கள் இன்று பிற்படுத்தப்பட்ட சாதியினராக இருப்பதை நோக்குகையில் இக்கருத்தும் விவாத்திற்குரியதாக உள்ளது.

- சமணத் தாந்திரீகம் எனும் அடித்தளத்திலிருந்து பிடாரி மரபுத் தோற்றம் கொண்டிருந்தாலும் கால ஓட்டத்தில் வெவ்வேறான சமயப் பண்பாட்டிற்குள்ளே ஒன்றுகலந்துவிட்டது. இதுமட்டுமன்றி அந்தந்த வட்டாரத்திலிருக்கும் பல்வேறு சாதியினரும் இந்த பிடாரி வழிபாட்டுக்குள் இணைந்திருக்கின்றனர்.
- தன்னளவில் சாதி மறுப்புத்தன்மை கொண்ட அவைதீக மரபிற்குரிய இந்த சடங்கியல் வெளியானது, இக்காலத்தில் சாதியப் பாகுபாடுகளும் படிநிலை இறுக்கமும் கொண்டதாக மாற்றமடைந்திருக்கிறது.
- தற்போதையநிலையில் பிடாரி வழிபாட்டிற்குள் காணுகின்ற பண்பாட்டு வடிவங்கள் திரிபடைந்தும் சிதைவுற்றும் காணப்படுகின்றன. இவற்றைக் கொண்டுதான் இந்த மரபை மீட்டுருவாக்கம் செய்யவேண்டியதிருக்கிறது. ஆனாலும் தொடர்ந்த மேலாய்வுகளின் மூலம் இப்பரப்பில் முன்னேறிச் செல்லமுடியும்.
- அந்தவகையில் இந்த பிடாரி வழிபாட்டு மரபானது தமிழகத்தின் சமயப் பண்பாட்டிலும் சமூக வரலாற்றிலும் ஆழமான விவாதத்திற்குரிய பல களங்கள் இருப்பதை உணர்த்துகின்ற திசைகாட்டியாக விளங்குகிறது.
- இதுமட்டுமின்றி 'தமிழ்ச்சமணம்' எனும் கருத்தாக்கத்தை நமது அறிவுலகம் இன்னும் விரிவாகப் பேச வேண்டியதன் அவசியத்தை இம்மரபின் பெரும்பான்மைக் கூறுகளும் வலியுறுத்தி நிற்கின்றன.

குறிப்புகள்

நுவல்பொருள்

1. அறிஞர்களின் பங்களிப்புகளாக கீழே காட்டியுள்ள தரவுகளின் ஆண்டுவரிசை ஆய்வாளர் பயன்படுத்தியிருக்கிற நூல்களைக்கொண்டு ஒழுங்குபடுத்தப்பட்டுள்ளது. இது சான்று நூல்களின் முதல் பதிப்புகளை அடிப்படையாகக் கொண்டமைந்ததல்ல. ஆகவே இவ்வரிசை அறிஞர்களின் முன்னோடித் தன்மையைப் பிரதிபலிக்காது.

2. காலனிய அறிஞர்களில் ஒருவரான பார்த்தலோமஸ் சீகன்பால்கு (Bartholomaeus Ziegenbalg) தனது *Genealogy of the South Indian Gods* (1869) எனும் நூலில் பிடாரி பற்றிய குறிப்பிடத்தகுந்த அறிமுகத்தைத் தந்திருக்கின்றார். இவருக்கு அடுத்தநிலையில் ஹென்றி ஒயிட்ஹெட் (Henry Whitehead) *The Village Gods of South India* (1916) என்ற நூலில் இத்தெய்வத்தின் பரவலையும் வழிபாட்டுமுறைகளையும் சற்றுவிரிவாகவே பேசியுள்ளார். அந்தவிதத்தில் இந்த இருவரின் வரைவுகளே பிடாரி குறித்த தொடக்ககாலப் பதிவுகளாகக் கொள்ளத்தக்கனவாகும்.

3. இந்த ஆராய்ச்சியுடைய வளர்ச்சி நிலையில்தான் மேலதிக களஆய்வுகளின் தேவை இந்நூலாசிரியரால் உணரப்பட்டது. ஆகவே அப்போதைய சூழலுக்கேற்ப இதற்கான பணிகள் மேற்கொள்ளப்பட்டன.

சின்னமனூர் பிடாரி: ஒரு புள்ளியிலிருந்து...

1. ஆய்வாளர் கேட்டறிந்த வகையில் சின்னமனூர் பிடாரி கோயிலில் சடங்குகள் நீண்டகாலமாக எளிமையாகவே நடந்து வந்துள்ளன. ஆனால் சமீபத்திய ஆண்டுகளில் சில ஆன்மீகக் குழுவினர், மத அமைப்பினர் ஆகியோரின் முன்னெடுப்புகளால் வழிபாட்டுமுறை சமற்கிருத வயமாக்கப்பட்டு வருகிறது.

2. ஆய்வாளரிடம் பறையர் பூசாரி (மணிமாறன், வயது 45) தன்னுடைய முன்னோர்கள் செய்துவந்த உயிர்பலிச்சடங்கு இடைக்காலத்தில் சைவப்பலியாக மாற்றப்பட்டதாகக் கூறினார். அத்துடன் இவர்களை வீட்டிற்குச் சென்று அழைத்துவரும் நிகழ்விற்கான முக்கியத்துவமும் குறைந்து வருவதாகத் தெரிவித்தார்.

3. மாரி எனும் பெயருடைய அம்மன் கோயில்களில் தாலிகட்டும் சடங்கு நிகழ்வதை ஆய்வாளரால் காணமுடியவில்லை.

4. இந்தக் கோயில் தொடர்பான நிர்வாக நடைமுறைகள், கிராம கட்டுப்பாடுகள் காரணமாக வெளியூர் நபர்கள் இங்கே அனுமதிக்கப்படுவதில்லை. ஆய்வாளர் சில முயற்சிகள் எடுத்த பிறகே இக்கோயில் விழா தொடர்பாக குறைந்த விவரங்களைப் பெறமுடிந்தது.

5. தகவலாளர்: ர.விருத்தாம்பாள், வயது 47, பூவியாபாரி, தொண்டமாநத்தம்.

6. பறையர் பூசாரி கூறிய இக்கதையை அவரின் உறவினர்களும் உறுதிசெய்தனர்.

பிடாரி: கருத்துருக்களின் மயக்கங்கள்

1. இதன் விரிவுக்குக் காண்க: *ச.மகாலட்சுமி, இசக்கியம்மன் வழிபாடு*, 2012.
2. குறிப்பிட்ட இப்பழமொழி பெண்தெய்வ வழிபாட்டில் நிகழ்ந்த ஒரு முக்கியமான பண்பாட்டு அசைவைக் கூற விழைகின்றது.
3. இ.ஜெயபிரகாஷ் (2020: 21-25) பிடாகம் என்ற ஊரிலுள்ள பிடாரி தெய்வத்தை பிடகம் எனும் பௌத்த நூல்களுக்குரிய பெயரோடு இணைத்து நோக்கியுள்ளார். ஆனால் பிடாகம் என்பது கிராமம் எனும் பொருளுடைய சொல்லாகும்.
4. இவ்வாறு உரைகண்ட அரும்பத உரையாசிரியர் தனது உரையின் தொடக்கத்தில் விநாயக வணக்கம் கூறுவதால் இவரை சைவ சமயத்தவர் என்பார் மு. வை.அரவிந்தன் (2013: 449). ஆனால் கடவுள் வாழ்த்துப்பாடல்கள் பலவும் அந்தந்த மூலநூல்களோடு பிற்காலத்தில் சேர்க்கப்பட்டவை எனும் வரலாற்றுப் போக்கினைக் கணக்கில் கொண்டால் இக்கருத்து மறுஆய்வுக்குரியது என்பது புலனாகும். இதற்கேற்ப அரும்பத உரைகாரர் சமணரின் பஞ்சபரமேட்டிகள் வணக்கம் (ஐவர் வரிசை) குறித்து தமது உரையில் பதிவுசெய்துள்ளார் என்பார் சோ.ந.கந்தசாமி (2003: 174). ஆகவே இதுவும் நமது ஐயத்தை வலுப்படுத்துகிறது.
5. சான்றுகள்: (அ) தமிழகத்தின் பழமையான சமணமடம் மேல்சித்தாமூர் எனும் ஜினகாஞ்சி. இதன் தற்போதைய தலைவரின் பெயர் ஸ்ரீ லட்சுமி சேன பட்டாரக சுவாமிகள். (ஆ) திருமலை திகம்பர ஜைனமடத் தலைவர் பெயர் பட்டாரக சிந்தாமணி ஸ்வஸ்தி ஸ்ரீ தவளகீர்த்தி சுவாமிகள்.

பிடாரியும் தோழமைகளும்

1. இது கோ.ரகுபதி தொகுத்துள்ள பறையன் பாட்டு (2017) எனும் நூலின் ஒரு பகுதியாகும். முச்சந்தி இலக்கியம் எனும் நாட்டார் எழுத்துவகையைச் சேர்ந்தது.
2. அதேவேளை பிடாரி திருமணமாகாதவள் என்று அவர் கூறுவது (மேலது: 75) பொருத்தமாகத் தோன்றவில்லை. இதற்கு மாறான விளக்கங்கள் பல உள்ளன. காளியை சிவனின் மனைவியாகக் கூறுகின்ற புராணங்கள் நம்மிடையே உண்டு. மேலும், பிடாரிக்குத் தாலிகட்டும் வழக்கம் 'பிடாரி மனைவி' என்பதைப் பறைசாற்றுகின்றது.
3. 'சண்டியர்' எனும் சொல் தென்மாவட்டங்களில் உள்ள குறிப்பிட்ட சில இடைநிலைச்சாதி ஆண்களின் மனப்பான்மையை குறியீடு செய்வதாக கருதப்பட்டிருக்கிறது. இதனால் இச்சொல்லை திரைப்படத் தலைப்பாக வைப்பதற்கு எதிரான குரல்கள் எழும்பியிருக்கின்றன என்பது சமகால வரலாறாகும்.
4. தமிழ்ப்பேரகராதி - மானமற்றவன், கொடியவள், இடக்குச் செய்பவன்; கழகத் தமிழ் அகராதி - பிடிவாதக்காரன்; தமிழ்மொழி அகராதி - நாணயக்கேடு; இலக்கியச் சொல்லகராதி - கோபமுள்ளவள்; வடசொற்றமிழ் அகரவரிசை - சுணையற்றவள், முரட்டுத்தன்மை.
5. சீகன்பால்கு (1869: 144) சாமுண்டியை மகிஷாசுரமர்த்தினியாகக் கருதுகின்றார். அத்துடன் பிடாரியை நிகர்த்த கிராமதெய்வம் எனவும் கூறுகின்றார்.
6. இந்த மூலநூலின் கருத்தையே மொழிபெயர்ப்பாளருடைய அடிக்குறிப்பும் வலியுறுத்துகின்றது.

    காளி தேவியின் நெற்றியிலிருந்து தோன்றியதாக முன் சொல்லப்பட்ட சக்தி; உண்மையில் இருவரும் ஒன்றானதால் காளி என்று இருவரையும் இங்கே சொல்லியிருக்கிறது. (மேலது: 45)

7. விரிவுக்குக் காண்க: இரா.சீனிவாசன், சக்தி வழிபாடு, 1975.

8. மீனவர் சமூகத்தினருடைய ஏழு கன்னிமார் வழிபாட்டைப் பற்றி ஆ.தனஞ்செயன் (2012) ஆய்வு செய்துள்ளார்.

9. விரிவுக்குக் காண்க: க.நெடுஞ்செழியன், ஆசீவகமும் ஐயனார் வரலாறும், 2014.

10. இதே பொருளமைந்த கருத்தை இரா.சீனிவாசன் எழுதிய சக்தி வழிபாடு (1975) எனும் நூலுக்கு அளித்துள்ள முகவுரையிலும் மு.அருணாச்சலம் பதிவுசெய்துள்ளார்.

தாந்திரீகமும் சமணமும்

1. இந்த 'சிரமணர்' என்பது பல்வேறு அவைதீகப் பிரிவுகளைச் சேர்ந்த துறவிகளைக் குறிக்கின்ற பொதுமையான சொல்லாகும்.

2. செந்தீ நடராசன் அவர்களின் முந்தைய நிலைப்பாடு *நாட்டார் வழக்காற்றியல் ஆய்வுகள்* (1981) எனும் தொகுப்பு நூலிலுள்ள கட்டுரையில் பதிவாகியிருக்கிறது. இதிலிருந்து வேறுபட்ட நிலைப்பாட்டை அவருடைய *பண்பாட்டுத் தளங்கள் வழியே* (2014) என்ற நூலில் காணலாம்.

3. இவ்வகை வழிபாடு மத அடிப்படைவாதத்திற்கு எதிரானதாகவும் சமய நல்லிணக்கத்திற்கு உதவுவதாகவும் இருக்கின்றது. நாட்டார் வழிபாட்டு நெறியினர் இதில் பேரார்வம் கொண்டவர்களாக இருப்பதாலேயே இன்றும் இம்மரபு உயிர்ப்புடன் விளங்குகின்றது.

4. விரிவுக்குக் காண்க: Iravatham Mahadevan, *Early Tamil Epigraphy*, 2014; கா.ராஜன், *தொன்மைத் தமிழ் எழுத்தியல்*, 2018.

5. இந்த பட்டியல் வெ.வேதாசலம் (1989), செ.இராசு (2016) ஆகியோரின் நூல்களை ஒப்பிட்டு நோக்கியே இங்கு எடுத்தாளப்பட்டுள்ளது.

தாலிகட்டுதல்: சடங்கு, தொன்மம், பொருண்மை

1. தமிழகத்தின் பழமையான சமூகங்களில் ஒன்றான இருளர் பழங்குடியினருக்குள் 'மலைவாழ் இருளர்', 'சமவெளிவாழ் இருளர்', 'கடலோரவாழ் இருளர்' எனும் முப்பெரும் பகுப்புகள் உள்ளன. இவற்றில் சமவெளி இருளர், கடலோரவாழ் இருளர் ஆகியோரிடம் மட்டுமே இந்தக் கன்னியம்மன் வழிபாடு காணப்படுகிறது. மலைவாழ் இருளரிடம் இவ்வழிபாட்டு நெறி இல்லை (மகேசுவரன், சி. 2018: 43). ஆகவே பண்பாட்டு பரவலால் வடதமிழகப் பறையர்களிடமிருந்து இச்சடங்கு இருளரிடம் சென்று சேர்ந்திருக்கலாம் என யூகிக்க இடமுண்டு.

2. இந்தியாவில் மட்டுமல்லாது உலகம் தழுவிய நிலையிலும் பெண் மாந்திரீகர்கள் மரபு தொழிற்பட்டு வந்துள்ளது. பிற்காலங்களில் நிறுவன சமயங்கள் இவர்களை சூனியக்காரிகள் என்றும் தீயசக்திகள் என்றும் புனைவுகளை உருவாக்கி அழித்தொழித்துள்ளதை வரலாறு நமக்குக் காட்டுகிறது (இதன் விரிவுக்கு காண்க: மார்வின் ஹாரிஸ், *பசுக்கள், பன்றிகள், போர்கள் மற்றும் சூனியக்காரிகள் ஆகிய கலாச்சாரப் புதிர்கள் பாகம்-1*, 2005).

3. மதுரை சொக்கநாதர் - மீனாட்சி திருக்கல்யாணம், அழகர் ஆற்றில் இறங்கும் வைபவம் தொடர்பான தொன்மங்கள், சடங்குகள் போன்றவற்றில் வெளிப்படும் தலைமை பெண்ணிடமிருந்து ஆணுக்கு கைமாறுதல், அண்ணன் - தங்கை உறவு உள்ளிட்ட பொருண்மைகளை இங்கு ஒப்பிட்டுக் காணலாம்.

4. வெயில் அடித்துக்கொண்டிருக்கும்போதே மழை பெய்தால் 'ஆனைக்கும் பூனைக்கும் கல்யாணம்' என்று கூறும் வாய்மொழி வழக்காறை இவற்றின் பிரதிபலிப்பாகக் கருதலாம்.
5. இதற்கேற்ப 'பிடாரியைப் பெண்டு வைத்துக் கொண்டது போல' எனும் பழமொழி பிடாரி தெய்வத்தை மனைவியாக உருவகிப்பதைக் கண்டோம்.
6. சில இடங்களில் இக்கூறுகள் முழுமையாக அல்லது குறைவுபட்டுக் காணப்படுகின்றன.

பிடாரி மரபு: வரலாற்றை மீளவாசித்தல்

1. சமணர்கள் திருநாவுக்கரசர், ஞானசம்பந்தர் ஆகியோரை மந்திர, தந்திரங்களால் துன்புறுத்தியது பற்றிய கதைகளும் இவற்றில் உண்டு. ஆனால் குறிப்பிடத்தக்க செய்தி, இவ்வகையான புனைவுகள் சைவ இலக்கிய நூல்களில் மட்டுமே காணக்கிடைக்கின்றன. சமணர் எழுதிய நூல்களில் இவை பதிவாகவில்லை. ஆகவே இக்கதைகளை சைவர்களின் கற்பனைகளாகவும் வேட்கைகளாகவுமே கருதவேண்டியுள்ளது.
2. இவற்றை வெளிப்படுத்தும் விதமாக கல்வெட்டுகள், சமய இலக்கியங்கள், உரைநூல்கள், வாய்மொழி வழக்காறுகள் போன்றவை அமைந்துள்ளதை நான்காம் இயலில் விரிவாக விளக்கியிருக்கிறோம்.

பிடாரியின் பூசகர்கள்: சமூகங்களின் வரலாற்றைத்தேடி

1. அதேநேரம் மேற்கோளின் கடைசிப்பகுதி கூறுவதுபோல் உவச்சன் எனும் சொல்லின் பொருள் தன்னியல்பாக மாறிவிடவில்லை. இதற்குப்பின்னால் அரசியல் மாற்றங்கள், பண்பாட்டு மேலாண்மை போன்றவை இருந்துள்ளன என்று இந்த ஆய்வு வலியுறுத்த இருக்கின்றது.
2. பி.எல்.சாமியின் இந்த விளக்கத்திலும் காளி, துர்க்கை ஆகியவை பற்றிய அடையாள மயக்கங்கள் இருப்பதைக் கண்டுணரலாம்.
3. சு.உலகப்பன் என்ற சரவணன் (வயது 27), இவரின் தந்தை சே.சுந்தரம் பட்டர் (வயது 63) ஆகிய இருவரும் களத்தில் அளித்த தகவல்களே இவையாகும்.
4. இதை 'ஏவல்காளி' எனும் பெயர் கொண்டும் அழைக்கின்றனர்.
5. ராட்ளர் டிக்சனரி (ப.352) குறிப்பிட்டுள்ள 13 வகைப் பறையர் பிரிவுகளை அயோத்திதாசர் (அயோத். II. 2011: 460) எடுத்துக்காட்டுவார். ஆனால் இது பிரிட்டிஷாரைத் தவறாக வழிநடத்தி பௌத்தர்களை இழிவுபடுத்துகின்ற வேஷபிராமணர்களின் முயற்சி என்று விமர்சித்துள்ளார்.
6. காண்க: T.W.Rhys Davids, *Buddhist India*, 1903; Romila Thapar, *Asoka and the Decline of the Mauryas*, 2012.
7. கேரளாவில் நாராயணகுரு, அய்யன்காளி போன்றோரின் சீர்திருத்த இயக்கங்கள், நாமசூத்திரர் இயக்கம், வைகுண்டசாமியின் அய்யாவழி முதலான ஒடுக்கப்பட்டோர் இயக்கங்கள் ஒவ்வொன்றும் தங்களுக்கு ஏற்புடைய பண்பாட்டு அடையாளங்களைத்தான் முன்னிறுத்தின என்பதை வரலாற்றில் பார்க்கிறோம்.
8. பிராமணர்களில் எளியவர்களாக இருந்தோர் தச்சுவேலை முதலிய தொழில்களைக்கூட செய்துவந்ததாக ரொமிலா தாப்பர் (2008: 32) குறிப்பிடுகின்றார். சங்கப்பாடலொன்றில் (அகம்.24) சங்கு அறுத்து வளையல் செய்யும் வேளாப்பார்ப்பானைப் பற்றிய குறிப்பு உள்ளது.

9. மணிமேகலை எனும் பௌத்த காப்பியத்திலும் வள்ளுவர் பற்றி குறிப்பிடப்பட்டுள்ளது என்று கண்டோம். ஆனால் இந்நூலைத்தவிர வேறுபிற பௌத்த காப்பியங்களில் இதற்கான பதிவுகள் இருப்பதாகத் தெரியவில்லை. மேலும் சிலப்பதிகாரத்தின் கதைக்களத் தொடர்ச்சியை மணிமேகலை பெற்றிருப்பதால் (இரட்டைக்காப்பியங்கள்) வள்ளுவர் பற்றிய குறிப்பு இதில் இடம்பெற்றிருக்க வாய்ப்புள்ளது.

10. பொதுவாக வெகுமக்கள் குழுமம் ஏதாவதொரு தேசிய அடையாளம், பண்பாட்டு அடையாளம் ஆகியவற்றை ஏற்றுக்கொண்டிருந்தாலும் இதற்கான உணர்வுநிலை, கருத்துநிலை போன்றவற்றை வடிவமைப்பவர்களாக இருப்பவர்கள் சில குறிப்பிட்ட சமூகப்பிரிவினர்தான் என்பது உண்மையாகும். ‘இந்தியர் அல்லது பாரத தேசத்தவர்’ எனும் தேசிய அடையாளத்தை பிராமண அறிவுஜீவிகளும் பனியா தொழிலதிபர்களும் சேர்ந்து உருவாக்கியதை இங்கே உதாரணமாகக் கூறலாம். அதேபோன்று திராவிடர் / தமிழர் எனும் அடையாளத்தை தொடக்கத்தில் பறையர் சமூகத்தின் அறிவுஜீவிகள் முன்னெடுத்து பிற்பாடு வேளாள சாதிகளை சார்ந்த தலைவர்கள் வளர்த்தெடுத்தனர் என்பதும் எடுத்துக்காட்டத்தக்கது. இந்த அடையாளக் கட்டமைப்பை அப்படியே வைதீக X அவைதீக பண்பாட்டு அரசியலுக்கும் பொருத்திப் பார்க்கலாம்.

11. ‘பாப்பாரப்பய’, ‘பாப்பாத்தி’ போன்றவை பிராமண சமூகத்தவரை நோக்கிக்கூறும் வசைச்சொற்களாகவே சமகாலத்தில் புரிந்துகொள்ளப்படுகிறது என்பதை இங்கே உதாரணமாக காட்டலாம். ஆனால் அந்தணர் என்பது வசைச்சொல்லாக பயன்படுத்தப்படுவதில்லை என்பது குறிப்பிடத்தக்கது.

12. இந்தச் செய்தியை அறிஞர் குடவாயில் பாலசுப்பிரமணியன் அவர்கள் தொலைபேசி உரையாடல்வழி ஆய்வாளருக்கு வழங்கினார்.

13. பறையர் தொன்மங்களில் கோயில் பூசகர் தொடர்பான தொன்மங்கள் வள்ளுவப்பறையரை மையமிட்டு எழுந்தவையாக உள்ளன. மற்றொருபுறம் பசு இறைச்சி உண்டதால் தாழ்த்தப்பட்டது பற்றிய தொன்மங்கள் பிறபிரிவு பறையர்களை பிரதிநிதித்துவப்படுத்துகின்றன. இவ்வாறு கூறக் காரணம், வள்ளுவப் பறையர்கள் மாட்டிறைச்சி உண்ணும் வழக்கம் இல்லாதவர்கள் என்பதேயாகும். இதனைத்தான் ‘பறையனுக்கு வள்ளுவன் பாதி சைவன்’ எனும் பழமொழியும் கூறுகின்றது.

14. இந்நூலானது இலக்கியச்சுவைக்காக மட்டுமல்லாது அதனுடைய தத்துவ நோக்கு, அரசியல் கருத்துகள், அறச்சிந்தனைகள் போன்றவற்றுக்காகவும் அறிஞர்களால் விதந்தோதப்படுகின்றது. இப்படியான திருக்குறளை வெவ்வேறு சமயப் பிரிவினரும் அரசியல் அமைப்பினரும் தமக்குரியதென்று உரிமைகொண்டாடி வருகின்றனர். ஆனாலும் இந்நூல் ஒருகுறிப்பிட்ட வட்டத்திற்குள் அடங்கிவிடாமல் உலகப் பொதுமறையாகவும் அடையாளப்படுத்தப்பட்டுள்ளது. மற்றெந்த தமிழ் நூல்களையும்விட சிந்தனையுலகில் அதிகமான தாக்கத்தைச் செலுத்துகின்ற பனுவலாகவே அது என்றும் இருந்துவருகிறது.

15. (1) இலக்கியங்கள் ஓலைச்சுவடிகளிலிருந்து அச்சுநூல்களின் வடிவத்திற்கு மாறியது, (2) இதன்மூலம் பரந்துபட்ட வாசிப்புத் தளத்திற்கு அவை நகர்த்தப்பட்டது, (3) அத்துடன் இலக்கியங்களின் வரலாற்றையும் இலக்கிய ஆசிரியர்களின் வரலாற்றையும் பலர் எழுத முற்பட்டது, (4) இவைமீதான வாசிப்புச் செயல்பாடும் வரலாற்று உருவாக்கமும் இணைந்து சமூக, அரசியல், பண்பாட்டுக் களங்களில் புதிய கருத்தாக்கங்கள் உருவானது போன்ற

பலதிறப்பட்ட மாற்றங்களைக் காலனிய ஆட்சிக்காலமே உருவாக்கியது. இந்தக் காலனிய அரசுகளின் சேவகர்கள் தம்முடைய ஆட்சிநிர்வாக நோக்கத்திற்காகவே முதலில் தமிழ்மொழியை கற்கத்தொடங்கினர். என்றாலும் தமிழ்மொழி, இலக்கியம் போன்றவற்றின் சிறப்புகளை சிலர் உணரத்தலைப்பட்ட பின்னர் அவர்களுக்கு கடமைநோக்கம் மறைந்து ஒருவிதமான பண்பாட்டுக்காதல் உணர்வு உருவாகி இருக்கிறது.

16. இந்நாணயத்திலுள்ள திருவள்ளுவரின் உருவம் ஒரு சமணமுனிவரைப் போன்று அமைந்திருப்பது குறிப்பிடத்தக்கதாகும். இதற்கொப்பவே தமிழக அரசு உருவாக்கிய ஓவியமும் சிலையும் அமைந்துள்ளது.

17. அவர் சிறுபிராயத்தவனாக இருந்தபோது வெளிவந்த செந்தமிழ் செல்வி இதழில் ஒவ்வொரு பதிப்பிலும் திருவள்ளுவரை சைவர், வைணவர், பௌத்தர், சமணர், கிறித்தவர், இசுலாமியர் என்று நிறுவும்விதமாக கட்டுரைகளும் இதற்கு மறுப்புரைகளும் தொடர்ந்து வந்துகொண்டிருந்ததை நினைவுகூர்ந்துள்ளார். இதுமட்டுமின்றி வள்ளுவரின் உண்மை வரலாறு எது என்ற ஆராய 1939ஆம் ஆண்டு பச்சையப்பன் கல்லூரியில் உ.வே.சாமிநாதய்யர் தலைமையேற்க 500க்கும் மேற்பட்டோர் கூடிய அரங்கக் கூட்டம் நடந்துள்ளது. இப்பொருள் தொடர்பாக பேசிய 11 பேரில் சோமசுந்தர பாரதியாரின் ஆய்வுரையையே கூட்டத்தலைவர் உட்பட பெரும்பாலானோர் சரி என்று ஏற்றுக்கொண்டனர் என்பதையும் கி.வா.ஜ (1999: 12,18-20) எடுத்துக்காட்டியுள்ளார்.

18. இந்த மூன்று கதைவடிவங்களில் முதலாவது திருவள்ளுவரை பிரம்மனாகச் சித்திரிக்கின்றது. புராணிகத் தன்மைகொண்ட இக்கதையானது பொதுவெளியில் எவ்விதத்திலும் செல்வாக்குப் பெறவில்லை. இதற்கு தமிழகத்தின் வெகுசனப் பரப்பில் நீண்டகாலமாகவே திராவிட இயக்கங்கள் திருக்குறளைப் பகுத்தறிவு சார்ந்த நூலாக கட்டமைத்திருப்பதுகூட காரணமாக இருக்கலாம் எனத் தோன்றுகிறது. இதனையடுத்து ஞானாமிர்தம் கூறுகின்ற யாளிதத்தன், ஆதப்புலைச்சி பற்றிய கதைக்கும் கபிலர் அகவல் காட்டுகின்ற ஆதி, பகவன் ஆகியோரைப் பற்றிய கதைக்கும் இடையே சில ஒப்புமைகளைக் காணமுடிகின்றது. இருந்தாலும் கபிலர் அகவல் கூறும் கதையையே பெரும்பான்மையோர் ஏற்கவும் விவாதிக்கவும் செய்துள்ளனர்.

19. எழுவர்ப் பயந்தோள் என்றதற்குத் திருவள்ளுவர், அதிகமான், கபிலர், ஔவை, உப்பை, உறுவை, வள்ளியென்னும் ஏழு பிள்ளைகளையும் பெற்றனள் என வுரை கூறிய பிரதியுமுண்டு; இதனை 'கபில ரதிகமான் கான்குறவர் பாவை முகிலனைய கூந்தன் முறுவை – நிகரில்லா வள்ளுவ ரௌவை வயலூற்றுக் காட்டிலுப்பை யெள்ளி லெழுவரிவர்' என்னும் பழைய பாடலானு மறியலாம். (மேலது: 70)

20. இந்த சாக்கையர்குலப் பெண்கள் 'நங்கையர்' எனப்படுவர். அதேபோன்று சாக்கைக் கூத்தர்களில் ஒருவன் 'நம்பியார்' எனும் பெயரால் அழைக்கப்படுகிறான். (மேலது: 454)

21. இதையொத்த நடைமுறைகளை வேறுசில கோயில்களிலும் காணலாம். தஞ்சைப் பெரியகோயிலில் சிவன் வாகன ஊர்வலம் செல்லும்போது கூடவே பறையரும் ஏறிவருவார்கள் என்பதை ஆ.பெருமாள் பிள்ளை (1922: 89) குறிப்பிடுகிறார்.

22. முற்படுத்தப்பட்டவர் (FC) - பிற்படுத்தப்பட்டவர் (BC) - மிகப்பிற்படுத்தப்பட்டவர் (MBC) - தாழ்த்தப்பட்டவர் (SC).

துணைமைச் சான்றுகள்

அகநானூறு மூலமும் உரையும். 2011 (2004). இரா.செயபால் (உரை.). சென்னை: நியூ செஞ்சுரி புக் ஹவுஸ்.

அபிதான கோசம். 1985. ஆ.முத்துத்தம்பி பிள்ளை. சென்னை: ஏசியன் எஜுகேஷனல் சர்வீசஸ்.

அபிதான சிந்தாமணி. 2002. ஆ.சிங்காரவேலு முதலியார். சென்னை: ஏசியன் எஜுகேசன்ஸ் சர்வீசஸ்.

அபிராமி அந்தாதி. 1997. கி.வா.ஜகந்நாதன் (உரை.). சென்னை: அமுதநிலையம் லிமிடெட்.

அம்பேத்கர் அன்றும் இன்றும் (அம்பேத்கரின் தேர்ந்தெடுக்கப்பட்ட கட்டுரைகள்) (தமிழில் ஐ. இசக்கி மற்றும் பலர்). 2017. கோயம்புத்தூர்: விடியல் பதிப்பகம்.

அயோத்திதாசர் சிந்தனைகள் (தொகுதிகள் I- III). 2003, 2011 (1999). ஞான. அலாய்சியஸ் (தொகு.). பாளையங்கோட்டை: நாட்டார் வழக்காற்றியல் ஆய்வு மையம்.

அன்னையப்பன்,சு.அ. 2019. 'தொண்டைமண்டலப் பண்பாட்டுக் கூறுகளில் கூவாகம் கூத்தாண்டவர் வழிபாடு'. www.pathivukal.com எனும் இணைய தளத்திலுள்ள கட்டுரை: பக்கம் இல்லை.

ஞானவெட்டியான் மூலமும் பொழிப்புரையும். 1935. சென்னை: கலைத்தியான முத்திராசாலை.

அரவிந்தன், மு.வை. 2013 (2010). *உரையாசிரியர்கள்*. சென்னை: மணிவாசகர் பதிப்பகம்.

அருண்ராஜ், த. & அறவாழி, பா. 2005. ‘தமிழகத்தில் சமணமதப் பெண்துறவிகளும் கல்வித்தொண்டுகளும்.’ *சமணத் தடயம்* எனும் நூலிலுள்ள கட்டுரை, பக். 225-226. நடன. காசிநாதன் & மா.சந்திரமூர்த்தி (பதி.). சென்னை: மணிவாசகர் பதிப்பகம்.

அருணன். 2010. *தமிழரின் தத்துவமரபு (பகுதி-1)*. மதுரை: வசந்தம் வெளியீட்டகம்.

அருணாச்சலம், மு. 2005 (1970). *தமிழ் இலக்கிய வரலாறு பதிமூன்றாம் நூற்றாண்டு*. சென்னை: தி பார்க்கர்.

________ (தமிழில் சிவ. முருகேசன்) 2014. *தமிழக வழிபாட்டு மரபுகள்*. சென்னை: சந்தியா பதிப்பகம்.

அருள்மிகு ஓலைப்பிடாரியம்மன் தேர்த்திருவிழா சிறப்புமலர். 2011. ந. அசோகன் (பதி.). பழையபாளையம்-எலுவம்பட்டி: விழாக்குழு வெளியீடு.

அனுமந்தன், கி.ர. & திருமாளவன், கோ. ஆண்டு இல்லை. ‘சமுதாயம்’. *தமிழ்நாட்டு வரலாறு - சோழப் பெருவேந்தர் காலம்* (இரண்டாம் பகுதி) எனும் நூலிலுள்ள கட்டுரை, பக். 1-90. சென்னை: தமிழ் வளர்ச்சித்துறை வெளியீடு.

இடங்கை வலங்கையர் வரலாறு. 1995. எஸ். சௌந்தரபாண்டியன் (பதி.). சென்னை: அரசினர் கீழ்த்திசைச் சுவடிகள் நூலகம்.

இராகவையங்கார், மு. 2010 (1984). *ஆராய்ச்சித் தொகுதி* . தஞ்சாவூர்: தமிழ்ப்பல்கலைக்கழகப் பதிப்புத்துறை.

இராசமாணிக்கனார், மா. 2000 (1994). *பல்லவர் வரலாறு*. சென்னை: கழக வெளியீடு.

இராசு. இரா. 2002. *அம்மன் வழிபாட்டுச் சடங்குகளில் நாடகக் கூறுகள்*. தஞ்சாவூர்: தமிழ்ப் பல்கலைக்கழகப் பதிப்புத்துறை.

இராசு, செ. 2016. *கொங்குநாடும் சமணமும்*. சென்னை: நியூ செஞ்சுரி புக் ஹவுஸ்.

இராசேந்திரன், பொ. மற்றும் பலர். 2000. *திருவாரூர் மாவட்டத் தொல்லியல் வரலாறு*. சென்னை: தமிழ்நாடு அரசு தொல்லியல் துறை.

இராமநாதன், ஆறு. 2001. *நாட்டுப்புறக் கலைகள்*. சிதம்பரம்: மெய்யப்பன் தமிழாய்வகம்.

__________ & சக்திவேல், பே. 2014. *தெய்வங்களின் தோற்றக் கதைகள்*. சிதம்பரம்: மெய்யப்பன் பதிப்பகம்.

இராமலிங்கம், அரங்க. 2002 (1992). *பௌத்தம் போற்றிய பெண்தெய்வங்கள்*. சென்னை: பாரதி புத்தகநிலையம்.

இலக்கியச் சொல்லகராதி. 1985 (1978). சுன்னாகம் அ.குமாரசாமி பிள்ளை. சென்னை: பயோனீர் புக் சர்வீஸ்.

உமர் பாரூக், அ. 2020. அழநாடு (தேனி மாவட்ட தொல்லியில் சுவடுகள்). சென்னை : டிஸ்கவரி புக் பேலஸ்.

உமா சக்கரவர்த்தி. 2008. *பௌத்தத்தின் சமூக தத்துவமும் சமத்துவமின்மைப் பிரச்சனையும்*. சென்னை: அலைகள் வெளியீட்டகம்.

ஏகாம்பரநாதன், ஏ. 2012 (1979). *கல்வெட்டில் சமணம்*. சென்னை: ஜைன இளைஞர் மன்றம் வெளியீடு.

ஐங்குறுநூறு மூலமும் உரையும். 2011 (2004). அ.தட்சிணாமூர்த்தி (உரை.). சென்னை: நியூ செஞ்சுரி புக் ஹவுஸ்.

ஐம்பெருங்காப்பியங்கள் மூலமும் தெளிவுரையும். 2013. ச.வே. சுப்பிரமணியன் (உரை.). சென்னை: மணிவாசகர் பதிப்பகம்.

ஐராவதம் மகாதேவன். 2007. 'தமிழகக் குகைக் கல்வெட்டுகளில் சமணம்'. www.varalaru.com இணைய ஆய்விதழ் 33: பக்கம் இல்லை.

ஒயிட்ஹெட், ஹென்றி. (தமிழில் வேட்டை எஸ்.கண்ணன்). 2009. *தென்னிந்திய கிராம தெய்வங்கள்*. சென்னை: சந்தியா பதிப்பகம்.

கதைக்கருவூலம் (சமணக்கதைகள்). 2011. எச்.ஸி.தானி (தமிழில் ராஜ்கௌதமன்). கோவை: விடியல் பதிப்பகம்.

கந்தசாமி, சோ.ந. 2003. *இந்தியத் தத்துவக் களஞ்சியம் தொகுதி 1*. சிதம்பரம்: மெய்யப்பன் பதிப்பகம்.

கந்தபுராணம் மூலமும் தெளிவுரையும் (ஏழாம் தொகுதி). 1990. அ. மாணிக்கம் (உரை.). சென்னை: வர்த்தமானன் பதிப்பகம்.

கபிலர் அகவல். ஆண்டு இல்லை. வி.சுந்தர முதலியார் (பதி.). சென்னை: யாஜுபிலி அச்சுக்கூடம்.

கராஷிமா, நொபொரு. 1995. *வரலாற்றுப்போக்கில் தென்னகச்சமூகம்*. தஞ்சாவூர்: தமிழகத் தொல்லியல் கழகம்.

________ & சுப்பராயலு, எ. 2017. *தமிழகத்தில் சாதி உருவாக்கமும் சமூக மாற்றமும் (பொ. ஆ. 800-1500)*. சென்னை: நியூ செஞ்சுரி புக் ஹவுஸ்.

கல்வெட்டுக் கலைச்சொல் அகரமுதலி: கி.பி. 7 முதல் 12ஆம் நூற்றாண்டு வரை. 1987. சி.கோவிந்தராசன். மதுரை: மதுரை காமராசர் பல்கலைக்கழக பதிப்புத்துறை.

கலிங்கத்துப்பரணி மூலமும் அரும்பொருள் விளக்க முதலியனவும். ஆண்டு இல்லை. அ. கோபாலய்யர் (பதி.). சென்னை: கமர்ஷியல் அச்சுக்கூடம்.

கலித்தொகை மூலமும் உரையும். 1925. அனந்தராமய்யர் (பதி.). சென்னை: நோபில் அச்சுக்கூடம்.

கலியாணசுந்தரன், திரு.வி. 2009. 'திருவள்ளுவர் சைநர்'. *திருக்குறள் பன்முக வாசிப்பு* எனும் நூலிலுள்ள கட்டுரை, பக். 13-26. வெ.பிரகாஷ் (பதி.). சென்னை: மாற்று.

கழகத் தமிழ் அகராதி. 1974 (1964). சென்னை: கழக வெளியீடு.

கனகசுந்தரம்பிள்ளை, தி. த. 1919. 'திருவள்ளுவர்'. தமிழ்க்கழகப் பத்திரிக்கை இதழ் 1: பக். 5-23.

கன்னிமாரம்மன் திருவிழா மகிமைச்சிந்து. 1931. வெள்ளைச்சாமி செட்டியார் & ப.கொ.கருப்பண்ணன். சென்னை: ஜனானுகூல பிரஸ்.

காவ்யா சண்முகசுந்தரம். 2012 (1993). *சுடலைமாடன் வழிபாடு*. சென்னை: காவ்யா.

கிருட்டிணசாமி, க. 1981. 'நாட்டுப்புறப் பாடல்களில் வளமை நம்பிக்கையும் சடங்குகளும்.' *நாட்டார் வழக்காற்றியல் ஆய்வுகள்* எனும் நூலிலுள்ள கட்டுரை, பக். 169-196. தே.லூர்து (பதி.). திருநெல்வேலி: பாரிவேள் பதிப்பகம்.

கிருஷ்ணமூர்த்தி, கோ. 1988. *காளி வழிபாடு*. சென்னை: அருள் பதிப்பகம்.

கிருஷ்ணமூர்த்தி, ச. 2000. *துர்க்கை வழிபாடும் சிற்பங்களும்*. சென்னை: மணிவாசகர் பதிப்பகம்.

குடவாயில் பாலசுப்ரமணியன். 1977. *குடமுழா (பஞ்சமுக வாத்தியம்)*. தஞ்சாவூர்: அஞ்சனா பதிப்பகம்.

_______ 1997. *தஞ்சாவூர் (கி.பி.600 - 1850)*. தஞ்சாவூர்: அஞ்சனா பதிப்பகம்.

_______ 2005. *தமிழகக் கோயிற்கலை மரபு*. தஞ்சாவூர்: சரசுவதி மகால் நூலகம்.

_______ 2017. *திருவாரூர் திருக்கோயில்*. தஞ்சாவூர்: அன்னம்.

கைலாசபதி, க. 2011 (1966). *பண்டைத்தமிழர் வாழ்வும் வழிபாடும்*. சென்னை: குமரன் புத்தக இல்லம்.

கோவிந்தன், கா. 1999. *ஆரியர்க்கு முற்பட்ட தமிழர் பண்பாடு*. சென்னை: கழக வெளியீடு.

சக்கரவர்த்தி நயினார், அ. 2009. 'திருக்குறள் வழங்கும் செய்தி.' *திருக்குறள் பன்முக வாசிப்பு* எனும் நூலிலுள்ள கட்டுரை, பக். 27-36. வெ.பிரகாஷ் (பதி.). சென்னை: மாற்று.

சண்முகம்பிள்ளை, மு. 1982. *நிகண்டு சொற்பொருட் கோவை தெய்வப்பெயர் தொகுதி*. மதுரை: காமராசர் பல்கலைக்கழகப் பதிப்புத்துறை.

சதுரகராதி. 1979. சூ.இன்னாசி (பதி.). பாளையங்கோட்டை: வீரமாமுனிவர் ஆய்வுக் கழகம்.

சதாசிவ பண்டாரத்தார், தி.வை. 1949. *பிற்காலச் சோழர் சரித்திரம்*. சிதம்பரம்: அண்ணாமலைப் பல்கலைக்கழகப் பதிப்புத்துறை.

சாந்தலிங்கம், சொ. 2014. *மதுரையில் சமணம்*. மதுரை: கருத்து = பட்டறை.

சாமி, பி.எல். 2011 (1975). *தமிழ் இலக்கியத்தில் தாய்த்தெய்வ வழிபாடு*. சென்னை: நியூ செஞ்சுரி புக் ஹவுஸ்.

சிலப்பதிகார மூலமும் அரும்பதவுரையும் அடியார்க்கு நல்லாருரையும். 1985. உ.வே.சாமிநாதையர் (பதி.). தஞ்சாவூர்: தமிழ்ப் பல்கலைக்கழகப் பதிப்புத்துறை.

சிவசுப்பிரமணியன், ஆ. 2007. *கோபுரத் தற்கொலைகள்*. சென்னை: பரிசல்.

_______ 2008. *வரலாறும் வழக்காறும்*. சென்னை: காலச்சுவடு பதிப்பகம்.

_______ 2017. *பிராமண போஜனமும் சட்டிச்சோறும்*. சென்னை: நியூ செஞ்சுரி புக் ஹவுஸ்.

சிவத்தம்பி, கா. (தமிழில் அம்மன்கிளி முருகதாஸ்). 2005. *பண்டைத் தமிழ் சமூகத்தில் நாடகம்*. சென்னை: குமரன் புத்தக இல்லம்.

சின்னமனூர் என்னும் அரிகேசரிநல்லூர் தலபுராணம். 1954. பூலானந்தக் கவிராயர். தேனி: ரஹீம் அச்சியந்திரசாலை.

சீவகசிந்தாமணி மூலமும் நச்சினார்க்கினியருரையும். 1986. உ.வே. சாமிநாதய்யர் (பதி.). தஞ்சாவூர்: தமிழ்ப் பல்கலைக்கழகப் பதிப்புத்துறை.

சீனிவாச அய்யங்கார், பி.டி. (தமிழில் கா.கோவிந்தன்). 1989 (1965). *தமிழர் வரலாறு இரண்டாம் பகுதி*. சென்னை: கழக வெளியீடு.

சீனிவாசன், இரா. 1975. *சக்தி வழிபாடு*. நாகர்கோவில்: ஜெயகுமாரி ஸ்டோர்ஸ்.

சீனிவாசன், இரா. & ஏழுமலை. மு. 2011. 'திரௌபதியம்மன் விழாவில் வளமைச் சடங்குகள்'. *தமிழகத்தில் பாரதம் : வரலாறு கதையாடல்* எனும் நூலிலுள்ள கட்டுரை, பக். 141-168. இரா. சீனிவாசன் (பதி.). சென்னை: மாற்று.

சீறாப்புராணம் மூலமும் உரையும். 2009. கே.பி.செய்குத்தம்பி பாவலர் (உரை.). சென்னை: பாரி நிலையம்.

சுப்ரமணியன், யு. 2009 (1990). *தமிழர் சமயம், தமிழர் வேதம், தமிழகத்துக் கோயில்கள்*. சென்னை: சந்தியா பதிப்பகம்.

சுப்பிரமணியபிள்ளை, கா. 1940. *தமிழர் சமயம்*. வாணியம்பாடி: வெ.சண்முக முதலியார் வெளியீடு.

சுப்பிரமணியன், தி. 2018. *முரசுப் பறையர் (வரலாறு சமூகம் பண்பாடு)*. புத்தாநத்தம்: அடையாளம்.

சுப்பிரமணியன், ந. 2010 (1986). *சங்ககால வாழ்வியல்*. சென்னை: நியூ செஞ்சுரி புக் ஹவுஸ்.

சூடாமணி நிகண்டு மூலமும் உரையும். 1935. நா.கதிரைவேற்பிள்ளை (பதி.). சென்னை: வித்தியா ரத்நாகர அச்சுக்கூடம்.

செந்தமிழ் அகராதி. 1999. ஆ.சி.கந்தையா. சென்னை: தி பார்க்கர்.

செந்தமிழ் சொற்பிறப்பியல் பேரகரமுதலி. 1997. வை.பழனிச்சாமி. சென்னை: உலகத் தமிழாராய்ச்சி நிறுவனம்.

செந்தில்நாதன், ச. 2008. *ஆண்டவன் ஆகமம் நீதிமன்றம்*. சென்னை: சிகரம் அறக்கட்டளை வெளியீடு.

செந்தீ நடராஜன். 2014. *பண்பாட்டுத் தளங்கள் வழியே*. சென்னை: நியூ செஞ்சுரி புக் ஹவுஸ்.

செல்வராஜ், ச. 2019. *தொல்லியல் தாய்த்தெய்வங்கள்*. சென்னை: நாம் தமிழர் பதிப்பகம்.

சேந்தன் திவாகரம், பிங்கலம், சூடாமணி. 2004. சென்னை: சாந்தி சாதனா.

சோமசுந்தரம்பிள்ளை, ஜே.எம். 1964. *சோழர் கோயிற்பணிகள்*. சென்னை: ஆசிரியர் வெளியீடு.

சோமேசர் முதுமொழி வெண்பா மூலமும் உரையும். 1921. வா. மகாதேவ முதலியார் (உரை.). திருநெல்வேலி: கழக வெளியீடு.

ஞானமிர்தம் மூலமும் உரையும். ஆண்டு இல்லை. ரா. சுப்பிரமணியக்கவிராயர். மதுரை: மதுரைத் தமிழ்ச்சங்கத்துப் பிரசுரம்.

டோனிகர், வெண்டி. (தமிழில் க.பூரணச்சந்திரன்). 2016. *இந்துக்கள் - ஒரு மாற்று வரலாறு*. பொள்ளாச்சி: எதிர் வெளியீடு.

தக்கயாகப்பரணி மூலமும் உரையும். 1930. உ.வே.சாமிநாதையர் (பதி.). சென்னை: கேஸரி அச்சுக்கூடம்.

தங்கவேல், ஈரோடு தி. 2015. 'வலங்கை X இடங்கை பூசல்.' *பண்பாட்டு வெளி - பன்முகப் பார்வை* எனும் நூலிலுள்ள கட்டுரை, பக். 94 -105. சென்னை: பாரதி புத்தகாலயம்.

தண்டலையார் சதகம். ஆண்டு இல்லை. புலவர் அரசு (உரை.). சென்னை: கழக வெளியீடு.

தமிழ்மொழி அகராதி. 2011 (2003). நா.கதிரைவேற்பிள்ளை. சென்னை: சாரதா பதிப்பகம்.

தமிழ்க் கல்வெட்டுச் சொல்லகராதி முதல் & இரண்டாம் தொகுதி. 2002. சென்னை: சாந்தி சாதனா.

தமிழ்ப் பழமொழிகள் (தொகுதிகள் 1-4). 2006 (2001). கி.வா.ஜகந்நாதன் (தொகு.). சென்னை: ஜெனரல் பப்ளிஷர்ஸ்.

தமிழ்ப் புலவர் அகராதி. 1960. ந.சி.கந்தையா பிள்ளை. சென்னை: ஆசிரியர் நூற்பதிப்புக் கழகம்.

தமிழ்ப் பேரகராதி Vol.III. 1982. சென்னை: சென்னைப் பல்கலைக்கழகம்.

தமிழண்ணல். 2011. *தமிழர் சமயமும் சமஸ்கிருதமும்*. உல. பாலசுப்பிரமணியன் (பதி.). மதுரை: மீனாட்சி புத்தகநிலையம்.

தருமராஜ், டி. 2019. *அயோத்திதாசர் பார்ப்பனர் முதல் பறையர் வரை*. சென்னை: கிழக்கு பதிப்பகம்.

தர்ஸ்டன், எட்கர். (தமிழில் க.ரத்னம்). 2003. *தென்னிந்தியக் குலங்களும் குடிகளும் (தொகுதி ஆறு)*. தஞ்சாவூர்: தமிழ்ப் பல்கலைக்கழகப் பதிப்புத்துறை.

தனஞ்செயன், ஆ. 2012. *குலக்குறியியலும் மீனவர் வழக்காறுகளும்*. சென்னை: நியூ செஞ்சுரி புக் ஹவுஸ்.

தாயம்மாள் அறவாணன். 2000. *அவ்வையார் - அன்று முதல் இன்று வரை*. புதுச்சேரி: பச்சைப்பசேல்.

திருக்குறள் புதிய உரை. 2010. புலியூர்க்கேசிகன் (உரை.). சென்னை: பூம்புகார் பதிப்பகம்.

திருஞானசம்பந்தர் சுவாமிகள் தேவாரம் மூலமும் உரையும். 2010. பி.ரா.நடராசன் (உரை.). சென்னை: உமா பதிப்பகம்.

திருநாவுக்கரசு சுவாமிகள் தேவாரம் இரண்டாம் பகுதி. 2003. பி.ரா. நடராஜன் (உரை). சென்னை: உமா பதிப்பகம்.

திருநூற்றந்தாதி மூலம். 1883. பா.அரங்கசாமி உபாத்தியாயர் (பதி.). காஞ்சிபுரம்: இயற்றமிழ் விளக்க அச்சுக்கூடம்.

திருப்புகழ். 1986. சென்னை: வானதி பதிப்பகம்.

திருமந்திரம் மூலமும் விளக்க உரையும். 2003. ஞா.மாணிக்கவாசகன் (உரை.). சென்னை: உமா பதிப்பகம்.

திருவள்ளுவமாலை. ஆண்டு இல்லை. அ.இராமசுவாமி (பதி.). சென்னை: ஜீவரஷாமிர்த அச்சுக்கூடம்.

திருவாசகம் மூலமும் உரையும். 2014. கா.சுப்பிரமணியபிள்ளை (உரை.). சென்னை: ஸ்ரீ செண்பகா பதிப்பகம்.

துபுவா, அபே ஜெ.எ. (தமிழில் வி.என்.ராகவன்). 2008. இந்திய மக்கள் : பழக்க வழக்கங்கள் - சடங்குகள் - நிறுவனங்கள். சென்னை: அலைகள் வெளியீட்டகம்.

துரைசாமிபிள்ளை, ஔவை. 2002. *சேரமன்னர் வரலாறு*. சென்னை: வள்ளுவர் பண்ணை.

தென்மாவட்ட பழமொழிகள். 2009 (1992). மா.மீனாட்சிசுந்தரம் (தொகு.). கோயம்புத்தூர்: விஜயா பதிப்பகம்.

தேவநேயப் பாவாணர், ஞா. 2011. *தமிழர் மதம்*. சென்னை: பூம்புகார் பதிப்பகம்.

__________ 2017. *பழந்தமிழராட்சி*. சென்னை: பூம்புகார் பதிப்பகம்.

தேவிபிரசாத் சட்டோபாத்யாய (தமிழில் எஸ்.தோதாத்ரி). 2010. *உலகாய்தம் (பண்டைக்கால இந்தியப் பொருள்முதல்வாதம் பற்றிய ஆய்வு)*. சென்னை: நியூ செஞ்சுரி புக் ஹவுஸ்.

__________ (தமிழில் கரிச்சான் குஞ்சு). 2016. *இந்தியத் தத்துவ இயலில் நிலைத்திருப்பனவும் அழிந்தனவும்*. கோயம்புத்தூர்: விடியல் பதிப்பகம்.

தொல்காப்பியம் மூலமும் உரையும். 2019. கு.வெ.பாலசுப்பிரமணியன் (உரை.). சென்னை: நியூ செஞ்சுரி புக் ஹவுஸ்.

நடராசன், தி.சு. 2008. *தமிழகத்தில் வைதீக சமயம்*. சென்னை: நியூ செஞ்சுரி புக் ஹவுஸ்.

நளினி, மு. & கலைக்கோவன், இரா. 2005. *பெண்தெய்வ வழிபாடு தோற்றமும் வளர்ச்சியும்*. திருச்சி: டாக்டர் மா. இராசமாணிக்கனார் வரலாற்றாய்வு மையம்.

நன்னூல் மூலமும் மயிலைநாதருரையும். 1918. உ.வே.சாமிநாதையர் (பதி.). சென்னை: வைஜயந்தி அச்சுக்கூடம்.

நாமதீப நிகண்டு அகராதியும் மூலமும். 2007. வ.ஜெயதேவன் (பதி.). சென்னை: சென்னைப் பல்கலைக்கழகப் பதிப்புத்துறை.

நெடுஞ்செழியன், க. 2011. ‘முருகனும் சாத்தனும்’. *பண்பாட்டியல் நோக்கில் பண்டைத்தமிழர் சமயமரபுகள்* எனும் நூலிலுள்ள கட்டுரை, பக். 246-259. பக்தவத்சல பாரதி மற்றும் பலர் (பதி.). புதுச்சேரி: புதுச்சேரி மொழியியல் பண்பாட்டு ஆராய்ச்சி நிறுவனம்.

________ 2014. *ஆசீவகமும் ஐயனார் வரலாறும்*. சென்னை: பாலம் பதிப்பகம்.

பக்தவத்சல பாரதி. 2012 (2002). *தமிழர் மானிடவியல்*. புத்தாநத்தம்: அடையாளம்.

________ 2013. *வரலாற்று மானுடவியல்*. புத்தாநத்தம்: அடையாளம்.

________ 2014. *இலக்கிய மானுடவியல்*. புத்தாநத்தம்: அடையாளம்.

________ 2018. *சாதியற்ற தமிழர் சாதியத் தமிழர் (சாதிக்கு முந்தைய, பிந்தைய தமிழ்ச் சமூகம்)*. சென்னை: பாரதி புத்தகாலயம்.

பசாம், ஏ.எல். (தமிழில் செ.வேலாயுதபிள்ளை & மகேசுவரி பாலகிருட்டிணன்). 2016. *வியத்தகு இந்தியா*. கோயம்புத்தூர்: விடியல் பதிப்பகம்.

பத்துப்பாட்டு மூலமும் நச்சினார்க்கினியர் உரையும். 1961. உ.வே. சாமிநாதய்யர் (பதி.). தஞ்சாவூர்: தமிழ்ப் பல்கலைக்கழக பதிப்புத்துறை.

பத்மாவதி, ஆ. 2014. ‘*களப்பிரர்கால பௌத்த மங்கையே சைவ சமய மாகாளீ*’. மணற்கேணி இதழ் 22 (மார்ச்-ஏப்ரல்): பக். 105-109.

பதிற்றுப்பத்து மூலமும் உரையும். 2011 (2004). அ.ஆலிஸ் (பதி.). சென்னை: நியூ செஞ்சுரி புக் ஹவுஸ்.

பரமசிவம், அரு. 2004. *தென்னிந்திய இன ஒப்புமையியல்*. சென்னை: காவ்யா.

பரமசிவன், தொ. 2008. *வழித்தடங்கள்*. திருநெல்வேலி: யாதுமாகி பதிப்பகம்.

________ 2011 (1989). *அழகர் கோயில்*. மதுரை: மதுரை காமராசர் பல்கலைக்கழகப் பதிப்புத்துறை.

________ 2012. *தெய்வம் என்பதோர்*. பாளையங்கோட்டை: மணி பதிப்பகம்.

________ 2013. *பண்பாட்டு அசைவுகள்*. நாகர்கோவில்: காலச்சுவடு பதிப்பகம்.

பறையன் பாட்டு (தலித்தல்லாதோர் கலகக்குரல்). 2017. கோ.ரகுபதி (தொகு.). சென்னை: தடாகம்.

பன்னிருபாட்டியல். 1951. ரா.இராகவையங்கார் (பதி.). மதுரை: தமிழ்ச்சங்க முத்திராசாலை.

பாலசுப்பிரமணியம், எஸ்.ஆர். 1966. *முற்காலச் சோழர் கலையும் சிற்பமும்*. சென்னை: தமிழ் வெளியீட்டுக்கழகம்.

பாவலர் சரித்திர தீபகம். 1984 (1886). அ.சதாசிவம் பிள்ளை. புதுதில்லி: ஏசியன் எஜுகேஷனல் சர்வீசஸ்.

பிரபுலிங்கலீலை மூலமும் விளக்க உரையும். 1953. எஸ்.துரைசாமி அய்யர். மயிலம்: ஸ்ரீமத் சிவஞான பாலய சுவாமிகள் தமிழ்க்கல்லூரி வெளியீடு.

பிள்ளை, கே.கே. 2009. *தமிழக வரலாறு: மக்களும் பண்பாடும்*. சென்னை: உலகத் தமிழாராய்ச்சி நிறுவனம்.

புகழேந்தி, இரத்தின. 2006. மரபுவழி அறிவுமுறை. சென்னை: மருதா.

புல்லர், சி.ஜே. (தமிழில் ச.நாகராஜ பிள்ளை). 1999. *தேவியின் திருப்பணியாளர்கள்*. பாளையங்கோட்டை: நாட்டார் வழக்காற்றியல் ஆய்வு மையம்.

புறநானூறு மூலமும் உரையும். 2011 (2004). கு.வெ.பாலசுப்பிரமணியன் மற்றும் பலர் (உரை.). சென்னை: நியூ செஞ்சுரி புக் ஹவுஸ்.

பெக், பிரண்டா. (தமிழில் அப்பணசாமி). 2019. *கொங்குக் குடியானவர் சமூகம்*. புத்தாநத்தம்: அடையாளம்.

பெருங்கதை. ஆண்டு இல்லை. உ.வே.சாமிநாதையர் (பதி.). சென்னை: உ.வே.சா. நூல் நிலையம்.

பெருமாள், அ.கா. 2005. *கர்ப்பமாய் பெற்ற கன்னிகள்*. சென்னை: தமிழினி.

__________ 2014. *தென்குமரிக் கோவில்கள்*. சென்னை: சுதர்சன் புக்ஸ்.

__________ 2018. *பழந்தமிழர் வழிபாட்டு மரபுகள்*. சென்னை: நியூ செஞ்சுரி புக் ஹவுஸ்.

பெருமாள்பிள்ளை, திரிசிரபுரம் ஆ. 1922. *ஆதிதிராவிடர் வரலாறு*. சென்னை: விக்டோரியா அச்சுக்கூடம்.

பொன்னீலன். 2013. *தென்குமரி வட்டார வழக்குகள்*. சென்னை: நியூ செஞ்சுரி புக் ஹவுஸ்.

மகாலெட்சுமி, ச. 2012 (2008). *இசக்கியம்மன் வழிபாடு*. சென்னை: காவ்யா.

மகேசுவரன், சி. 2018. ‘தமிழக இருளர் பழங்குடியினரின் மாசிமக முழுநிலவு நாள் கூடுகை: ஒரு சமூக-மானிடவியல் பார்வை’. *தமிழகப் பழங்குடிகள்: வரலாறு சமூகம் பண்பாடு* எனும் நூலிலுள்ள கட்டுரை, பக். 43-59. ஆ.சரவணன் (பதி.). கோயம்புத்தூர்: கொங்குநாடு கலை அறிவியல் கல்லூரி தமிழ்த்துறை வெளியீடு.

மங்கை ராகவன் மற்றும் பலர். 2017. *தமிழகத்தில் லகுலீச பாசுபதம்*. காவேரிப்பட்டிணம்: புதுஎழுத்து.

மணிமேகலை. 1981 (1898). உ.வே.சாமிநாதையர் (பதி.). சென்னை: டாக்டர் உ.வே.சாமிநாதையர் நூல்நிலையம்.

மதுரைத் தமிழ் பேரகராதி (முதல் & இரண்டாம் பாகம்). 2004. சென்னை: சந்தியா பதிப்பகம்.

மனுதரும சாஸ்திரம். 2008 (2004). சென்னை: திராவிடர் கழக வெளியீடு.

மானிடவியல் கலைச்சொல் அகராதி. 2001. சு.சக்திவேல். சென்னை: மணிவாசகர் பதிப்பகம்.

மாரியம்மன் ஆனந்தக்கும்மி. 1931. எஸ்.ஏ.ரெத்தினசாமி பாண்டியன். மதுரை: விவேகானந்தா பிரஸ்.

முத்து, கே.எஸ். 2004. *தலித் குலசாமிகள்*. மதுரை: தலித் ஆதார மய்யம்.

ரகுநாதன். 1984. *இளங்கோவடிகள் யார்? (சிலப்பதிகாரம் பற்றிய ஒரு சமூகவியல் ஆராய்ச்சி)*. மதுரை: மீனாட்சி புத்தகம் நிலையம்.

ரகுபதி, கோ. 2017. *'பறையன் பாட்டு எனும் நூலுக்கு எழுதியுள்ள முன்னுரை'*, பக். 9-18. சென்னை: தடாகம்.

________ 2019. *'இரட்டைமலை சீனிவாசன் ஜீவிய சரித்திர சுருக்கம் எனும் நூலிலுள்ள ஆய்வு மதிப்புரை'*, பக். 11-21. வே.பிரபாகரன் (பதி.). சென்னை: தடாகம்.

ரமேஷ், த. 2016. *நடுநாட்டில் சமணம்*. சென்னை: நியூ செஞ்சுரி புக் ஹவுஸ்.

ரவிக்குமார். 2009. *மீளும் வரலாறு: அறியப்படாத நந்தனின் கதை*. சென்னை: உலகத் தமிழாராய்ச்சி நிறுவனம்.

__________ 2020. 'தீண்டாமையின் உருவாக்கம்: அயோத்திதாசரும் அம்பேத்கரும் ஒரு ஒப்பாய்வு'. தலித் இதழ் 12 (மே-ஜூன்): பக். 11-20.

ராஜ் கௌதமன். 2007 (2004). *அயோத்திதாசர் ஆய்வுகள்*. நாகர்கோவில்: காலச்சுவடு பதிப்பகம்.

ராஜ் சேகர் பாசு (தமிழில் அ.குமரேசன்). 2016. *நந்தனின் பிள்ளைகள் (பறையர் வரலாறு 1850-1956)*. சென்னை: கிழக்கு பதிப்பகம்.

ராஜன், கா. 2010 (2004). *தொல்லியல் நோக்கில் சங்ககாலம்*. சென்னை: உலகத் தமிழாராய்ச்சி நிறுவனம்.

________ (தமிழில் வளர்மதி). 2018. *தொன்மைத் தமிழ் எழுத்தியல் (குறியீடுகளிலிருந்து தமிழ்-பிராமியை நோக்கிய பயணம்)*. சென்னை: உலகத் தமிழாராய்ச்சி நிறுவனம்.

ராஜேந்திரன், மு. 2015. *பல்லவர்கால செப்பேடுகள்*. வந்தவாசி: அகநி வெளியீடு.

ரொமிலா தாப்பர் (தமிழில் நா.வானமாமலை). 2008. *வரலாறும் வக்கிரங்களும்*. சென்னை: நியூ செஞ்சுரி புக் ஹவுஸ்.

லூர்து. தே. 2007. *தமிழ்ப் பழமொழிகள்: அமைப்பு, பொருண்மை, செயல்பாடு*. சென்னை: யுனைடெட் ரைட்டர்ஸ்.

வடசொற்றமிழ் அகரவரிசை. 1965. தி.நீலாம்பிகையம்மையார். சென்னை: கழக வெளியீடு.

வரலாற்றுமுறை தமிழ் இலக்கியப் பேரகராதி தொகுதிகள் 1-4. 2001. சென்னை: சாந்தி சாதனா.

வல்லிபுரம் மகேசுவரன். 2008. *சோழர் காலத்துக் கோயிலும் சமூகமும்*. சென்னை: குமரன் புத்தக நிலையம்.

வள்ளுவர் நேரிசை. 1919. ம.கோபாலகிருஷ்ணையர் (உரை.). திருமங்கலம்: ஸ்ரீ கிருஷ்ண விலாசம் அச்சயந்திர சாலை.

வானமாமலை, நா. 1999 (1980). *தமிழ்நாட்டில் சாதி சமத்துவப் போராட்டக் கருத்துக்கள்*. சென்னை: மக்கள் வெளியீடு.

__________ 2008. *தமிழர் பண்பாடும் தத்துவமும்*. சென்னை: அலைகள் வெளியீட்டகம்.

__________ 2008. *பண்டைய வேதத் தத்துவங்களும் வேதமறுப்புப் பௌத்தமும்*. சென்னை: அலைகள் வெளியீட்டகம்.

விவேகானந்தன், சிவ. 2010. *சமணசமய வரலாறு குமரி நாட்டில்.* சென்னை: காவ்யா.

வெற்றிவேல், சி. 2019. *'கன்னிமாரே எங்கமேல ஆசப்பட்டு மாங்கல்யம் சூடிக்குவாங்க - உற்சாக இருளர் திருவிழா'.* www.vikatan.com இணையதளத்திலுள்ள கட்டுரை: பக்கம் இல்லை.

வேங்கடசாமி, மயிலை சீனி. 2002. *பௌத்தமும் தமிழும்.* கோ.தேவராசன் (பதி.). சென்னை: மீனா கோபால் பதிப்பகம்.

________ 2005. *களப்பிரர் ஆட்சியில் தமிழகம்.* சென்னை: குயிலோசை.

________ 2010. *சமணமும் தமிழும்.* சென்னை: ஸ்ரீசெண்பகா பதிப்பகம்.

வேங்கடாசலபதி, ஆ.இரா. 2016. *ஆஷ் அடிச்சுவட்டில் (அறிஞர்கள், ஆளுமைகள்).* நாகர்கோவில்: காலச்சுவடு பதிப்பகம்.

________ 2020. திராவிட இயக்கமும் வேளாளரும். நாகர்கோவில் காலச்சுவடு பதிப்பகம்.

வேதாசலம், வெ. 1989. *இயக்கி வழிபாடு.* சிவகங்கை: அன்னம் பதிப்பகம்.

________ 2000. *எண்பெருங்குன்றம் (சமணம் வளர்த்த குன்றங்கள்).* மதுரை: சாஸ்தா பப்ளிகேசன்ஸ்.

வேலுப்பிள்ளை, ஆ. 2011 (1985). *தமிழர் சமய வரலாறு.* சென்னை: குமரன் புத்தக இல்லம்.

வையாபுரிப்பிள்ளை, எஸ். 2010. *தமிழ் இலக்கிய சரிதத்தில் காவியகாலம்.* சென்னை: அலைகள் வெளியீட்டகம்.

ஹன்லொன், ஜுலி ஏ. (தமிழில் சரஸ்வதி வேணுகோபால்). 2019. 'ஆதாரங்களை ஒருங்கிணைத்தல்: பண்டைத்தமிழ் வரலாற்றில் சமணத் துறவியர் சமூகங்கள்'. மணற்கேணி இதழ் 44 (ஜனவரி-மார்ச்): பக்.5-29.

ஹாரிஸ், மார்வின். (தமிழில் துகாரம் கோபால்ராம்). 2005. *பசுக்கள், பன்றிகள், போர்கள், சூனியக்காரிகள் ஆகிய கலாச்சாரப் புதிர்கள்-1.* சென்னை: எனி இந்தியன் பதிப்பகம்.

ஹில்டா, பா. 2003. 'கரந்தைச் செப்பேட்டில் பிடாரி கோயில்கள்'. *ஆய்வுமாலை* - சர்வதேச தமிழியல் ஆய்வு கருத்தரங்கு மலரிலுள்ள கட்டுரை, பூண்டி.

ஸ்டாலின் ராஜாங்கம். 2016. *அயோத்திதாசர் வாழும் பௌத்தம்.* நாகர்கோவில்: காலச்சுவடு பதிப்பகம்.

________ *'ஔவை என்பவள் மூதாட்டியா?'.* மானுடம் இதழ் (பிப்ரவரி – ஜீலை): பக். 44 – 62.

ஸபாரத்னம் சிவாசார்யர், கே.ஏ. 1988. 'உற்சவ விமர்சனம்'. *சிவாலயங்களும் ஆலயக்கிரியைகளும்* எனும் நூலிலுள்ள கட்டுரை, பக். 92-111. எஸ்.எஸ்.ஜானகி (பதி.). சென்னை: குப்புசுவாமி சாஸ்திரி ஆராய்ச்சி நிறுவனம்.

ஸுப்ரமணியன், ஆர். 1988. 'பரார்த்த பூஜை'. *சிவாலயங்களும் ஆலயக்கிரியைகளும்* எனும் நூலிலுள்ள கட்டுரை, பக். 64-78. எஸ்.எஸ். ஜானகி (பதி.). சென்னை: குப்புசுவாமி சாஸ்திரி ஆராய்ச்சி நிறுவனம்.

ஜகந்நாதன், கி.வா. 1999 (1953). *வள்ளுவரும் குறளும்.* சென்னை: பாரி நிலையம்.

ஜெகதீசன், தெ.வே. 2004. *பத்திரகாளியின் புத்திரர்கள்.* சென்னை: யுனைடெட் ரைட்டர்ஸ்.

ஜெயதேவன், வ. 1977. *தமிழ் அகராதியியல்.* சென்னை: அன்பு நூலகம்.

ஜெயப்பிரகாஷ், இ. 2020. 'அம்மன் தெய்வமும் பௌத்த வழிபாட்டு மரபும்'. தலித் இதழ் 12 (மே-ஜூன்): பக். 21-25.

ஜோதிராணி, க.ஆ. 2005. *பழந்தமிழர் பறையர் மக்களின் வாழ்க்கை வட்டச் சடங்குகள்.* சென்னை: காவ்யா

ஸ்ரீ தேவி மஹாத்ம்யம் (தமிழில் வே.ராகவன்). 1967. சென்னை: ப்ரியம் வதா - ஸ்ரீராம் சங்கர் திருமண அன்பளிப்பு வெளியீடு.

ஸ்ரீபால், ஜீவபந்து டி.எஸ். 1968. 'ஜைனம்'. *கையேடு - கலைக்காட்சிக்குழு:* இரண்டாவது உலகத்தமிழ் கருத்தரங்கு மாநாட்டு மலரிலுள்ள கட்டுரை, பக். 225-226. சென்னை: தமிழ்நாடு அரசு.

ஸ்ரீ மகாபாரதம் - பாகம் 9 (தமிழில் தி.ஈ.ஸ்ரீநிவாஸாசாரியார்). 2008. ம.வீ.இராமானுஜாசாரியார் (தொகு.). சென்னை: ஸ்ரீசக்ரா பப்ளிகேஷன்ஸ்.

ஸ்ரீரசா. 2008. 'ஐயனார் வழிபாடு.' *தமிழர் சிந்தனை மரபு* எனும் நூலிலுள்ள கட்டுரை, பக். 79-86. தேவ.பேரின்பன் (பதி.). சென்னை: தென்னக ஆய்வுமையம்.

A Catalogue of Sanskrit Manuscripts of Jainism. 1997. N.Srinivasan (ed.). Thanjavur: Sarasvati Mahal Library.

Appadurai, A. 1983. 'The Puzzling Status of Brahman Temple Priests in Hindu India'. South Indian Anthropologist 4-1, pp. 43-52.

Balasubrahmanyam, S.R. 1971. *Early chola Temples Parantaka I to Rajaraja I (A.D. 907-985)*. New Delhi: Orient Longman.

Balaram Panda. N.Y. 'Tantric Influence in Jaina Rituals'. OHRJ, Vol. XLVII, No.1. (pp.115-120) Online: Orissa.gov.in/e-magazine.

Bhattacharyya, N.N. 1987 (1982). *History of the Tantaric Religion*. New Delhi: Manohar.

Caldwell, Robert. 2008 (1875). *A Comparative Grammar of the Dravidian or South-Indian Family of the Languages* (first renewed print). Chennai: Kavithaasaran Pathippagam.

Chapple, Christopher Key. 1999. 'Haribhadra's Analysis of Pathanjala and Kula Yoga In The Yogadrstisamuccaya'. John E. Cort (ed.). *Open Boundaries (Jain Communities and Cultures in Indian History)*, pp.15-30. Delhi: Sri Satguru Publications.

Dundas, Paul. 1999. 'Becoming Gautama: Mantra And History In Svetambara Jainism.' John E. Cort (ed.). *Open Boundaries (Jain Communities and Cultures in Indian History)*, pp.31-52. Delhi: Sri Satguru Publications.

Hiltelbeitel, Alf. 1988. *The Cult of Draupadi Vol.1: Mythologies from Gingee to Kuruksetra*. Chicago: The University of Chicago Press.

Iravatham Mahadevan. 2014. *Early Tamil Epigraphy: From the Earliest Times to the Sixth Century C.E.* Chennai: Central Institute of Classical Tamil.

Lazarus, John. 1991 (1894). *A Dictionary of Tamil Proverbs with and Introduction and Hints in English*. Madras: Asian Educational services.

Masilamani Meyer, Eveline. 1986. *Ankalaparamecuvari: A Goddess of Tamilnadu, Her Myths and Cult*. Wiesbaden: Steiner Verlag.

Nalini Balbir and others. 2018. *Jain Sites of Tamilnadu* (DVD Text). Pondicherry: Institut Francais de Pondichery.

Rhys Davids, T.W. 1957. *Buddhist India*. Calcutta: Susil Gupta Publisher.

Romila Thapar. 2012. *Asoka and the Decline of The Mauryas*. New Delhi: OUP India.

South Indian Inscriptions (Tamil Inscriptions of Rajaraja, Rajendra Chola and others in the Rajarajesvara Temple at Tanjavur). 1895. E.Hultzch (Trans.) Madras: Government Press.

Sri Kali Tantra & Sri Rudra Candi. 2016. Giri Ratna Mishra (Trans.). Varanasi: Chaukhamba Surbharati Prkashan.

Subramaniyam, T.N. 1957. *South Indian Temple Inscriptions Volume -3 Part -2*. Madras: Government Oriental Manuscripts Library.

Vidya Dehejia. 1986. *Yogini Cult and Temples*. New Delhi: National Museum.

Ziegenbalg, Bartholomaeus. 1869. *Genealogy of the South Indian Gods (A Manual of the Mythology and Religion of the People of Southern India)*. G.J.Metzger (Trans.). Madras: Higginbotham and Co.

ஒளிப்படங்கள்

1. சின்னமனூர் பிடாரி அம்மன் அலங்கார வடிவில்

2. பிடாரி அம்மனுக்கு சிவாச்சாரியார் காப்புக் கட்டுதல்

3. காப்புக்கட்டும் சடங்கில் கன்னடியர் பூசாரியும் பறையர் பூசாரியும்

4. தேரோடும் வீதியில் வலம் வரும் பிடாரி அம்மன்

5. கடையம் சூலப்பிடாரியின் வேறுபட்ட சிற்ப வடிவங்கள்

6. சப்தமாதர்களுடன் பிடாரி அம்மன் (திருப்பாதிரிப்புலியூர்)

7. குழுமாயிஅம்மன் ஓலைப்பிடாரியாக காளியாவட்டம் வருதல்

8. புல்வயல் உலகநாயகி அம்மன் கோயிலின் உவச்சர் பூசாரி

www.ingramcontent.com/pod-product-compliance
Lightning Source LLC
LaVergne TN
LVHW060241051026
849517LV00005B/1676
* 9 7 8 9 3 9 1 2 6 2 3 5 8 *